ज्यांच्या औदार्यामुळे माझा पुनर्जन्म झाला त्या
कै. गोविंददास शेटजी आणि त्यांच्या पत्नी ताराबाई यांना अर्पण

षड्ज-पंचम

संगीतात षड्ज-पंचम भावाला फार महत्त्व आहे. त्यामुळेच संगीत श्रुतिमधुर होते; आकर्षक होते. तानपुऱ्यांची षड्जाची तार जेव्हा पंचमाच्या तारेशी पुरेपूर सुसंवादी होते, तेव्हाच त्यातून गोड गंधार आपोआप झंकारतो. पण तो कुणाला उमगतो, तर नीट कान देऊन ऐकणाऱ्याला!

आपणही नीट कान देऊन ऐका; किंबहुना ध्यान देऊन वाचा, म्हणजे माझ्या निवेदनाचा षड्ज नि श्री. व पु. काळे यांच्या लेखणीचा पंचमस्वर, परस्परांशी यथास्थित जुळले आहेत हे तर लक्षात येईलच; पण त्यातून प्रकट झालेल्या हृद्‌गताचा गंधार मनात गुंजेल, अशी अपेक्षा आहे.

मात्र या ग्रंथात माझे वा 'ललितकलादर्श'चे संपूर्ण हृद्‌गत प्रकट झाले आहे, असे म्हणता येणार नाही. तसा आमचा दावाही नाही. कारण हे माझे आत्मचरित्र नव्हे, अथवा 'ललितकलादर्श'चा सांगोपांग इतिहासही नव्हे.

चि. ज्ञानेशला आपल्या नाट्यमुसाफिरीतील काही अनुभव सांगावेत, त्यापासून निघणारा बोध कथन करावा, एवढाच हेतू मी मनात धरला होता. पण 'ज्ञानेश'ला देखील काय सांगावे नि काय सांगू नये, याला अपरिहार्य मर्यादा पडल्याच. म्हणूनच मी पुनः सांगतो हे माझे यथासांग चरित्र नव्हे, की तपशीलवार इतिहास नव्हे.

पण मला जे काही मर्यादशील पणाने सांगावयाचे होते, ते श्री. वसंतराव काळे यांनी अत्यंत समरसतेने व सुंदरतेने शब्दबद्ध केले आहे. हे काम सोपे नाही. पण वसंतराव काळे यांच्या लेखनकलेची तार माझ्या भावभावनांशी नि विचारांशी १०० टक्के जुळली म्हणूनच हे अवघड कार्य तडीस गेले.

श्री. व. पु. काळे यांच्याकडूनच हे कार्य घडले, यामागे पूर्वपरंपरेच्या पुण्याईची काही प्रेरणा असली पाहिजे. 'ललितकलादर्श'चे तीन पिढ्यांचे नेपथ्यकार नि बापूंचे स्नेही-सांगाती श्री. पु. श्री. ऊर्फ अण्णासाहेब काळे यांनी 'सुवर्णमहोत्सवा'च्या निमित्ताने 'ललितकले'च्या सहवासात हे पुस्तक लिहिले. आणि त्यांचेच चिरंजीव, सुप्रसिद्ध लघुकथालेखक श्री. व. पु. काळे यांच्याकडून 'हीरक महोत्सवा'च्या वेळी हा ग्रंथ लिहून झाला, यात काही परमेश्वरी नेमानेम असेल, असेच वाटते.

प्रस्तुत ग्रंथात काही तपशील, काही उल्लेख, चुकले असतील वा राहून गेले असतील; काही विवेचन चुकले असेल तर त्याचे दायित्व पूर्णतः माझ्यावरच आहे. माझे हृद्‌गत कुशलतेने शब्दनिबद्ध करणाऱ्या वसंतरावांवर नव्हे.

मी त्यांचे आभार मानणे औपचारिकतेचे, परकेपणाचे लक्षण ठरेल. म्हणूनच त्यांचे आभार मानीत नाही. पण आपणास पुनः विनंती करतो की नीट हमदर्दीने कान द्या, ध्यान द्या म्हणजे यातील गंधार ऐकू येईल. पण यदाकदाचित तो कोठे कणसूर वा बदसूर लागला, तर आपण क्षमा करावी. या तानपुऱ्याचा कान पिरगाळून त्याला सुरात आणण्याचा अधिकार तुम्हा सहृदय रसिकांना आहेच!

— भालचंद्र पेंढारकर

अनुक्रमणिका

‘रमारमण श्रीरंग...’ हा चरण मी विंगेत उभा राहून संपवला.

ऑर्गनवर बसलेल्या गोविंदरावांना मी दिसू शकत होतो. ऑर्गन वाजवता वाजवताच त्यांनी मला ‘आता पुढे कसं?’ अशा अर्थाची खूण केली. त्यांची मी ती खूण पाहिली आणि टाळक्यात लख्ख प्रकाश पडला. ‘पुढे कसं?’ याचा विचार मी तरी या क्षणापर्यंत कुठे केला होता? या क्षणापर्यंत तो विचार शिवला नव्हता आणि आता विचार करायला क्षणही राहिला नव्हता. विंगेतूनच मी पाच बोटं दाखवली. गोविंदरावांना तेवढा इशारा पुरेसा होता. त्यांची कुशल बोटं काळी दोनवरून झर्रकन काळी पाचवर येऊन स्थिरावली. ‘काळी पाच’ हाच षड्ज धरून ऑर्गनमधून धीरगंभीर आवाजात ओळ बाहेर आली, ‘रमारमण श्रीरंग...’

आणि हाउसफुल्ल झालेल्या साहित्य-संघाच्या सभागाराला काही आकलन व्हायच्या आतच सहा वर्षे वयाच्या नारदाने पहिली ओळ म्हणत प्रवेश केला,

‘रमारमण श्रीरंग जय जय.’’

ज्ञानेशनं प्रवेश केला मात्र, आणि लहान दरवाजाच्या चौकटीवर डोकं आपटल्यावर जी काही काळ अवस्था होते, तशी माझी अवस्था झाली. वाटून गेलं, की ज्ञानेश आत्ता एकाएकी ब्लँक झाला तर? वास्तविक तशी शून्यावस्था त्याच्या परिचयाचीसुद्धा नाही, पण तरी तो तसा झाला तर?

एवढासा जीव तो. फूटलाइट्सच्या झगझगीत प्रकाशात आपण त्याला आता एवढ्यात लोटला. हो! लोटलाच. त्याला असं रंगमंचावर ढकलावं अशी आपल्याला

...ज्ञानेशनं मला स्वर दिला, त्याच्या पित्याला!

भावना का व्हावी? एवढ्या लहान वयातच आपण त्याला हिरव्या चादरीवरून का चालायला लावावं? हजारो लोकांच्या नजरा, तो झगझगीत प्रकाश, तबल्याचा ठेका, ऑर्गनचा स्वर, पॅनकेक स्पिरिटगम, खऱ्याखोट्या दाढीमिशा, खरेखोटे अभिनय अशा या जगावेगळ्या विश्वाचे दरवाजे आपण एवढ्यातच या पिल्लासमोर का उघडावेत? विचारांनी मस्तक बधिर होत होतं आणि तेवढ्यात अगदी जवळ येऊन कुणी तरी विचारल्यासारखं वाटलं.

'अरे, तू कोण ढकलणारा? तू कोणीही नाहीस. तुलासुद्धा हाताला धरून कोणीतरी चालवणारा आहे, हे तू विसरलास का?'

मी कळत न कळत विचारलं, 'तू कोण?'

त्यावर नुसता हसण्याचा आवाज आला. मागोमाग शब्द आले,

'मी कोण? मी तोच. ज्यानं तुला वझेबुवांऐवजी एकदम रेडिओवर गायला लावलं तो. ज्यानं तुझा पहिलावहिला चेक अडकवून ठेवला, तोच मी.'

मी गप्प होतो. तो आवाज पुनः म्हणाला, 'अजून ओळख पटत नसेल तर आता एकच सांगतो की, ज्यानं तुला केवळ दोन दिवसांत नक्कल पाठ करायला लावून, 'स्वयंसेवक' नाटकात काम करायला लावलं तोच मी.'

या वाक्यासरशी सगळं लखकन आठवलं. डोळ्यांसमोर १९४० साल उभं राह्यलं.

बापूंच्या निधनानंतर 'ललितकलादर्श'ची स्मृती जागृत ठेवायची म्हणून 'ललितकलासंवर्धक' नावाची संस्था सुरू करणारे भार्गवराम. त्यांनी चालू केलेल्या कंपनीचा 'स्वयंसेवक' नाटकाचा प्रयोग आणि त्यात माझी पहिलीवहिली मोठ्या प्रमाणावर केलेली बापूंची 'जगूची' भूमिका. त्यापूर्वी कामं केली होती; पण या पहिल्या कामाची गोष्ट फार निराळी होती.

नाटकाचा प्रयोग सुरू झाला. मी प्रवेश करण्याच्या तयारीत उभा राहिलो, आणि एकाएकी ब्लँक झालो. काही काही आठवेना. मी कोण... कुणाचा... आत्ता इथं का आलोय... विंगमधल्या मंद प्रकाशात का थांबलोय... मी आता प्रवेश करणार आहे म्हणजे नक्की काय होणार आहे... मी कोण? तर एका दिवंगत, नामवंत गायक नटाचा मुलगा. अगदी तसाच होऊ शकेन का? मीसुद्धा नट व्हावं का? नाही, नाही, मला गाणं शिकायचं आहे; नट व्हायचं नाही. खुद्द बापूंनाही मी नट व्हावं असं चुकून कधी वाटलं नाही. नाहीतर बापूंचीच नाटकं मला गुपचूप मंडपीवरून का पाहावी लागली असती? शेवटची सहा वर्षे बापूंनी आपल्याला कंपनीपासून, नाटकापासून दूर का ठेवलं असतं? सगळं और आहे. खरं म्हणजे, बापूंच्या भूमिकेचा, अभिनयाचा पगडा माझ्यावर बसावा एवढा त्यांच्याजवळ मी कधी पोहोचलोच नव्हतो. मग आज आत्ता मी इथं का? तर बापूंनी एके काळी

केलेली जगूची भूमिका करायला! का? तर मी त्यांच्यासारखा दिसतो, म्हणून.

मला इथं कोणी ओढलं? बापूंनी? छेः मी नट व्हावं असं त्यांना कुठे वाटत होतं?

पण मग वझेबुवांनी तरी मला 'यशस्वी होशील' असा आशीर्वाद का द्यावा?

तेवढ्यात टाळ्यांचा प्रचंड कडकडाट झाला.

अस्सं! म्हणजे एकीकडे हे असले विचार चालू असतानाच, मी 'जगू' होऊन खिडकीतून रंगमंचावर प्रवेश केला होता तर! होय. अंगावर प्रकाश पडला होता. समोर अनेक डोळे मला कौतुकाच्या नजरांनी 'चिंब' करीत होते. आणि... आणि... केव्हातरी ते नाटक संपलं. सुरू कधी झालं कळलं नाही; संपलं कधी तेही कळलं नाही.

तेव्हाही, म्हणजे सत्तावीस वर्षांपूर्वीही कळलं नाही, आणि आत्ताही काही आठवत नाही. एकच अवस्था मात्र अजून ध्यानात आहे. ती अवस्था 'शून्यावस्था.' ब्लँकनेस! प्रवेश करण्यापूर्वीचा ब्लँकनेस. एक अनामिक पोकळी. ती मात्र अजून अधूनमधून भेडसावते.

ज्ञानेशला मी हळूच रंगभूमीवर सोडलं आणि वाटून गेलं, आत्ता हाही असाच ब्लँक झाला तर?

टाळ्यांचा कडकडाट झाला. मी भानावर आलो. 'रमारमण श्रीरंग' हा चरण संपवीत संपवीत ज्ञानेश समोरच्या विंगकडे गेला. जाता जाता त्या एवढ्याशा जीवानं, शिकवल्याप्रमाणे लक्षात ठेवून 'रमारमण श्रीरंग' हा चरण काळी पाचाच्या मध्यावर, म्हणजे 'काळी दोन' वर नेला आणि त्याच्या पित्याला मला षड्जावर सोडून स्वतः विंगेत गेला.

त्याला ब्लँकनेस येईल का या विचारात मीच ब्लँक झालो होतो. ज्ञानेशनं मला स्वर दिला, माझा षड्ज दिला आणि नकळत प्रवेश करीत, तोच स्वर पकडीत मी म्हणालो,

'रमारमण श्रीरंग...'

कोणी कुणाला स्वर देऊ शकतो का?

मला नाही तसं वाटत. स्वर घेऊनच माणूस जन्माला येतो. जन्माला येताच माणूस रडतो. नाही रडला तर त्याला चापट्या मारून रडवतात म्हणे. पण त्याचा तो पहिला टाहो असतो- उत्स्फूर्त असो वा फोडायला लावलेला असो- तो टाहो म्हणजे, 'कोऽहं' असा सवाल असतो म्हणे. मी असं म्हणेन की, कोऽहं, म्हणजेच, 'माझा स्वर कोणता' हा तर तो सवाल नसेल? तसंच असेल.

खूपदा या प्रश्नाचं उत्तर– स्वर माणसाला सापडत नाही उभ्या आयुष्यात. त्याचा स्वर शोधून देणारा गुरू त्याला भेटतच नाही. गुरूचं कार्य एवढंच. मुळातच ज्याच्याजवळ स्वर नाही त्याला गुरू काही देऊ शकत नाही. स्वतःचा तो स्वर सापडेपर्यंत माणूस ब्लँक असतो. पण त्याहीपेक्षा गंमत म्हणजे स्वतःचा स्वर सापडूनही माणसाला त्या स्वराचं अधूनमधून विस्मरण होतं.

...अरे, आज बुवा आणि मी, दोघं गायलो!

मगाशी हेच झालं होतं. ज्ञानेश 'काळी पाच'मध्ये भजन म्हणत होता. मी ब्लँक झालो होतो. माझी पट्टी 'काळी दोन' हे मी विसरलो होतो. पण जाता जाता ज्ञानेशनं मला माझ्या षड्जावर नेलं आणि मी प्रवेश केला.

भरलेल्या प्रेक्षागारासमोर मी त्या 'रमारमणाची' आळवणी करीत होतो आणि एकीकडे विचार करीत होतो की ज्ञानेशला हे धैर्य कुठून आलं? गेले काही दिवस मी आणि गोविंदराव त्याला हे भजन शिकवीत होतो. ज्ञानेशनं नारदाच्या भूमिकेत प्रवेश करायचा आणि भजन म्हणून जायचं. एवढाच

हिशोब डोक्यात होता.

आज बापूंची पुण्यतिथी.

नारदाची भूमिका बापूंनी गाजवली होती 'कृष्णार्जुनयुद्ध' नाटकात. तीच भूमिका आपणही केली. 'डिट्टो बापूच' अशी बापूंना पाहिलेल्या जाणकारांनी दादही दिली होती. आजच्या या पुण्यस्मरणदिनी ज्ञानेशला नारद बनवायचं, एवढाच विचार मी केला होता. ज्ञानेशला मग तसा वेष दिला. 'काळी पाच' हा स्वर दिला आणि रंगमंचावर सोडून दिला.

इथवर ठीक झालं.

पुढे काय होईल, ही विवंचना मागं लागली. प्रवासाला निघालेल्या माणसाला आपण केवळ स्टेशनपर्यंतच पोहोचवू शकतो. पुढचा प्रवास ज्याचा तो आपल्या हिमतीवर करतो; तसंच हे! आपली जास्तीत जास्त सोबत विंगेपर्यंत; पुढे नाही. पण मघाशी ज्ञानेशनं आपल्याला चकित केलं. स्वतःचा स्वर सांभाळून त्यानं आपल्यालाही स्वर दिला.

हे सर्व आत्ता आठवतंय एकीकडे भजन म्हणता म्हणता! म्हणजे ज्ञानेशदेखील स्वर घेऊनच आला आहे तर. नक्कीच! मी व गोविंदरावांनी त्याला फक्त त्याची पट्टी सांगितली. मी आज आहे म्हणून ज्ञानेशला त्याचा स्वर सांगितला. पण मला माझा स्वर सांगायला बापू कुठे होते? त्यांनी तर मला रंगमंचापासून, स्वरापासून लांब ठेवलं होतं. ज्या काळात मला माझा स्वर सापडायचा होता, त्याच काळात बापू गेले, आणि माझ्यापाशी उरला केवळ ब्लँकनेस.

तीस वर्षं झाली आज त्या घटनेला. तीस वर्षांपूर्वी आम्ही ग्वाल्हेरला होतो. त्या त्या वेळी १५ मार्च, १९३७. हाच तो काळा दिवस. मौज असते पण. कारण आज आता भलभलतेच प्रसंग आठवताहेत. ज्या क्षणी बापूंनी शेवटचा श्वास सोडला, त्या क्षणीचा कोणताच तपशील आता आठवत नाही. आठवतं ते 'मौज' साप्ताहिकानं दिलेलं हेडिंग. ग्वाल्हेरला मला तो 'मौज'चा अंक लगेच मिळाला नव्हता. बापू गेल्यानंतर कोणत्या दिवशी मिळाला, तेही आता नक्की आठवत नाही. आठवतं ते एकच- बापू गेल्यानंतर आलेली शून्यावस्था. आपल्या विचारांचा, दैनंदिन हालचालींचा आपल्यालाच बोध होऊ नये अशी अवस्था. बापू गेले त्याच्या दुसऱ्याच दिवशी मी हिराबाईंच्या गाण्याच्या बैठकीलाही गेलो होतो. ग्वाल्हेरला टाऊन हॉलमध्ये बैठक झाली होती. काय ऐकत आहोत हेही तेव्हा कळलं होतं. त्यांनी नको तो अर्थ नेमका घेतला होता. 'काल बापू गेले आणि आज हा गाणं ऐकायला गेला, नक्की याच्या डोक्यावर परिणाम झाला' वगैरे प्रवाद माझ्याबद्दल सुरू झाले. मी गोंधळून गेलो. आणि त्याच सुमारास मला एके दिवशी 'मौज' साप्ताहिकाचा अंक पाहायला

मिळाला. बापूंच्या गाजलेल्या भूमिकांचे फोटो त्यात छापले होते आणि जाडजूड काळ्या अक्षरात एक ओळ छापली होती,

'हे दृश्य आता पुनः दिसणार नाही.'

ते फोटो आणि बापूंच्या स्तुतिस्तोत्रांनी भरलेली ती पानं पाहून मी आणखीन शून्य झालो. वाटलं, की बापूंच्या या गाजलेल्या जीवनक्रमाचा कंठरवाने गाजावाजा करणारी ही पत्रे, जेव्हा बापू गांजलेल्या अवस्थेत होते, तेव्हा काय बरळत होती? बापू शरशय्येवर पडलेले असताना, शय्येपेक्षा जास्त तीव्र शर हेच वर्तमानपत्रवाले त्यांना मारीत होते ना? असं वाटलं तेव्हा, की 'मौज' साप्ताहिकाचा तो बापूंच्या निंदानालस्तीनं भरलेला अंक एका हातात घ्यावा आणि दुसऱ्या हातात, हा त्यांच्या निधनानंतर निघालेला, स्तुतिस्तोत्रांनी भरलेला अंक घ्यावा. दिशाहीन पळत सुटावं आणि सर्वांना विचारावं, सागावं-

'हा अंक पाहा आणि हा अंक पाहा; आणि सांगा कुणाच्या डोळ्यांवर परिणाम झालाय ते. मृत्यूपूर्वीचे बापू आणि नंतरचे बापू ही एकच व्यक्ती होती; पण हयात असताना चोर ठरलेले बापू, आता थोर ठरले आहेत- मग मॅड कोण?'

पण पुनः सावरलं स्वतःला. माझे बापू तर गेले, आता ही जगाची उफराटी रीत कुणाला सांगायची? मस्तक भ्रमण होत होतं. कधी कधी चारही बाजूंनी कानठळ्या बसवणारे आवाज आल्यासारखे वाटायच, तर कधी कधी क्षणात सगळ्या आसमंतातला नाद लुप्त व्हायचा. केव्हा केव्हा शेकडो स्पॉटलाइट्स अंगावर टाकावेत त्याप्रमाणे झगझगीत, डोळ्यांना सहन न होणारा प्रकाश पडायचा, प्रकाशाचाच पडदा व्हायचा किंवा केव्हा केव्हा, 'हे दृश्य आता पुनः कधीही दिसणार नाही' ही जाड काळी ओळ मोठी-मोठी होत त्याचाच एक काळा कुळकुळीत पडदा व्हायचा.

बापूंच्या निधनानंतर डिसेंबरपर्यंत मुक्काम ग्वाल्हेरला होता. नंतर मुंबईला गोविंदास शेठजींच्या घरी आलो. तीन महिन्यांच्या अवधीत पेंढारकर रिलीफ कमिटी स्थापन झाली होती. मी अर्धं राहिलेलं शिक्षण पुरं करावं आणि कमिटीतर्फे मला महिना चाळीस रुपये मिळावेत, अशी तरतूद झाली. पण तो होता डिसेंबर महिना. शाळा सुरू व्हायला सहा महिन्यांचा अवधी होता. आपण नक्की काय करावं याचा निर्णय तर तेव्हा घेता येतच नव्हता; तरीही वाटायचं की शिक्षणाचं आणि आपलं गोत्र जमायचं नाही. पण गोविंददास शेटजींपासून सगळ्यांचं एकच म्हणणं- 'कमीत कमी मॅट्रिक हो.' तरी सहा महिने रिमाकपणातच जायचे होते. तेवढ्यात बापूंचे स्नेही- वाडिया मूव्हीटोनचे जे.बी.एच.वाडिया शेठ म्हणाले, "कंपनीत येत जा. ज्यात मन रमेल ते काम कर."

मी मग वाडिया मूव्हिटोनमध्ये जाऊ लागलो. चित्रकलेच्या दोन परीक्षा झाल्या होत्या. चित्रकलेची आवड पण होती. पोस्टर्स खात्यात काम करू लागलो. सगळा

दिवस आउटलाइन करण्यात, नटनट्यांचे चेहरे रंगवण्यात जात होता. पण त्या कामातही मन हरवलं नव्हतं. काहीतरी निराळं हवं होतं आणि काय हवंय त्याचा उलगडा होत नव्हता. मन अशांत होतं.

आणि अशाच कोण्या एका दिवशीचा तो प्रसंग!

स्टुडिओतून नुकताच परतलो होतो. सहज रेडिओ लावला आणि वझेबुवांचा आवाज कानावर पडला. बुवांचा तो खर्जातला, पण स्वरांवर विशिष्ट हुकमत असलेला आवाज. तसा तो चांगलाच परिचयाचा होता त्यांच्या ध्वनिमुद्रिका ऐकून ऐकून. पण त्या दिवशी काही निराळाच वाटला. तो स्वर मला काहीतरी सांगतोय असं मला वाटलं. त्या स्वरांनी मला काहीतरी सापडून दिलं होत; माझं काय हरवलं होतं, हेही मला सांगितलं होतं. बुवांचं त्या दिवशीचं गाणं माझ्या अंतःकरणात पोहोचलं. जिवातल्या शिवाला भिडलं. रक्तातल्या उसळीत सामावलं! श्वासातल्या प्राणवायूची जागा त्या स्वरानं घेतली. बुवा माझंच गाणं गात होते. त्यांच्या गाण्यातले ते स्वर त्यांचे होते. पण त्या स्वरामागची वेदना मात्र माझी होती.

जीवनातला एखादा क्षण हा असा असतो. बाकी सगळे क्षण मावळल्यावरच उगवले होते असं ध्यानात येतं. भविष्यकाळ भूतकाळात जमा झाल्यावरच त्याला वर्तमानकाळ नावाची अवस्था होती हे जाणवतं. पण एखादा असा क्षण संजीवनीचं वरदान घेऊन येतो शुक्राचार्यांच्या पोटातून! तो आपल्या व्यथेइतका चिरंजीव ठरतो. स्टुडिओत पोस्टर्स रंगवताना मला स्वर सापडला नाही त्या रंगात; पण आत्ता बुवांच्या स्वरात मला सप्तरंगी इंद्रधनुष्य सापडलं! त्याच धुंदीत, नादात मी गोविंददास शेटजींसमोर जाऊन उभा राहिलो आणि म्हणालो,

''मला गाणं शिकायचं आहे, संगीतसाधना करायची आहे.''

अरे, हे काय? पुनः टाळ्या? गाणं शिकण्याच्या इच्छेला टाळ्या?

छे छे!

'रमारमण श्रीरंग' हे भजन नारदानं संपवलं. त्याला टाळ्या!

गोविंदरावांनी ऑर्गनचा स्वर थांबवता थांबवता, 'आज भजन फारच रंगलं' अशा अर्थाची खूण केली. मी स्वतःशी हसलो आणि मनात म्हणालो,

'आज मी कुठं गायलो? बुवा आणि मी दोघं गायलो. बापूंची पुण्यतिथी ना आज?'

'इथं भजनबंदी आहे.'

नारदाचं भजन थांबलं. नंदीची भजनबंदी नारदाला नडली. 'रमा रमणचे' स्वर थांबले...

असाच प्रसंग माझ्या जीवनात आला. केव्हा? गोविंददास शेटजींना मी जेव्हा माझा गाणं शिकण्याचा विचार बोलून दाखवला, तेव्हा गोविंददासनी माझा तो विचार पेंढारकर रिलीफ कमिटीला कळवला. पेंढारकर रिलीफ कमिटीत, दामोदर हॉलचे व्यवस्थापक फासे, अनंत हरी गद्रे, वाडिया मुव्हिटोनचे जे.बी.एच. वाडियाशेट, स्वतः गोविंददास आणि अप्पा पेंडसे इ. मंडळी होती. या सदस्यांनी सांगितलं, 'शालेय शिक्षण पुरं करायचं नसेल तर महिना चाळीस रु. मदत आम्ही बंद करू.'

बुवांचं रेडिओवरचं गाणं ऐकल्यावर मी दुसऱ्याच दिवशी रेडिओस्टेशनवर गेलो. बुवांचा मुंबईत उतरण्याचा पत्ता मिळवला. त्या पत्त्यावर गेलो. पण मी तिथं जाण्यापूर्वीच बुवा गावी परतले होते. माझं लक्ष कशातच लागत नव्हतं. बुवा परत कधी भेटतील असं झालं होतं. कमिटीचा विरोध अद्यापि चालू होताच. शेवटी पुढच्याच एका रेडिओवरच्या कार्यक्रमाचे वेळी बुवांची भेट झाली. गोविंददासशेटजींच्या पत्नी- ताराबाई- त्याही म्हणाल्या, "अहो, ते पोर त्याच घराण्यातलं. त्याला तुम्ही किती काळ विरोध करणार?" गोविंददासना ते पटलं. खुद्द बुवांनी मला गाणं शिकवण्याची जबाबदारी उचलली. आणखी एक योगायोग म्हणजे, बुवा त्याच सुमारास बेळगाव सोडून पुण्यात येऊन स्थायिक झाले. मग काही अडथळा उरलाच नाही. मी पुण्याला आलो. बुवांकडे राहायला आणि गाणं शिकायला!

...अहो, ते पोर त्याच घराण्यातलं!

आणि नियतीनं त्याच वेळी संगीतबंदीचा तडाखा हाणला!

माझा आवाज फुटला. अगदी साफ फुटला. इतका की गाण्यासाठी 'आ' करायची सोय उरली नाही. तोंडून स्वर यायचाच नाही. षड्ज लावला तर तो स्थिर राहायचा नाही. त्या काळात गाणं शिकवण्यासाठी बुवांनी प्रयत्नांची शिकस्त केली. रात्रंदिवस माझाही भगीरथ प्रयत्न चालला होता. दिवसचे दिवस आणि अनेक रात्री मी जागवल्या. तंबोरा आणि मी. रात्रंदिवस त्या स्वरांची आळवणी. माझ्या नशिबाशी, नियतीशी पुकारलेली ती झुंज होती. मला यश हवंच होतं. कारण संगीतसाधनेत अपयश म्हणजे अख्ख्या भविष्यकाळाचं अपयश! अन्न,वस्त्र निवारा या जीवनाच्या मुख्य गरजा. पण माझ्या हिशोबी या तीनही गरजा स्वरात बांधलेल्या होत्या. बुवा अहर्निश पाठीशी होते. माझ्याएवढेच कष्ट उपसत होते. माझा आवाज ही त्यांची व माझी दोघांचीही एक जिद्द होती. त्या काळात त्यांनी खूप केलं, खूप सांगितलं. खालच्या पट्टीतच आवाज खडा कसा ठेवायचा, दणदणीत कसा भासवायचा, याच्या युक्त्या सांगितल्या. 'भलंबुरं, कसलही गाणं, सातत्यानं ऐकत राहा' असा आदेश दिला. त्यामुळे त्या काळात दैनंदिनी एकच होती- जेव्हा गात नसेन तेव्हा ऐकत असायचं, ऐकत नसेन तेव्हा गात राहायचं. मेळे, पोवाडे, कीर्तने, भजन, प्रवचन, किंवा कोणत्याही सोम्यागोम्याची बैठक असा सारखा ऐकत राहिलो, डावं उजवं, यथाशक्ती पारखत राहिलो. त्याशिवाय, त्या काळात केलेला उद्योग म्हणजे संधी मिळताच, कुणालाही हार्मोनियमची साथ करणं हा होय. आगंतुकाप्रमाणे आपण होऊन विचारायचं, 'मी आपल्याला साथ करू का हो?'

थोडक्यात म्हणजे, 'अहो जातायेता, उठताबसता, कार्य करिता' फक्त संगीताचाच ठेका धरला होता.

फुटलेला आवाज साधारण मूळ पदावर यायला तब्बल दोन, सव्वादोन वर्षं लागली.

आणि एके दिवशी अचानक एक योग आला. ना ध्यानी ना मनी! नियती अशीच असते म्हणा. तिची वाट ठरलेली असते. त्या वाटेवर तिनं नियोजित केलेला जीव येईल की नाही याची चिंता तिला पडायचं काहीच कारण नसतं. तुम्ही आम्ही ज्याला 'योगायोग' म्हणतो, तो नियतीचा दृढसंकल्प असतो. त्याचप्रमाणे एके दिवशी माझा शोध काढीत श्री. नानासाहेब फाटक आणि वायदेशी आले. बापूंच्या पश्चात बापूंच्याच स्मरणार्थ ललितकलासंवर्धक भार्गवरामांनी चालू केली. माशेलकर पण त्यांच्याबरोबर प्रथम होते. पण नंतर माशेलकर निघून गेले, आणि फाटक-वायदेशी माझ्याकडे आले. 'स्वयंसेवक' नाटकाचा प्रयोग ठरवला होता, आणि मी जगूची भूमिका करावी अशी त्यांची इच्छा होती. नाटकाचा प्रयोग अवघ्या दोन-तीन दिवसांवर येऊन ठेपला होता. ती अकल्पित अवजड मागणी माझ्याकडून पूर्ण

होणारच नव्हती. वेळ कमी, तालमी नाहीत की पाठांतर नाही, सविस्तर कशाची कल्पनाही नाही. मी 'होकार' कोणत्या आधारावर द्यायचा?

पण बुवा म्हणाले, ''अवश्य काम कर. संधी सोडू नकोस.'' दुसऱ्याच दिवशी मुंबईला आलो. दोन दिवसांत नक्कल पाठ केली. भार्गवरामांनी काही जुजबी सूचना दिल्या. एका दिवसात ते तरी जास्त काय सांगणार होते?

नाटकाचा दिवस उजाडला. बॉम्बे थिएटरवर गेलो. हा हा म्हणता तो क्षण जवळ आला. यांत्रिकपणे सगळी कामं चालली होती. बधिर अवस्थेत मेकअप झाला. एन्ट्रीची वाट पाहत मी विंगेत उभा राहिलो आणि त्या तसल्या क्षणी सर्व भूतकाळ नजरेसमोर उभा राहिला.

तो पाहा बापूंचा खंगलेला देह. आजारीपणाची चिंता आणि अनेक मित्रांची देणी न देता जावं लागत आहे याची व्यथा- त्यापायी तडफडणारं त्याचं अंतःकरण... तेवढ्यात कोणी तरी म्हणालं 'सगळं संपलं!', 'वा, वा, काय हिराबाई गातात, एकेक स्वर म्हणजे अमृतात भिजलेला' तेवढ्यात कुणीतरी ओरडलं, 'अरे त्या चंदूचं डोकं फिरलं, काल बापू गेले आणि आज हा बैठकीला गेला' ...पण नाही. गोविंददास समजूत घालताहेत... तुझा बाप फार मोठा होता.... हे काय पण? 'मौज' साप्ताहिकात बापूंवर ही आग कुणी पाखडली? कोण म्हणतंय ते की, बापूंनी सगळे पैसे उशाखाली ठेवले आहेत म्हणून? छे छे! 'मौज'मध्ये असलं छापून येणार नाही. ते काय त्यांनी बापूंचे फोटो छापले आहेत. स्तुतीने रकाने भरले आहेत. वा, वाडियांचा हा केवढा स्टुडिओ! किती ही रंगीबेरंगी पोस्टर्स! पण छे, हा स्टुडिओ नाही. हा तर गोविंददासांचा हॉल. कुणीतरी गात आहे. हे बुवाच. आपण गाणं शिकणार. कोण म्हणतंय ते कमिटी बिदागी देणार नाही म्हणून? पण नाही. तो पाहा ताराबाईंचा आवाज. 'अहो ते पोर त्याच घराण्यातून आलंय. त्याला अडवू नका.'

पेंढारकर एन्ट्री आली.

खिडकीतून रंगमंचावर उडी पडली. कशी? देव जाणे! कळलं नाही. कळला फक्त टाळ्यांचा कडकडाट.

आणि पुढे काही कळलं नाही. एक फार मोठी ग्लानीच ती. महान निद्रा ती! एखादा जादूगार मंत्रशक्तीनं एखाद्याला झोप आणतो; आणि मग तो माणूस निद्रेतच लोकांची नावं ओळखतो, हातातल्या वस्तू ओळखतो! मलाही कुणीतरी शब्द सांगत होता. हालचाली दाखवत होता. स्वरांची दालनं एकामागून एक उघडीत होता. मी त्याच घराण्यातला हे समाजाला पटवीत होता. 'बापू गेले नाहीत, हे पाहा ते इथं आहेत' म्हणून लोकांना बजावीत होता. त्याच जादूगारानं माझ्याकडून 'रडवी मनुजा' हे पद म्हणवून घेतलं. झपतालातलं ते पद आणि त्याचा उठाव साडेआठ मात्रेवर होता. बुवांच्या घराण्याचा हा खास ढंग. त्यांच्या चीजांची उठावण साडेआठ मात्रांवर

असायची. भल्याभल्यांना न जमलेली ती गोष्ट मला त्या वेळी जमून गेली. रघुनाथ शितूत बायजेच्या भूमिकेत होते. त्यांनी तिथंच दाद दिली. नानासाहेब फाटक होते रघुजीराव आणि देशमुख होते नागोजीराव. या सर्वांकडून मला 'डिट्टो बापूच!' अशी दाद त्या जादूगारानं मला मिळवून दिली.

प्रयोग संपला आणि ती ग्लानी ओसरली.

त्याच अवस्थेची पुनरावृत्ती दुसऱ्या प्रयोगाला झाली. मी यशस्वी ठरलो. पण हे यश आपलं असं मानायला मन तयार होईना. प्रयोग संपल्यावर मी मित्रासह समोरच्याच हॉटेलात बसलो होतो. काहीसा विमनस्क, विचारमग्न, अंतर्मुख! माझा तो स्नेही माझं नेत्रदीपक यश पाहून भांबावला होता, सुखावला होता. माझी प्रचंड स्तुती करत होता. मी त्याला म्हणालो,

''मला हे नकोय रे, मला फक्त गाणं शिकायचं आहे. आजचा हा केवळ एक चमत्कार आहे.''

ग्रँटरोडहून मी निघालो. जेमतेम परळला पोहोचलो असेन आणि ग्रँटरोड विभागात हिंदू-मुसलमानांचा दंगा उसळला.

पुढचे खेळ स्थगित झाले!

मी पुण्याला परतलो आणि पुनः स्वतःला बजावलं, 'फक्त संगीत, केवळ संगीत.'

‘या नारदमुनी, तुमच्या तोंडून हरिभजन ऐकायला आम्ही उत्सुक आहोत.’

प्रत्यक्ष श्रीशंकरांनी, नंदीच्या भजनबंदीचा हुकूम मोडून, हरिभक्तीचं गीत गायला नारदांना सांगितलं.

गोविंदरावांनी ऑर्गनमधून परत स्वर वाजवले,

‘रमारमण श्रीरंग...’

भजन सुरू केलं मी आणि पुनः भूतकाळात गेलो.

काय योग असतात एकेक! ‘जय जय गौरीशंकर’ मधले काही काही प्रसंग, माझ्या डोळ्यांसमोर, भूतकाळातले- माझ्याच जीवनातले प्रसंग उभे करतात.

‘हरिस्तवन सुरू करा’ ही महादेवांची आज्ञा नारदाला जणू आकाशवाणीसारखी वाटली आणि मलाही भजन म्हणता म्हणता आठवली ती ‘आकाशवाणीच.’

आज माझ्याऐवजी हा गाईल!

नभोवाणीचं मुंबई केंद्र- साल होतं १९४१. महिना आठवत नाही.

स्टेशन डायरेक्टर बुखारी मला एकाएकी म्हणाले,

“बुवांचा आवाज या एअरकंडिशनिंगमुळे एकाएकी बसलाय. त्यांना दम्याचा त्रास सुरू झालाय.”

“मग काय करू या?”

“बुवा म्हणतात, माझ्याऐवजी आज चंदू गाईल.”

“छे छे, भलतंच! बुवांचं गाणं कुठे? माझं कुठे? मला जमणार नाही.” पण बुवांनी माझं ऐकलं नाही. बुखारींनी आग्रह केला; बुवांनी आशीर्वाद दिला. कार्यक्रमाला जेमतेम अर्धा तास उरला होता. शेवटी मनाचा हिय्या

केला. कार्यक्रमाला सुरुवात केली. बुवांचा आवडता राग ‘दरबारी कानडा’ मी गायलो. बुवांचा आणि बापूंचा दोघांचाही हा आवडता राग. चीज होती ‘हजरत तोरे’ आणि ‘नैन सो नैन.’ दरबारी कानडा यासारखा धीरगंभीर राग. आयुष्याची सुरुवात या अशा रागाने झालेली; आपल्या भावी जीवनात या रागदारीसारखेच गंभीर प्रसंग आहेत, याची मला तेव्हा कल्पना तरी होती का?

बुवांच्या ऐवजी मी गायलो, आणि नभोवाणीकडून पहिलावहिला चेक मिळवला.

परिस्थिती फार बिकट होती. चालत चालत रिझर्व बँकेत गेलो चेक वटवायला. स्वतःचं खातं तर नव्हतंच. काउंटरवर चेक ठेवला तर क्लार्कनं सांगितलं, “हा चेक पास व्हायचा नाही. साहेबांना भेटा.”

मी धास्तावलो. ‘काय प्रकार असेल बुवा?’ असं म्हणत म्हणत साहेबांसमोर जाऊन उभा राहिलो. तो रुबाबदार चेहऱ्याचा, हसतमुख, आकर्षक व्यक्तिमत्त्वाचा माणूस पाहून थोडी काळजी कमी झाली. असा माणूस उगीचच कुणाला ‘तकलीफ’ देईल असं वाटेचना. ती व्यक्ती म्हणाली,

“चंदूच ना तू? बैस.”

मी बसलो.

“मी बाबूराव देसाई. बापूंचा व माझा फार स्नेह होता. तुझं गाणं परवा ऐकलं रेडिओवर. मला आवडलं. तू इथं येणार याची खात्री होतीच. तुझी भेट व्हायला हवी म्हणून चेक अडकवून ठेवला मुद्दाम.”

मला काय बोलावं ते सुचेना.

“इथं कुठे उतरलास?”

“नक्की जागा अशी नसते.”

“दॅट्स ऑल राईट! आता मी तुला आणि बुवांना कायमचं आमंत्रण देऊन ठेवतो. पुढच्या वेळेला तुम्ही दोघांनी माझ्या घरी उतरायला हवं.”

मी ‘हो’ म्हणून त्यांचा निरोप घेतला. बुखारीसाहेबांनी मला मग वारंवार कार्यक्रम द्यायला सुरुवात केली. पण त्यानंतर मी पुनः देसायांना भेटलोच नाही. त्यांच्या सौजन्यशील आमंत्रणाचा आपण लगेच फायदा घेतला, असा अर्थ होईल या धास्तीपायी, मी पुनः त्यांना भेटलो नाही. त्यांची व माझी गाठ पडली ती १९४२च्या एप्रिल महिन्यात- ‘हाच मुलाचा बाप’ नाटकाच्या वेळेला.

नाटकाकडे वळण्याची माझी मुळीच इच्छा नव्हती, पण ती माझी इच्छा, नियतीची नाही!

‘स्वयंसेवक’चे दोन प्रयोग आटोपल्यावर मी पुण्याला परतलो; फक्त संगीतसेवा या निश्चयानं. पण तसं घडलं नाही. पुनः ‘स्वयंसेवक’साठी आमंत्रण आलं. मुंबईत दोन प्रयोग झाले आणि जातीय दंगा उसळला. त्यानंतर कंपनीला मुक्काम हलवावा

लागला. तिसरा प्रयोग कंपनीनं कल्याणला ठरवला आणि मला आमंत्रण पाठवलं. मी नकार देणार होतो; पण या वेळी मला 'पन्नास रुपये बिदागी देऊ' असं सांगण्यात आलं. पैशाची गरज तर होतीच. मी कबूल केलं.

प्रयोगाच्या दिवशी कल्याणला हजर झालो, आणि त्या दिवशी तिथलं वातावरण पाहून डोकं फिरून गेलं. तो शनिवार होता. माझा उपास होता. 'तुकाराम थिएटरवर' शुकशुकाट होता. प्रयोग असल्याच्या जबाबदारीची चिन्हं कुणाच्याही चेहऱ्यावर नव्हती. मागील प्रयोगाच्या वेळची काही प्रमुख मंडळी, प्यायलेली दिसली. भार्गवराम सोडून कुणीही माझी चौकशी केली नाही. ते सर्व पाहून उबग आला. प्रयोग करायचा म्हणून केला गेला. त्या प्रयोगाची नशा तरी कशी चढावी? चांगल्या कलाकृतीच्या निर्मितीची एक झिंग असते. नाटकाच्या प्रयोगाचीही एक सुखद नशा असते. सुखही किती बोचरं असतं याचा प्रत्यय देणारा तो एक सुखद सोहळा असतो. पण ती नशा चढण्यासाठी माणूस कोरा असावा लागतो. आधीच 'नशा' करून प्रयोग करणाऱ्या माणसाला प्रयोगाची नशा कशी चढावी?

नाटक संपलं. सर्व जण निघून गेले. मी एकटाच प्रेक्षागारात, अंधारात बसून राहिलो. माझ्याकडे लक्ष गेलं ते फक्त स्टेज मॅनेजर श्री. विनायक बेहेरे यांचं आणि भार्गवरामचं. त्यांनी मला चादर वगैरे देऊन, माझी स्टेजवरच झोपायची व्यवस्था केली.

माझं डोकं आणखीनच भडकलं. पुनः एकवार तोच निश्चय! इतःपर नाटक नाही. दुसऱ्या दिवशी स्वखर्चानं पुण्यास परतलो; कारण सहदेव कंत्राटदारानं पैसे कबूल करून दिले नाहीत.

पुनः आमंत्रण!

नियती थकत नसते. माझ्या होकार-नकाराची, इच्छे-अनिच्छेची, सुखदुःखाची, आसक्ती-परावृत्तीची तिला पर्वा नव्हती.

प्रयोग फलटणला. नाटक 'स्वयंसेवक'च पण भूमिका 'जगूची' नसून 'ऑर्गनवाल्याची'. आमंत्रण पत्रानं आलं होतं. कंपनीचा ऑर्गनवाला आजारी पडला होता. मला साथ करायला बोलावलं होतं.

मी गेलो. पण फलटणला पोहोचल्यावर समजलं की त्यांची पत्रातली ती शुद्ध थाप होती. भूमिका जगूचीच करायची होती.

काम करावं लागलं!

त्यानंतर पुनः आमंत्रण.

हे मात्र मी नाकारू शकत नव्हतो. कारण, त्या वेळचं कारण फार फार निराळं होतं. बापूंची पहिलीवहिली जाहीर पुण्यतिथी होती. मार्चची १५ तारीख, साल १९४२. गोरेगावकर नावाच्या कंत्राटदारानं लावलेला तो प्रयोग. मी काम तर

करणारच होतो; तरीही मनाविरुद्ध गोष्टी फार होत होत्या. त्या प्रयोगाची जाहिरातच मला आवडली नव्हती. 'राजहंस नाट्यमंडळा'तर्फे होणारा, 'केशव-नारायण संयुक्त प्रयोग' अशी ती जाहिरात. बापूंची पुण्यतिथी आणि त्यांच्या नावाचा त्यात उल्लेखही नाही. त्या वेळी दामलेला- म्हणजे नूतन पेंढारकरला मी म्हणालोही, की केशवराव व नारायणराव यांच्या पायाजवळही उभं राहण्याची योग्यता नसलेले तू आणि मी; मी कामच करत नाही. पण गोरेगावकरांनी समजूत घातली. परवानगी मिळवण्यासाठी असं छापावं लागलं म्हणून सांगितलं. ती थाप मला त्या वेळी खरी वाटली.

कसं का होईना, मी 'जगू' म्हणून पुनः उभा राहिलो. माझ्या बापूंची पहिल्यांदा जाहीर स्वरूपात पुण्यतिथी साजरी होत होती. मी बापूंचा वारस. मी त्याला साथ देऊन पहिली श्रद्धांजली वाहायची नाही, म्हणजे काय?

बॉम्बे थिएटर तुडुंब भरलं होतं.

तीन घंटा झाल्या. उदाधुपाचा वास दरवळला. ते वातावरण आता परिचयाचं झालं होतं. तरी मी भांबावलो होतो. पाणावलो होतो. बापूंच्या आठवणीनं जिवाची घालमेल होत होती.

आज त्यांची पुण्यतिथी. मी बापूंनी केलेली भूमिका पुन्हा करणार. त्यांच्या स्मृतिदिनाला!

पडदा वर गेला. प्रेक्षकांच्या भारावलेल्या उत्सुक नजरा रंगमंचाकडे वळल्या कुजबुज थांबली, श्वासही रोधले गेले आणि–

आणि–

तिसऱ्या घंटेला गेलेला पडदा, प्रयोग सुरू होण्यापूर्वीच, तसाच खाली आला!

आपणच प्रयोग करू या!

'अरे ज्ञानेश, तू अजून जागा कसा? झोप नाही ना येत?

छान. मलाही नाही येत झोप. बस इथे. ये, मांडीवर बस. आज तुझ्या आजोबांची पुण्यतिथी साजरी झाली. तिसावी पुण्यतिथी. तुझ्या आजोबांना तू पाहिलं नाहीस. मीसुद्धा, तुझे आजोबा गेले तेव्हा फार लहान होतो. मला त्यांचं नाटकातलं काम फार थोडं थोडं आठवतं. बापूंची आठवण मात्र अजून होते. आज तर फार होत आहे! पुण्यतिथीचा प्रयोग म्हटलं ना ज्ञानेश, की पोटात खड्डा पडतो. तू अजून फार लहान आहेस. तुला ती व्यथा एवढ्यात कळणार नाही. एरवीसुद्धा प्रयोग संपला तरी मागं काहीतरी उरतं. एवढी वर्षं ज्ञानेश, मी भूमिका करतोय. नट व्हायची इच्छा नसताना नट झालोय; पण प्रयोग संपल्यावर हे मागं बेभान करणारं काय राहतं, हे मला कळलेलं नाही! आणि पुण्यतिथीचा प्रयोग असला तर मग काही विचारूच नकोस.'

'आज तू प्रथम काम केलंस ज्ञानेश! नारदाची भूमिका केलीस. संगीत भूमिका. या संगीत भूमिकेला फार महत्त्व आहे. तू आत्ता खरोखरच काहीही न कळण्याच्या वयात आहेस, तरी तुला सांगतो. कारण बहुतेक घरी असंच होतं, बापाला जेव्हा मुलाला विश्वासात घेऊन काही सांगावंसं वाटतं, तेव्हा मुलगा काहीच न कळण्याच्या वयात असतो. आणि मुलगा जेव्हा कर्तासवरता होतो, तेव्हा बाप, 'आता काय बोलायचं?' असं म्हणण्याइतका 'पल्याड' गेलेला असतो. पण ज्ञानेश, मला आज बोललंच पाहिजे. आजच बोलून घेऊ दे. कारण, आज तू तुझ्या आजोबांनी एके काळी गाजवलेली

भूमिका केलीस. आजोबांच्याच पुण्यतिथीला आज तू एक पाऊल नवं टाकलंस.

पण ज्ञानेश, तुला माहीत आहे का? २५ वर्षांपूर्वी, आपल्या बापूंची पहिलीवहिली जाहीर पुण्यतिथी झाली, त्या वेळेला पडदा वर गेला आणि तसाच खाली आला.

मला ती गोष्ट लागली. अशुभ वाटली. हे असं का व्हावं? आज जर हे आपलं स्वतःचं असतं, तर आपण असं होऊ दिलं नसतं. प्रयोग असा थांबून चालणार नव्हतं. मग चौकशी केली तेव्हा कळलं ज्ञानेश, की थिएटरचं भाडं दिलेलं नव्हतं म्हणून हा प्रकार झाला. डोक्यात काहीतरी सणक आली. तसाच मेकअपसह बाहेर आलो. बापूंच्या परिचितांपैकी काहींना विचारलं. कुणाकडे शब्द टाकला ते आता आठवत नाही; पण परिचितांपैकीच कुणीएक घरी गेले. पैसे घेऊन परतले. भाडं भरण्यात आलं. आणि पहिला पुण्यतिथीचा प्रयोग पार पडला.

कंत्राटदार गोरेगावकरांनाही तोटा सहन करावा लागला. म्हणूनच एप्रिल महिन्यात 'हाच मुलाचा बाप' नाटकाचा प्रयोग लावण्यात आला. माझा राग गेलेला नव्हताच. पण ज्ञानेश, मीच विचार केला की बापूंची पुण्यतिथी. त्यापायी त्याला तोटा आला. त्याचं नुकसान अंशतः भरून देण्याची जबाबदारी आपली आहे.

मग आनंदभवन नावाच्या एका छोट्या हॉलमध्ये 'हाच मुलाचा बाप'चा प्रयोग झाला. मी वसंतची भूमिका केली. आणि ज्ञानेश, आपले मामा पेंडसे आहेत ना, त्यांचा परिचय पहिल्यांदा त्या नाटकात झाला. त्यांनी रावबहादुरांची भूमिका केली तेव्हा. त्या वेळी मामांचा दुधाच्या रतिबाचा धंदा होता. दुधाचे हंडे डोक्यावर घेऊन ते त्या वेळी दारोदारी हिंडून तो व्यवसाय करीत होते. तालमीला वेळेवर येणं, चोख तालीम करणं, शिस्तप्रिय, स्पष्ट शब्दोच्चार, खणखणीत आवाज या त्यांच्या सगळ्या गुणांचा मनावर परिणाम झाला. त्याशिवाय त्यांची व आपली परिस्थिती सारखीच- गरिबीची आणि दगदगीची. यामुळे मी त्यांच्याकडे ओढला गेलो. मामांपासून आपल्याला खूप शिकण्यासारखं आहे, याची जाणीव प्रकर्षानं त्या वेळी झाली!

ज्ञानेश, आणखी एक योग म्हणजे, आपले बाबूराव देसाई त्या प्रयोगाला आले होते. त्यांनी मला गाठलं. त्यांनी मला त्यांच्या घरी खूप वेळा आमंत्रण करूनही मी उतरायला गेलो नव्हतो. त्याची त्यांनी मला आठवण दिली.

मग मी त्यांच्या घरी उतरलो. तिथं सगळा विषय निघाला; बापूंच्या पहिल्या पुण्यतिथीचा. ते सर्व ऐकून बाबूराव एकदम म्हणाले, "आपणच स्वतंत्रपणे प्रयोग करू या. 'ललितकलादर्श'या संस्थेच्या नावानेच व नावासाठीच प्रयोग करू या. काय हरकत आहे?"

मी काय बोलणार त्यावर? अधिकारवाणीनं काही बोलावं असं हातात तेव्हा काय होतं? पैसा नाही, आधार नाही, साहित्य नाही, आणि मुख्य म्हणजे आपण

असं काही करावं, हा विचारही नाही. पण बाबूरावांनी ते पक्कं ठरवलं होतं आणि नंतरच त्यांनी तो विषय माझ्याजवळ काढला होता.

माझी रंगभूमीकडे वळायची इच्छा नव्हती; पण तरीही पावलं तिकडे पडत होती. बाबूराव पुनः म्हणाले,

"आपणच प्रयोग करू या, 'ललितकलादर्श' या नावाने."

त्यागिला थारा!

'ज्ञानेश, १९४२ मध्ये, आपणच नाटक करायचं असं ठरलं, तेव्हा जवळ भांडवल किती होतं माहीत आहे तुला? फक्त एकावन्न रुपये! पण बाबूराव फार फार जिद्दीचे आणि आपल्या सगळ्यांवर फार माया करणारे. त्यांनी विडा उचलला होता. माझ्याही मग पुणे-मुंबई खेपा कमी झाल्या. मी बाबूरावांकडे उतरू लागलो. प्रथम आठ दिवसांसाठी, मग पंधरा-पंधरा दिवस आणि नंतर कायमच! पुण्याला गाणं शिकायला प्रथम ३८ मध्ये गेलो, तेव्हा बुवांकडेच उतरत होतो. दोन-तीन महिन्यांतच पुण्यात स्वतंत्र जागा मिळाली होती, भिकारदास मारुती रस्त्याला. पण नाटकाचा बेत ठरल्यार मुंबईतच स्थायिक झालो. सारखे विचार, चर्चा आणि योजना. बाबूरावांनी पत्रं पाठवली. आपले वसंतराव देसाई आहेत ना, त्यांच्या सासऱ्यांना, म्हणजे डॉ. आजगावकरांनाही बाबूरावांनी कळवलं. वसंतराव बाबूरावांचे साडूच! व्यवसायाने न्यायाधीश. पण महाराष्ट्राला परिचित आहेत ते नाट्यरसिक, मर्मज्ञ टीकाकार म्हणूनच. सगळेच थोर लोक बापूंवर प्रेम करणारे. बाबूरावांनी बालीवाला थिएटरच्या मालकालाही सांगितलं की, थिएटरचं भाडं वगैरे प्रयोग झाल्यावर मिळेल.

मग नटमंडळींना गोळा करण्याची धावपळ सुरू झाली. 'सत्तेचे गुलाम' हा प्रयोग ठरवला होता. मी तर ज्ञानेश एकदम नवखा! सगळीकडे धावत होतो. चांगली मंडळी प्रयोगात दिसावीत अशी जिद्द होती. केरोपंतांच्या भूमिकेसाठी दादा साळवींना विचारलं. त्यांनी नकार दिला. वसंत ठेंगडींना पण विचारलं. त्यांनी ठाम होकार दिला

नाही. मार्तंडरावांच्या कामासाठी दामुअण्णांना विचारलं. पण तेही जमलं नाही. मग नंदू खोट्यांना मार्तंडरावांची भूमिका देण्यात आली. शोधाशोध, जमवाजमव चालू होती. कुणी समोर 'हो' म्हणत होतं व मागाहून नकार कळवीत होतं. प्रत्येकाचे 'होकार-नकार' ऐकता ऐकता सप्टेंबर महिना उजाडला. प्रत्येकाच्या मागे धावून धावून कंटाळा आला ज्ञानेश. मग विचार केला, 'ललितकले'च्या नेहमीच्या मंडळीकडे शब्द का टाकू नये?

मग नानासाहेब फाटकांना विचारलं. 'ललितकलादर्श'वर त्यांचं एवढं प्रेम की क्षणाचाही विलंब न लावता त्यांनी केरोपंताची भूमिका करतो म्हणून सांगितलं. हेरंबरावाची भूमिका मामा पेंडसे यांनाच द्यायची, हे तर पक्कं झालं होतं. कान्होबाच्या भूमिकेसाठी मालतीच्या भावाला, म्हणजे ज्ञानेश, तुझ्या मामालाच विचारलं. त्याची तालीमही काही दिवस घेतली. पण काही अडचण आली आणि कान्होबाचं काम पिंगळ्यांनीच करायचं ठरलं.

हे सगळं झालं आणि मग प्रश्न उपस्थित झाला तो स्त्री भूमिकांचा! पहिल्यांदा प्रयत्न केला तो सुमतीबाई गुप्त्यांच्या बहिणीसाठी. ती होती कोल्हापूरला. पण तिथे जमलं नाही. मग जयमालाबाई शिलेदारांना विचारलं. पण त्याही येऊ शकल्या नाहीत. त्या तेव्हा बेळगावला होत्या. बेळगावला तेवढ्यासाठी जावं लागलं; पण उपयोग झाला नाही. शेवटी रत्नावली नावाच्या नटीला नलिनीची भूमिका दिली. ज्योत्स्नाबाईंच्या भगिनी, गिरिजाबाई केळकर यांना रेवाचं काम दिलं. नंतर आत्ताच्या दुर्गा सेंजित आहेत ना, त्या त्या वेळच्या रेगे- त्यांना रमावहिनी केलं. क्षमेचं काम सुमन मराठ्यांना दिलं.

बाबूरावांच्या घरीच काही दिवस तालमी घेतल्या. नाटकाच्या व गाण्याच्याही. रेडिओ स्टेशन समोरच होतं. बुवांनी 'सत्तेचे गुलाम' मधली गाणी शिकवायला सुरुवात केली. मूळ चीजा कोणत्या होत्या, त्यासह बुवा चाली शिकवू लागले. त्यानंतर तालमीसाठी लॅमिंग्टन रोडला जागा मिळाली. चाळीस रुपये भाडं ठरलं. नाटकाचं दिग्दर्शन व तालमी श्री. केशवराव दात्यांच्या मार्गदर्शनाखाली सुरू झाल्या. ज्ञानेश, दात्यांचं दिग्दर्शन लाभणं, याला भाग्यच लागतं. त्या वेळी सांगितलेले बारकावे, काही विशिष्ट हालचाली, त्यांचा अर्थ त्या काळात तेवढा समजला नाही; पण आजवर त्या शिकवणीचा ठसा उमटलेला आहे. नानासाहेब फाटकही मार्गदर्शन द्यायचे. बापू कसे उभे राहायचे, कुठं बसायचे, त्याच्या आठवणी सांगायचे. ज्ञानेश, हे दोन नाना म्हणजे दोन आश्चर्यं आहेत. एका नानांनी कष्ट करून साध्य करून घेतलेली ही कला आणि एकाला दैवानंच खूष होऊन सगळं बहाल केलेलं. दोघंही श्रेष्ठच. ही दोन मंडळी एकत्र येती तर? तसा बेत त्या वेळी चाललेलाही होता. त्या वेळी नुकताच केशवरावांनी 'संशयकल्लोळ' नाटकाच्या

अनुषंगानं फाल्गुनरावावर लेख लिहिला होता. 'कोण म्हणतो मला म्हातारा?' त्यावर आमचं ठरत होतं, की 'सत्तेचे गुलाम' नंतर 'संशयकल्लोळ' करायचं. नानासाहेब फाटक लगेच म्हणाले होते, 'केशवराव जर फाल्गुनराव उभा करणार असतील तर मी भादव्याचं काम करीन.' काही दिवस 'संशयकल्लोळ'च्या तालमीही झाल्या; पण तो प्रयोग झालाच नाही. लोकांच्या झुंडी लोटल्या असत्या दोन्ही नानांना एकत्र पाहण्यासाठी. पण ज्ञानेश, या मराठी रंगभूमीवर चांगल्या गोष्टी फार क्वचित घडतात.

जाऊ दे. आपण बोलत होतो ते 'सत्तेचे गुलाम'बद्दल. तालमींना वेग असा शेवटच्या महिन्यात आला. ऑर्गनसाठी मुद्दाम तारदाळकरांना बोलावलं. आत्ता जसे आपले गोविंदराव आहेत ना, तसेच, बापूंच्या वेळी तारदाळकर होते. साथीला ते होते, म्हणून बापूंच्या गाण्याची मला पुष्कळ कल्पना आली. तबल्याला चेड्या मंगेशकर होते. हो, सध्या ते एच. एम. व्ही.त आहेत, तेच.

मग प्रश्न पडला व्यवस्थापक कोण? परत बाबूरावांची धावपळ सुरू! वसंतराव देसाईंच्या ओळखीनं ओळकर नावाच्या गृहस्थांना मॅनेजर केलं. पूर्वी ते गंधर्व कंपनीचे मॅनेजर होते. मग म्हटलं, उद्घाटक कोण? बुवांसारखे गुरू प्रसन्न झालेले असताना आणखीन निराळी व्यक्ती शोधायची गरज नव्हती.

प्रयोगाच्या दिवशी सकाळी 'शांत' करायची ठरली. आपले बाबूराव देसाई फार श्रद्धावंत. त्यांचा ज्योतिषशास्त्राचाही गाढा अभ्यास. तेव्हा मुहूर्त काढणं, 'शांत' करण्यासाठी गुरुजी शोधणं या धावपळीत ते होते. कविवर्य स. अ. शुक्ल यांनी मुहूर्त पाहून दिला. नाटकाची सुरुवात वाद्यवृंदानं व्हायची होती. पहिलं पद आणि वाद्यवृंदाची जबाबदारी स्नेहल भाटकरांनी उचलली होती. स्नेहल भाटकर त्या वेळी एच.एम.व्ही.त नोकरीला होते. जी. एन. जोश्यांनी एच.एम.व्ही.चा वाद्यवृन्दच नाटकासाठी दिला होता.

तो दिवस उजाडला. २८ नोव्हेंबर, १९४२. बालीवाला थिएटर 'हाऊस फुल्ल' झाल्याची वार्ता होतीच. आणि ज्ञानेश, त्या दिवशी सकाळीच मला सणसणून ताप भरला. चांगला १०२ डिग्री ताप होता अंगात. नाटक दुपारी ३.१० वा. होतं.

एक नवी विवंचना सर्वांनाच. गेल्या काही दिवसांत आम्ही किती खपलो होतो, काय काय सहन केलं होतं, याला हिशोबच नव्हता. पण डॉक्टरांनी सांगितलं, घाबरायचं कारण नाही. हा सगळा श्रमांचा ताप आहे.

त्या तेवढ्या तापातच 'शांत' करण्याचा धार्मिक विधी उरकला, आणि तेवढ्या तापात, अस्थिर मनःस्थितीत प्रयोगाला उभा राहिलो. आणि ज्ञानेश, तुला काय सांगू? मी प्रवेश केला, आणि माझं पहिलं पद 'त्यागिला थारा'- त्यातला 'त्यागिला'

मधला 'ला' वरच्या षड्जावर आहे- मी वरचा षड्ज लावला मात्र, टाळ्यांचा प्रचंड कडकडाट झाला. 'सत्तेचे गुलाम' नाटकातल्या सर्वच गाण्यांची मजा अशी, की प्रत्येक गाण्यातली सम तार सप्तकातल्या षड्जावर आहे.

हेच ते बालीवाला थिएटर ज्ञानेश! केशव-नारायण संयुक्त प्रयोग झाला तो याच थिएटरात. २१ वर्षांपूर्वी. ज्ञानेश, माझा जन्मसुद्धा तेव्हा झालेला नव्हता. पण सगळे सांगतात, की 'माता दिसली' यातल्या 'ता' शब्दाला, वरच्या षड्जाला केशवरावांनी स्वर लावला, आणि कडाडून टाळी पडली. त्या प्रयोगाला बुवा हजर होते.

कुठंतरी भावना स्पर्श करून गेली, की त्याच 'ललितकलादर्श'चा वारस मी, आज माझा स्वर शोधण्याचा प्रयत्न करतो आहे. आणि या टाळ्या मला सांगत आहेत, 'होय बेटा, हाच तो स्वर. हाच तो षड्ज! असाच धरून ठेव तो. तुला आज हा षड्ज सापडला आहे. भिऊ नकोस. षड्ज सापडला की इतर स्वर सापडतातच.' तो कडकडाट कानांवर पडला आणि मला त्या क्षणी, घाम सुटायला लागला! तो घाम नव्हता ज्ञानेश! ते होतं मनावरचं ओझं, बुद्धीवरचा ताण आणि कष्टांनी थकलेल्या देहातील अणुरेणूचा सार्थकतेचा निःश्वास!

त्या टाळ्या मलाच एकट्याला नव्हत्या ज्ञानेश! दम्याचा विकार संभाळून, माझा आवाज सुटण्यासाठी ज्या बुवांनी रक्ताचं पाणी केलं, त्या रक्ताला त्या टाळ्या होत्या! त्या टाळ्या होत्या बाबूरावांच्या जिद्दीला. केशवरावांच्या उत्साहाला. 'ललितकला' उभी राहते आहे या आनंदाला त्या टाळ्या होत्या. बापूंच्या स्मृतीला त्या टाळ्या होत्या. त्या टाळ्या होत्या गोविंददास शेटजींच्या आणि ताराबाईंच्या औदार्याला. त्या टाळ्या होत्या नानासाहेब फाटक, मामा पेंडसे आणि नंदू खोटे यांच्या सहकार्याला.

ज्ञानेश, त्याच प्रयोगाला प्रेक्षागारात बसलेल्या, बाबूराव देसाईना, अण्णासाहेब काळ्यांना, गोविंददासना, बुवांना या सर्व वयस्कर मंडळींना केवढा आनंद झाला असेल, काय कृतार्थता वाटली असेल, हे मला तेव्हाच काय, पण आत्ताही सांगता नाही येत तुला.

मला फक्त तेव्हा एकच जाणवत होतं, की आपला ताप उतरतो आहे. आणि मी गात राहिलो,

'त्यागिलाऽऽऽ थारा.'

'तो प्रयोग संपला, आणि मनावरचं दडपण खूप कमी झालं. निरनिराळ्या वृत्तपत्रांतून परीक्षणं आली. जाणकारांचे अभिप्राय मिळाले. बापूंवर प्रेम करणारी माणसं, त्यांची अपुरी राहिलेली कौतुकाची भूक- माझ्यावर आपलेपणाचा वर्षाव करून तृप्त होऊ लागली.

आपण नक्की कुठं आहोत याचा जरा अंदाज आला. त्या माझ्या यशात कितीतरी जणांचे वाटे होते; पण वर्षावाचा धनी मी एकटा होतो. कारण माझं स्वतःचं असं काय होतं त्यात? फक्त मीच होतो. शून्यातूनच सगळं निर्माण होतं त्याप्रमाणे, माझ्याजवळ ज्ञानेश, फक्त शून्य होतं. पण त्या शून्यातून, पहिल्या प्रयोगाची अशी मालमत्ता म्हणशील तर, बाबूरावांनी ४०० रुपयांची बाजाची पेटी घ्यायला लावली ती पेटी, त्याशिवाय स्वरांची पेटी, वैकुंठ कॉलर शर्ट आणि वैकुंठ कॉलर कोट! त्यानंतर पाच प्रयोग झाले. मामा वरेरकरांकडून सहा प्रयोगांचीच परवानगी मिळाली होती. प्रत्येक प्रयोगाचं मानधनही पस्तीस रुपये ठरलं. वास्तविक ज्ञानेश, 'ललितकलादर्श'कडेच नाटकांचे अधिकार होते. तरी मामांनी खोडसाळपणा केलाच. सहाव्या प्रयोगाला तर वकिलातर्फे नोटीस पाठवली. मी मग चिडलो. मामांच्या घरी गेलो. 'तुमची परवानगी मी आता मागणारच नाही.' म्हणून त्यांना सांगितलं. त्यानंतरचा एका प्रकार म्हणजे नानासाहेब फाटकांनी 'पिऊन' काम केलं. तो प्रकार पाहिल्यावर मला मोठा प्रश्न पडला, की आता काय करावं? नानासाहेब केवढे महान कलाकार. आपल्यापेक्षा वयोवृद्ध, ज्ञानवृद्ध, जबाबदार कलाकार. या प्रकाराबाबतची आपली नापसंती

ज्ञानेश, बुवांच्या स्मारकाची मी हेळसांड केली!

आपण व्यक्त करावी की न करावी? माझी आत्ताच कुठे सुरुवात होती. मी हाक देताच नाना धावत आले होते. पहिल्या प्रयोगात तर त्यांनी मानधनाची अपेक्षा न ठेवता काम केलं होतं. मोठा पेच निर्माण झाला. त्यांच्यासारख्या मोठ्या कलाकाराला दुखवणं योग्य नव्हतं, पण परत वाटलं, की मोठ्या व्यक्तींवर तर तोल न सोडता वागण्याची जास्त प्रमाणात जबाबदारी आहे.

शेवटी मी माझी नापसंती बोलून दाखवली आणि नानासाहेबांसारख्या कलाकाराला माझा मी पारखा झालो. काय करणार? इलाजच नव्हता ज्ञानेश! ही असली एक गोष्ट मला कधीच सहन झाली नाही आयुष्यात. कारण या 'पिण्याचा' देखावा मी 'स्वयंसेवक'च्या वेळीच कल्याणला पाहिला होता. तेव्हापासूनच त्याबद्दल एक सणक डोक्यात जाऊन बसली होती; आणि म्हणूनच, नाटकाच्या वेळी तरी आपण हे नाही सहन करायचं, असं ठरवलेलंच होतं मी. पण ज्ञानेश, त्या अशा निश्चयापायी काय झालं? तर सगळा नामवंत नटसंच आपल्याबरोबर एकदम असेल, या चांगल्या उद्देशातून, फाटकांसारखा मुरब्बी कलावंत मलाच गमवावा लागला आणि पर्यायानं प्रेक्षकांनाही!

पण ज्ञानेश, यात काही माझं चुकलं का रे? मला नेहमी असं वाटतं; ज्याप्रमाणे, आपण जरी सगळ्या घरात बूट घालून वावरलो तरी देवघरात बुटासहित जात नाही, तसं जीवनातही एक असं स्थान असावं, की तिथं बूट घालावेसे वाटू नये. पण नाही पटत कुणाला हा सोवळेपणा. ही घटना १९४३ सालातली. असाच निर्णय श्रीधरपंत देशमुखांच्या बाबतीत पण एकदा घ्यावा लागला.

४३ साली बापूंच्या पुण्यतिथीला 'हाच मुलाचा बाप' करावं असं ठरलं. पुनः परवानगीवरून मामा उगीचच खुसपट काढतील अशी शंका होतीच. ती खरी ठरली. पुण्यतिथीच्या प्रयोगालाही मामांनी नोटीस पाठवली. मी मग नाटकाच्या सुरुवातीला प्रेक्षकांना उद्देशून एक निवेदन केलं. त्यात सांगून टाकलं, की मामा वरेरकर आणि 'ललितकलादर्श' यांच्यातला कायदेशीर व्यवहार केव्हा झाला व ते कागदपत्र कुठे असतील हे जर कुणाला माहीत असेल तर मला ते कळवा. आणि ज्ञानेश, तुला काय गंमत सांगू? मी आपलं सहज जाहीर केलं, त्याचा उपयोग होईल अशीही अपेक्षा नव्हती. पण दुसऱ्या दिवशी मला पांडुरंगराव तलगिरी नावाचे गृहस्थ भेटले. त्यांनी त्यांच्या जुन्या डायरीवरून, कोणता करार केव्हा झाला, कागदपत्र कोणत्या कोर्टात असतील इथपासून सगळी माहिती पुरवली. पांडुरंगराव तलगिरी आणि त्यांचे वडील अण्णासाहेब हे आपल्या बापूंचे स्नेही. अण्णासाहेबांची त्या कागदपत्रावर साक्षीदार म्हणून सही होती. त्यामुळे त्या कागदपत्रांची त्यांना माहिती होती.

कशी माणसं भेटतात बघ एकेक. मामांबद्दल तर खूप सांगायचं आहे तुला.

गेलेल्या माणसाबद्दल बोलू नये असा संकेत आहे. पण हयात असताना तरी माणसानं अन्यायानं का वागावं? मामांचा आणि तुझा संबंध येणं शक्यच नव्हतं. त्याबाबतीत तू माझ्यापेक्षा, बापूंपेक्षा जास्त भाग्यवान आहेस; पण इथं वृत्ती महत्त्वाची. त्या 'वृत्तीची' तुला माहिती हवी, म्हणून मामा आता हयात नसले तरी तुला मी सांगणार आहे; पुढे सांगणार आहे, आत्ता नाही.

बापूंच्या पुण्यतिथीला, १५ मार्च, १९४३ मध्ये, आम्ही 'हाच मुलाचा बाप'नाटक केलं. त्या प्रयोगाची एक आपली गंमत सांगतो. सी. डी. देशमुख त्या प्रयोगाला आले होते. मी पण हे विसरलो होतो. पण परवा म्हणजे अगदी अलीकडे खुद्द देशमुखांनीच एवढी जुनी आठवण सांगितली. ते म्हणाले, "तुमचा तो कोट मला आठवतो." मी विचारलं "कोणता?" ते म्हणाले, 'हाच मुलाचा बाप' मधला. गुलाब आणि वसंत आलटून पालटून एकच कोट वापरीत होते. कारण तुमच्याकडे एकच कोट होता. आणि जेव्हा दोघांचा एकदम प्रवेश होता, तेव्हा गुलाब कोट घालून आला, वसंत हा नुसत्या शर्टात आला. कारण नाटकात गुलाब गरीब आणि वसंत श्रीमंत असला तरी ललितकला गरीब होती. देशमुखांनी लक्षात ठेवलेला तो प्रसंग ज्ञानेश, मी पण विसरलो होतो. आपली होती खरी तशीच परिस्थिती. शून्यातूनच सगळं निर्माण केलं होतं. थोरामोठ्यांचे आशीर्वाद पाठीशी असावे लागतात. मी त्या बाबतीत भाग्यवान होतो ज्ञानेश; म्हणून तर गोविंददास शेट, बाबूराव देसाई, आपले बुवा, अशी माणसं लाभली. आज मात्र वाईट वाटतं काही काही गोष्टींचं, की काहींचं ऋण आपण फेडू शकलो, आणि काहींचं ऋण मात्र तसंच राहिलं.

बुवांचं ऋण तर न फिटण्यासारखं. त्यांचं ऋण फेडण्याचा एकच मार्ग होता ज्ञानेश! तो म्हणजे संगीतसाधना अखंड चालू ठेवणं हा. आणि नेमकं तेच मी करू शकलो नाही. त्यांनी माझ्याकरता किती केलं होतं म्हणून सांगू? पुत्रवत प्रेम केलं. त्यांच्या घरी राहिलो होतो, वाढलो होतो- तोही मुलासारखाच! संगीताचा रियाज करत होतो, दूध पिण्याची ऐपत नव्हती, तर बुवा दूध प्यायला लावायचे. खरा गुरू, सद्गुरू त्यालाच म्हणतात, जो ज्ञान राखून ठेवत नाही. बुवांनी 'संगीत' माझ्यावर उधळलं होतं. ते थकले होते. त्यात त्यांना दम्याचा विकार होता, स्वतःचं कमी-जास्त व्हायच्या आत चंदूला सगळं शिकवायचं, या जिद्दीनं ते मला शिकवायचे. मी पण रात्र-रात्र जागवून, तंबोरा सोडत नव्हतो हातातून. शेवटी बुवा तंबोरा हिसकावून घेत म्हणायचे, 'अशानं आजारी पडायचं आहे का?' कुणी विचारलं तर म्हणायचे. जसा माझा लक्ष्मण तसाच चंदू! लक्ष्मण हा त्यांचा मुलगाच.

पण असं होतं तरी माझं दुर्दैव असं, की त्यांना मी शेवटी नाही भेटू शकलो. मी मुंबईला होतो; पण मन पुण्यात होतं. दोन-तीन दिवस मी सतत पुण्याला

जाण्याचा हेका धरला होता आणि बाबूराव सारखे अडवत होते. 'बुवांचं ठीक असेल, ते आजारी आहेत; पण काही व्हायचं नाही' असं ते सारखं म्हणत होते. मी मात्र अशांत होतो. एप्रिल महिन्यात, पुण्यात मी प्रथम प्रयोग केले तेव्हाच बुवा आजारी होते. मुंबईतला माझा पहिला 'सत्तेचे गुलाम'चा प्रयोग बुवांनी पाहिला होता. पण एप्रिल महिन्यात माझा 'हाच मुलाचा बाप'चाही प्रयोग व्हायचा होता पुण्यात. नाटक पाहायला येण्याची बुवांची फार इच्छा होती; पण ते त्या परिस्थितीत तेव्हा नव्हते. पण ज्ञानेश, त्या तशाही परिस्थितीत बुवांनी माझ्याकडून 'हाच मुलाचा बाप' आणि 'सत्तेच गुलाम' या दोन्ही नाटकांतली गाणी म्हणवून घेतली. त्या तशाही अवस्थेत, त्यांनी मला केशवराव भोसल्यांच्या काही खास जागा सांगितल्या गाण्यातल्या!

हे मला वारंवार आठवत होतं, आणि त्यांना भेटण्यासाठी मी तळमळत होतो. ४ मे रोजी तर मी रात्रीच्या गाडीनं निघालो. मला राहवतच नव्हतं. पण पुनः बाबूरावांनी मोडता घातला. त्या वेळी युद्धाचे दिवस होते. सर्वत्र ब्लॅक आउट होता. 'कुठे जातोस अंधारात रात्रीचा' असं म्हणत बाबूरावांनी सोडलं नाही, आणि ५ तारखेला बुवा गेले. मी सकाळच्या गाडीनं पुण्याला जाईतो सगळं संपलं होतं.

असे योग असतात ज्ञानेश! बुवांचं प्रेम, माया किती होती म्हणून सांगू? मला त्या काळात जे काही थोडे थोडे पैसे मिळायचे, त्यातले काही काही पैसे साठवून, आजीनं माझ्या गळ्यात एक सोन्याची साखळी करून घातली. ती साखळी घेऊन मी बागडत बुवांकडे गेलो. त्या वेळी बुवा आणि त्यांची पत्नी, दोघांनी मला कुशीत घेतलं आणि दोघंही ओक्साबोक्शी आनंदानं रडली. कारण तेवढ्या गरिबीत, मी कष्ट करून, बाणेदारपणा न सोडता, पायावर उभा राहिलो, हे यश त्याचं होतं. ज्ञानेश, त्या अश्रूंची किंमत आजच्या आपल्या या यशाहून जास्त आहे; किंबहुना त्या अश्रूंची किंमत कधीच कुणाला करता येणार नाही.

या ऋणातून मी कधीच मुक्त होऊ शकणार नाही. एकच मार्ग होता; संगीत साधनेचा! माझा आवाज त्यांनी मला मिळवून दिला होता. माझा गळा गाता राहणं, हेच बुवांचं स्मारक होतं. पण त्या स्मारकाची मी हेळसांड केली. तिची देखभाल नाही करू शकलो मी. आज बुवा असते तर या सर्व वाढलेल्या व्यापातूनही त्यांनी माझा कान पकडून मला दोन तास रियाज करायला लावला असता. आयुष्यभर जतन करून ठेवलेल्या कितीतरी दुर्मिळ चीजा बुवांनी मला शिकवल्या होत्या. त्याचंही जतन मी करू शकलो असतो; पण तो योग नव्हता. फक्त संगीत फक्त संगीत, हा माझाही त्या काळी हेका होता; पण आता ज्ञानेश, उरल्या फक्त संगीताच्या आणि त्या चीजांच्या आठवणी आणि शब्द!

'ज्ञानेश, माझ्या आठवणीत मी पहिला अप्रतिम प्रयोग कोणता पाहिला माहीत आहे का? 'शारदा' नाटकाचा. एकापेक्षा एक अतिरथी, महारथींनी ज्यात रसरसून भूमिका वठवल्या तो 'शारदा' नाटकाचा प्रयोग. आयुष्यात मी त्याची आठवण विसरणार नाही. नुसती नटवर्यांची नावं ऐक. तुझीही खात्री पटेल. मा. नरेश होते शारदा, बालगंधर्व होते इंदिराकाकू, गणपतराव बोडस कांचनभट, सुवर्णशास्त्री केशवराव होते, भद्रेश्वर चिंतामणराव कोल्हटकर, श्रीमंत चिंतोबा गुरव, सूत्रधार वालावलकर आणि कोदंड होते लोंढे. प्रयोग रात्री १०.३०वा. सुरू झाला आणि पहाटे पाच वाजता संपला! बेटा, यांतली अनेक नामवंत मंडळी तू पाहिली पण नाहीस. खरोखरच हिरे होते हिरे एकेक. 'न मिळे अशी मौज पुनः पाहण्या नरा' हेच खरं!

बनहट्टींच्या बायका आत आहेत!

असा हा अलौकिक प्रयोग सांगलीला झाला ज्ञानेश! दिनांक ५ नोव्हेंबर, १९४३ रोजी. हा रंगभूमी दिन समजला जातो; आणि ४३ मध्ये होणारा हा नाट्योत्सव रंगभूमीचा शतसांवत्सरिक महोत्सव होता. त्याच वेळी नाट्योत्सवाच्या आदल्या दिवशी साहित्यसंमेलनही व्हायचं होतं, आणि तेही सांगलीलाच! नाट्यशताब्दी महोत्सवाचे अध्यक्ष होते स्वातंत्र्यवीर सावरकर, तर नाट्यसंमेलनाचे अध्यक्ष होते ना. वि. कुळकर्णी. ते संमेलन अनेक भल्याबुऱ्या घटनांनी गाजलं. तू म्हणशील ज्ञानेश, की संमेलन म्हणजे आनंद... संमेलन म्हणजे उत्साह... मग त्यात 'बुऱ्या' आठवणी कशाला? काय करणार त्याला? इलाज नाही. कुणी सांगावं? कदाचित भल्या

आठवणींचा भलेपणा वाढवण्यासाठीच 'बुऱ्या' आठवणी निर्माण होत असाव्यात. तेच खरं! नाहीतर स्वातंत्र्यवीर सावरकरांसारखा अध्यक्ष लाभल्यावर, गॅलरी कोसळण्याची दुर्घटना घडून संमेलनाच्या दरवाजात ॲम्ब्युलन्सचं दर्शन का व्हावं?

सांगतो काय झालं ते!

संमेलनाचे प्रतिनिधी म्हणून मुंबईहून आम्ही सुमारे ३०० जण सांगलीला गेलो होतो. पहिल्याच दिवशी आम्ही काही जण सावरकरांच्या व्याख्यानाला निघालो. पण आमच्या प्रवेशपत्रिकाच आम्ही घरी विसरलो. दुसऱ्या दिवशी आमचे काही नाटकातले प्रवेश व्हायचे होते. तेव्हा आम्ही नाटकवाली काही मंडळी, सांगलीला मामा पेंडशांच्या घरीच उतरलो होतो. प्रवेशपत्रिका आणण्यासाठी आम्ही परतलो. आणि पुनः मंडपावर जातो, तो एकच धामधूम. गोंधळ, आरडाओरडा, दाराशी ॲम्ब्युलन्स.

चौकशी केल्यावर कळलं की, मामा वरेरकरांनी प्रवेश केला आणि तिकडे गॅलरी कोसळली. यात काय मख्खी असेल ती असेल, पण ज्ञानेश, प्रत्येक वेळी 'कावळा बसायला आणि फांदी मोडायला', असं म्हणता येईल का?

जाऊ दे. कारण संमेलनात आणखीही काही प्रकार गाजले. मी सुरुवातीलाच 'शारदा' नाटकाच्या प्रयोगाचं वर्णन केलं ना, त्या वेळी पण गडबड झाली. एकाच खुर्चीची दोन दोन-तीन तीन, तिकिटं विकली गेल्याचं आम्हाला समजलं. मग तातडीनं डॉ. भालेरावांनी, प्रतिनिधींची मीटिंग बोलावली. आणि त्यात ठरल्याप्रमाणे रात्री भावे नाट्यगृहाबाहेर लवकर जाऊन थांबलो. प्रतिनिधींना लवकर आत सोडावं अशी आम्ही विनंती केली. नंदू खोटे, मा. कृ. शिंदे, अप्पा पेंडसे आणि मी अगदी पुढेच होतो. रात्री गोंधळ होणार अशी संमेलनसंचालकांना पण अटकळ असावी. भावे नाट्यमंदिरात, आतल्या भागात त्यांनी पोलीस आणून ठेवले होते आणि पोलिसांच्या मागे हातात लाठ्या घेऊन स्वयंसेविका उभ्या होत्या. तो प्रकार पाहून आम्ही चाटच पडलो. आमची व व्यवस्थापकांची बोलाचाली चालू असताना मागे दोनशे-अडीचशे प्रतिनिधी जमले आणि कुणाच्या डोक्यात कशी सणक आली कोण जाणे! खोटे, पेंडसे, मी, शिंदे असे आम्ही जबरदस्त आवाजाचे! 'हर हर महादेव' अशी आम्ही गर्जना केली व सरळ मुसंडी मारून घुसलो. पोलीस पळाले. पोलिसांनी पळ काढलेला पाहताच, लाठ्या घेऊन उभ्या असलेल्या त्या 'झाशीच्या' छे, झाशीच्या कसल्या? सांगलीच्या राण्या लाठ्या टाकून पळाल्या. आम्ही आपापल्या जागा पटकावल्या. त्याच खुर्च्यांची तिकिटं घेऊन मग खूप माणसं आली; पण आम्ही आमच्या जागा सोडण्यासाठी थोड्याच पकडल्या होत्या?

'कोण म्हणतो मला म्हातारा?' असं म्हणत चिंतोबांनी प्रवेश केला आणि आम्ही आमचा नाट्यगृहातला नाट्यरूप प्रवेश विसरून 'श्रीमंतांच्या प्रवेशाशी' एकरूप झालो. रात्री १०.३० वाजता जे आम्ही आमचे श्वास रोखून धरले होते, ते

पहाटे ५.३०च्या सुमारास, कोदंडाने शारदेचा 'कर हा करी' घेतल्यावर सोडले.

नाटक संपल्यावर झोप कुठली यायला? आम्ही लगेच पुनः सभा घेतली. संमेलनाच्या प्रतिनिधींना जी अपमानास्पद वागणूक मिळाली त्याबद्दल आम्ही संमेलनावर बहिष्कार घालायचं ठरवलं. पण परत प्रश्न उपस्थित झाला, की नाट्यप्रवेशाचं काय? प्रेक्षकांची निराशा होईल, त्याचं काय? शेवटी डॉ. भालेराव म्हणाले, "प्रेक्षकांची निराशा करण्यात अर्थ नाही, तेव्हा प्रवेश करणाऱ्या मंडळींनी व्यवस्थितपणे प्रवेश करावेत, बाकीच्यांनी बहिष्कार चालू ठेवावा."

मग रात्री पुनः मी, दामुअण्णा मालवणकर, बंडोपंत सोहोनी, जोग, लता मंगेशकर वगैरे पुढे गेलो. मला वाटतं, लताबाई नंतर यायच्या होत्या. आम्ही गेलो तेव्हा नागपूरच्या मंडळींचं कोणतं तरी नाटक आत चाललं होतं; आणि प्रवेशद्वारापाशी बनहट्टी वाट अडवून उभे. नागपूरच्या प्रतिनिधींचे प्रमुख म्हणून बनहट्टी तिथे आले होते. पुनः आमची चकमक सुरू.

"आम्हाला आत येऊ दे."

"नाटक संपल्याशिवाय आत येता येणार नाही." बनहट्टी म्हणाले.

"अहो, आमचे नंतर नाट्यप्रवेश आहेत, मेकअप वगैरे करायचा आहे ना." बनहट्टींनी परत तेच उत्तर दिलं.

"पण का?"ए आम्ही चिडून विचारलं. त्यावर बनहट्टी म्हणतात,

"आमच्या बायका आत आहेत."

मग आम्ही भडकलो.

"तुम्ही आम्हाला असभ्य, मवाली समजलात काय? तुमच्या बायका आत आहेत याचा अर्थ काय? शब्द मागे घ्या आधी."

"घेणार नाही."

मग आमचाही बहिष्कार. मी त्या सर्वांना म्हणालो,

"आपण आता पायरीवरच बसून राहायचं. त्या माणसानं सगळ्या कलाकारांचा अपमान केला आहे. कसं?"

"तुम्ही ठरवला तसं." दामुअण्णा म्हणाले.

आणि ज्ञानेश, माझं असं हे पहिलं भांडण आणि आपोआप मिळालेलं नेतृत्व. मग मी बरोबर फासे टाकले. आम्ही पायरीवरच ठाण मांडून बसलो. मध्यंतर झाल्यावर प्रेक्षक चहापाण्याला बाहेर आले. 'बनहट्टींनी या कलाकारांचा अपमान केला आहे म्हणून ही मंडळी इथंच बसून आहेत. नंतरचे नाट्यप्रवेश आता होणार नाहीत.' ही बातमी आम्ही पसरवून दिली. मग काय मजा! पुढचा अंक सुरू झाला. पडदा वर गेला आणि प्रेक्षकातून आरोळी,

"हर हर महादेव."

मी दामुअण्णांना म्हणालो, "आपली गोळी लागू पडली. आता मी काय ते बघतो, तुम्ही सर्वांनी नुसतं 'मम' म्हणा."

तिकडे आत गोंधळ सुरू झाला. 'नाटक नको, नाट्यप्रवेश हवेत.' लोक तर चक्क 'अहो बनहट्टी... अहो बनहट्टी' म्हणून नावानं हाका मारू लागले. बनहट्टी मग कावरेबावरे होत आमच्याकडे आले.

"तुम्ही लोकांनी हे काय केलंत?"

"आम्ही कुठं काय केलं? आम्ही इथं बसून आहोत. प्रेक्षकांनी आम्हाला विचारलं, तुम्ही इथं का बसलात? तुमचे प्रवेश आहेत, मेकअपला का नाही गेलात?" आम्हाला सांगावं लागलं, की 'बनहट्टी आम्हाला आत सोडत नाहीत. त्यांच्या बायका आत आहेत. मग आम्ही मेकअप कसा करणार? प्रवेश कसे करणार?"

बनहट्टी आणखीन बेचैन झाले. ते चिडून म्हणाले,

"अहो, ते प्रेक्षक पाहा ना- पण आता?"

"त्याला आम्ही काय करणार? तुम्ही आवरा त्यांना."

नाटक थांबवण्यात आलं. बनहट्टी स्टेजवर गेले आणि मग प्रेक्षकांचे व त्यांचे सवाल-जबाब सुरू झाले.

"तुम्हाला काय हवं आहे?" बनहट्टी.

"नाट्यप्रवेश हवेत."

"नाटक संपल्यावर होतील."

"ते होणार नाहीत. तुम्ही कलाकारांचा अपमान केला आहे. शब्द मागे घ्या."

बनहट्टींनी एकूण गांभीर्य जाणलं. ते म्हणाले,

"बरं बाबांनो, चुकलं आमचं. माफी मागतो."

"आमची नाही. पेंढारकरांना बोलवा इथं."

जास्त ताणण्यात अर्थ नव्हता. आम्ही आत गेलो. परत प्रेक्षकांची एकच मागणी. 'आम्हाला नाट्यप्रवेश हवेत. नाटक नको.'

मग मी म्हणालो, "हे नाटक पुरं होऊ दे. आम्हालाही मेकअप करायला सवड हवी आहे." मग लोक शांत झाले. पण त्या नाटकाची जी वाट लागली ती लागलीच.

आणि मग ज्ञानेश, कसंतरी ते नाटक पार पडलं!

आमचे नाट्यप्रवेश सुरू झाले. प्रेमसंन्यास, भावबंधन, मानापमान, हाच मुलाचा बापमधले प्रवेश झाले. आणि 'सत्तेचे गुलाम' मधले तीन प्रवेश शेवटी सुरू झाले. मला वाटलं, प्रेक्षक इतक्या उशिरापर्यंत थांबतात की नाही; पण थिएटर गच्च भरलं होतं आणि ज्ञानेश, प्रवेश किती रंगले म्हणून सांगू? शेवटचा शेतातला प्रवेश

चालला होता. माझं 'विहार शुल्कजना' हे पद सुरू झालं तेव्हा पहाटेची उन्हं वरच्या मंडपाच्या फटीतून स्टेजवर पडलेली होती. ते सकाळचे सोनेरी उन्हाचे कवडसे मला गाणं म्हणता म्हणता दिसत होते. समोर भारावलेला प्रेक्षक वर्ग बसला होता. न कंटाळता, शांतपणे! त्यांच्या त्या रंगभूमीवरच्या प्रेमाला, रसिकतेला मी गाणं म्हणता म्हणता अभिवादन करत होतो. मी आणि ती सकाळची 'कोवळी उन्हंही!'

...मी पेंढारकरांबरोबर काम करणार नाही

सांगलीचा हा उत्सव गाजला आणि पाठोपाठ मुंबईत आमचाही सहा संस्थांचा उत्सव गाजला! कसा ते सांगतो ज्ञानेश! १९४४च्या एप्रिल महिन्यात साहित्यसंघाचा पहिलावहिला शतसांवत्सरिक नाट्योत्सव व्हायचा होता. त्या नाट्योत्सवाच्या उत्पन्नातून, साहित्यसंघाला एक नाट्यगृह बांधायचं होतं.

साहित्यसंघाचा तो महोत्सव होण्यापूर्वीच आम्ही सहा संस्थांनी एकत्र होऊन शतसांवत्सरिक महोत्सव साजरा करायचा ठरवलं. शंकरशेट यांची एक संस्था होती. त्या संस्थेचं 'कन्यादान' नाटक ठरलं. रांगणेकरांची नाट्यनिकेतन तेव्हा जोरात होती. त्याचं 'कुलवधू' नाटक ठरलं. आळतेकरांची 'लिट्ल थिएटर्स' संस्था होती. त्याचं 'सारस्वत' नाटक ठरलं. नंदू खोट्यांची 'रेडिओ स्टार्स' त्यांच्यातर्फे 'निशिकांतची नवरी' व्हायचं होतं; आणि ललितकलादर्श 'हाच मुलाचा बाप' करणार होती. ही झाली पाच संस्थांची पाच नाटकं. सहावी संस्था 'कमलेश'. 'कमलेशतर्फे' सरस्वतीबाई आणि हिराबाई बडोदेकरांचं गाणं व्हायचं होतं. ज्ञानेश, आम्ही सर्वांनी एकत्र येण्याचा काय हेतू होता सांगू? सहा कंपन्यांतले चांगले चांगले नट एकत्र आणून, नवी व जुनी नाटकं आम्ही करणार होतो. येणाऱ्या उत्पन्नातून आम्हीही एक 'नाट्यगृह' बांधणार होतो. पण त्या काळात, पाच संस्थांत फक्त रांगणेकरांची संस्थाच जोरात होती. पैसे बाळगून होती. त्या संस्थेकडे, संस्थेचं असं बरंच सामान होतं. पाचही प्रयोगांना ते सामान वापरायला देण्याची तयारी रांगणेकरांनी दाखवली होती.

रॉबर्टमनी हायस्कूलमध्ये हा उत्सव

ठरला. महिना होता फेब्रुवारी, १९४४.

सारस्वत नाटक मामा वरेरकरांचं. आणि व्हायचा तो गोंधळ झालाच. ऐन वेळेपर्यंत कंत्राटदारानं खुर्च्या पाठवल्या नाहीत. मग खुर्च्या मिळवण्यासाठी, काय काय करावं लागलं, किती धावपळ झाली, विचारूच नकोस ज्ञानेश. तो प्रयोग कसातरी आटोपला. दुसऱ्या दिवशी 'कन्यादान' नाटकाचा प्रयोग मात्र चांगला झाला. तिसऱ्या दिवशी 'निशिकांतची नवरी'. त्या प्रयोगाला त्या दिवशी मामा वरेरकर आले होते. नाटक सुरू झालं आणि एकाएकी दिवे गेले. गोंधळ झाला. पहिल्याच रांगेत डॉ. तेंडुलकर बसले होते. त्या अंधारातच ते मोठ्यांदा ओरडले.

'अरे पायगुण रेऽऽ.'

प्रेक्षकात खूप हशा पिकला. ऑर्गनवर तारदाळकर बसले होते. मी त्यांना म्हणालो, 'गाणं सुरू करा. म्हणजे लोक शांत होतील.'

ही हकिगत झाली तिसऱ्या नाटकाची. चौथ्या दिवशी, आपलं नाटक होतं, 'हाच मुलाचा बाप.'

थिएटरवर लवकर आलो, तर सामानच नाही. दिवे नाहीत, सेट्समधल्या जरूर त्या गोष्टी नाहीत. चौकशी करता कळलं, की रांगणेकरांनी दुसरीकडे सामान नेलेलं आहे, कारण त्यांचा बाहेरगावी कुठं तरी प्रयोग होता. मग काय, सगळीकडे वणवण भटकून मी आवश्यक त्या गोष्टी जमा केल्या. रांगणेकरांचा त्या दिवशी मात्र सगळ्यांना राग आला. आमचं सर्वांचं एकत्र येऊन, 'हा उत्सव करायचा' ठरल्यावर रांगणेकरांनी असं करायला नको होतं, असं सर्वांचं मत पडलं. पण तरीही, प्रयोग चांगला झाला. गाण्याचा कार्यक्रमही 'कमलेश' तर्फे चांगला झाला.

आणि आता पाचव्या दिवशी 'कुलवधू!'

संध्याकाळी आम्ही सगळे तिथे येऊन पाहतो तो सगळीकडे झगमगाट. तोरणं लावलेली. माळा सोडलेल्या. दिव्यांचा झगमगाट. आमचे डोळे दिपून गेले. केवळ स्वतःच्या नाटकाच्या वेळेला रांगणेकरांनी तो थाट केलेला पाहून आम्हा सर्वांना नवल वाटलं, खेदही वाटला! पण कुणाजवळ हे बोलणार? त्यात आणखी काही गोष्टींची भर पडली होती. आमचा मूळ बेत काय होता, हे मी तुला सांगितलं ज्ञानेश! सहाही संस्थांतून जे चांगले कलाकार आहेत त्यांना एकत्र आणून प्रयोगग करायचे. ज्योत्स्नाबाई होत्या, मामा पेंडसे होते, वर्दे होते, आळतेकर होते. आम्ही या संचात, 'हाच मुलाचा बाप', 'कीचकवध' यांसारखी नाटकं करणार होतो. पण मग ज्योत्स्नाबाई बोलल्याचं कानावर आलं, की 'मी पेंढारकरांबरोबर काम करणार नाही.' रांगणेकर म्हणाले, 'ज्योत्स्नाबाईच कशाला हव्यात तुम्हाला? आमच्याच संस्थेच्या मंगलाबाई रानडे त्याऐवजी काम करतील. उद्या 'कीचकवध' नाटक करायचं ठरलं तर पेंढारकरांना त्यात योग्य भूमिका आहे का?'

मी म्हणालो, “अहो पण, ‘कीचकवध’ नाटकात पेंढारकर दिसावेत ही प्रेक्षकांची अपेक्षाच नाही. पण संगीत नाटकात, ज्योत्स्नाबाई हव्यातच.”

अशा काही कटु आठवणी आठवत राहिल्या. नाट्यनिकेतनचे सगळे कलाकार रात्रीच्या प्रयोगाच्या धुंदीत होते आणि ते साहजिक होतं. आम्ही उरलेले खट्टू होतो, आणि तेहि साहजिकच होतं.

आणि ज्ञानेश, तेवढ्याच बातमी आली, ‘कस्तुरबा गांधी’ वारल्या. फेब्रुवारी संपता संपताची हकीकत. साल चव्वेचाळीस. तारीख २२. स्वातंत्र्य संग्रामाच्या धामधुमीचा काळ. महात्मा गांधी त्यावेळी लोकप्रियतेच्या शिखरावर होते. जनता त्यांच्यामागून धावत होती. जागतिक युद्ध तिकडे पेटलेलं होतं. सगळीकडे गांधींचा दरारा होता. त्यांच्याबद्दल सर्वांना प्रेम होतं आणि अशा वातावरणात कस्तुरबा गेल्या. हा धक्का लहान नव्हता. ती घटना साधी नव्हती. ‘कुलवधू’ नाटक ९ वाजता. आता काय करायचं?

शेवटी ठरलं, प्रयोग करायचा. फक्त नाटकाच्या सुरुवातीला दुखवट्याचा ठराव मांडायचा. प्रेक्षकांना दोन मिनिटं स्तब्ध उभं राहायला सांगायचं. असं ठरलं, पण आम्हाला काहीतरी निराळं घडावं असं वाटत होतं. रांगणेकरांनी केलेल्या या प्रतारणेला परस्परच सणसणीत चपराक बसावी अशी इच्छा होती. तसं वाटणं गैर का योग्य तो भाग निराळा, पण ज्ञानेश, खरोखरच त्यावेळी तसं वाटलं खरं! नंदू खोटे आणि मी एकमेकात बोललोही. खोटे म्हणाले, ‘पाहू या, काय होतं ते.’

पडदा वर गेला. नंदू खोटे प्रस्ताव मांडण्यासाठी उभे राहिले. ते म्हणाले,

‘आपणा सर्वांचे आवडते, थोर नेते बापूजी, गांधीजी, त्यांच्या कस्तुरबा आज त्यांना व आपल्याला सोडून गेल्या. आपण सर्वांनी दोन मिनिटं उभं राहून आपला आदर व्यक्त करावा, ही विनंती मी करतो.’

प्रेक्षक उभे राहीले, आणि जरा वेळानं बसले. वस्तुत: नंदू खोट्याचं काम एवढ्यावर संपलं होतं; पण खोटे नंतर म्हणाले,

‘अशा दु:खद परिस्थितीत, आज प्रयोग करावा, की करू नये, असा आमच्यापुढे मोठा पेच पडला आहे...’

स्टेजवरचं हे नंदूचं वाक्य ऐकून ‘नाट्यनिकेतनच्या’ मंडळीचं आतल्याआत काय झालं असेल, याची ज्ञानेश, नुसती कल्पना कर तू. पण कोणीही काहीही करू शकत नव्हतं. पत्याचा बंगला कोसळताना तो कसा पडतोय एवढंच पाहणं आपल्या हातात असतं, इतक्या अनपेक्षितपणे, इतक्या वेगाने तो पडतो, तसं झालं. खोटे बोलतच होते.

तेव्हा हा प्रश्न आम्ही आपल्यावरच सोपवतो. आम्ही हा प्रयोग करावा, की करू नये?’

आणि ज्ञानेश, प्रेक्षकांतून एक आवाज आला, ‘नको.’

दुसरा आवाज आला, “पुढे ढकला.”

खोटे म्हणाले, “पुढे ढकलता येणार नाही. एकदम कॅन्सलच करावा लागेल.”

“मग कॅन्सल.” प्रेक्षक

“कॅन्सल? ठीक आहे.”

आणि ज्ञानेश, पडदा पडला.

आणि तो एवढा मोठा जमलेला प्रेक्षक वर्ग, हूं की चूं न करता, खाली मान घालून बाहेर पडला. प्रेक्षागार रिकामं कसं व कधी झालं हे कळलंही नाही ज्ञानेश!

‘रायगडला जेव्हा जाग येते’ मधल्या शंभूराजांच्या वाक्यांची मला आठवण येत आहे आत्ता, तुला ती हकिगत सांगताना. शंभूराजे म्हणतात त्याप्रमाणे, थोडा बदल करून मी असं म्हणालो असतो आज, की

‘आम्ही प्रेक्षकांवर निर्णय सोपविला, प्रेक्षकांनी योग्य तोच सिलसिला केला. मामला साफ आहे, सरळ आहे, गफलतीला कुठं जागाच नाही...”

...पण ज्ञानेश, अंदर की बात खोटे जाने.

...ज्ञानेश, योगच लागतात चांगले

तो सहा संस्थांचा गाजलेला नाट्योत्सव एकदाचा संपला आणि ज्ञानेश १५ मार्चला बापूंची पुण्यतिथी आली. दामोदर हॉलमध्ये साजरीही केली. त्यानंतर मग वेध लागले ते शतसांवत्सरिक उत्सवाचे. साहित्यसंघातर्फे भल्या मोठ्या प्रमाणावर हा महोत्सव व्हायचा होता मुंबईत.

साहित्यसंघाकडून सर्व संस्थांना मानाच्या 'सुपाऱ्या' पाठवण्यात आल्या. 'ललित-कलादर्श'लाही उत्सवात भाग घेण्याचं आमंत्रण आलं; पण ज्ञानेश, त्यात थोडी हिकमत होती. आम्ही सहा संस्थांनी शतसांवत्सरिक उत्सव आधीच साजरा केल्याबद्दल काही मंडळींना घुस्सा आला होता. त्यांत अप्पा पेंडसे पण होते. 'हे कोण लागून गेले उत्सव साजरा करणारे?' असंही ते म्हणाले. पण या प्रश्नाला परस्पर डॉ. भालेरावांनीच उत्तर दिलं. ते म्हणाले, "त्यात काय बिघडलं? 'रंगभूमी दिन आणि शतसांवत्सरिक उत्सव' कुणीही साजरा करावा." मग 'ललितकलादर्श' आणि उत्सवात भाग घेणाऱ्या इतर संस्थांना सांगण्यात आलं की, 'दोन तास दहा मिनिटात प्रयोग आटोपला पाहिजे.'

हे समजल्यावर साहजिकच प्रश्न पडला ज्ञानेश, की 'सत्तेचे गुलाम' सारखं नाटक, ते २.१० मि. कसं काय आटपायचं? पण तेवढ्यात नंदू खोट्यांनी त्यावर तोडगा शोधून काढला. त्यांनी सांगितलं, "पेंढारकर, मी माझ्या संस्थेला मिळणारे अडीच तास तुम्हाला देतो. आपण सांगू की दोन कंपन्यांचं एकच नाटक होईल. कशी काय कल्पना?"

मला ती कल्पना आवडली. त्याप्रमाणे आम्ही साहित्यसंघाला कळवलं. त्यावर संघानं

कळवलं की, 'जाहिरातीवर दोन्ही संस्थांची नावं जाहीर करावी लागतील.' खोटे म्हणाले, ''खुशाल जाहीर करा. समजणारे जे आहे ते समजतीलच.''

आणि मग आम्ही जाहीर केलं, 'रेडिओ स्टार्स आणि ललितकलादर्श'सादर करीत आहे 'सत्तेचे गुलाम.'

आत्ता ही हकिगत तुला मुद्दाम सांगितली मी ज्ञानेश. बारक्याबारक्या अडचणी म्हण, कुरापती म्हण, की डावपेच म्हण, असे कुणी कुणी लढवतं आणि मग आपल्यालाही त्यातून मार्ग शोधण्यासाठी तसल्याच काही डावपेचांचा आधार घ्यावा लागतो.

साहित्यसंघाच्या कमिटीवर मी पण होतो. रोज बैठका, चर्चा, आराखडे आणि योजना. उत्सवाची सुरुवात जेव्हा लिटल थिएटर्सच्या 'सारस्वत' नाटकानं करायची ठरलं, तेव्हा मी प्रथम म्हणालो,

''पाहा बुवा विचार करा. तुम्ही मामांच्या नाटकानं उत्सवाला प्रारंभ करताहात, पण संभाळा.'' त्यावर सर्वांनी हसून घालवलं. मी म्हणालो, ''हसताय तुम्ही, पण दोन नाटकं मामांची आणि तीही सुरुवातीलाच; 'सारस्वत' आणि 'सत्तेचे गुलाम' पाहा बुवा.'' पण तरीही तो सर्वांनी विनोदच मानला.

उत्सवाचा दिवस उजाडला. १४ एप्रिल, १९४४. सकाळी अकराच्या सुमारास आम्ही फिरत फिरत मरीन ड्राइव्हवर गेलो. तिथं उत्सवासाठी मोठा मंडप घातला होता. ज्ञानेश, त्या वेळची ती सगळी योजना अफाट होती. माझ्या कल्पनेप्रमाणे आठ ते दहा हजार प्रेक्षकांची बसायची सोय होईल, एवढा तो मंडप होता. आम्ही तिथं जाऊन पाहतो तो खुर्च्यांचा पत्ता नाही. साहित्यसंघाच्या कार्यकर्त्यांना मोठा प्रश्न पडला मग, की आता खुर्च्या येणार कधी, त्यांच्यावर नंबर्स टाकायचे कधी... काही कळेना, काय करायचं ते! बाबी भांडारेनं खुर्च्या पुरवण्याचं कान्ट्रॅक्ट घेतलं होतं. त्याच माणसानं आपल्या उत्सवाच्या वेळीही असाच गोंधळ केला होता. ते सगळे डोक्याला हात लावून बसले. मी मग आठवण दिली, गमतीनं, ''तरी सांगत होतो, मामांचं नाटक प्रथम लावताना विचार करा म्हणून. घोटाळा झाला की नाही. बसा आता!'' दुपारचे तीन झाले तरी खुर्च्यांचा पत्ता नाही; आणि खुर्च्या आणायला गेलेल्या भांडारेचाही पत्ता नाही. मी मग कंटाळून घरी परतलो. आम्ही सर्व म्हणजे डॉ. आजगावकरांचे चिरंजीव, बाबल, बाबूरावांचे बंधू चंद्रकांत आणि बाबूराव 'कपूर महाल'मध्ये गप्पागोष्टी करत बसलो. आणि चार वाजता प्रचंड आवाज कानावर आला. इमारतीला हादरे बसले. आकाशात धुराचे लोट उसळले. सगळीकडे धावाधाव झाली. आकाशात बारीक बारीक तुकडे उडालेले पण दिसले.

आम्ही सगळी माणसं तर्क लढवीत ते धुराचे लोट पाहत असतानाच, दहा मिनिटांच्या अवधीनंतर आणखी एक स्फोट झाला, तो पहिल्या स्फोटापेक्षा जास्त

मोठ्या प्रमाणात! गोदी विभागात तो स्फोट झाला होता. मरीन ड्राइव्हच्या मागेच कपूर महाल. समोरच मोठं कवायतीचं ग्राउंड. सोल्जर्स लोकांच्या कवायती तिथं चालायच्या. त्या स्फोटाच्या आवाजानं ते शिपाई पटापट जमिनीवर पालथे पडले. गोदी विभागातल्या स्फोटातले तुकडे मरीन ड्राइव्हच्या त्या मैदानापर्यंत उडून पडले. त्या स्फोटाने ज्ञानेश, माझाही जीव घाबराघुबरा झाला. मला भोवळ येणार असं वाटलं. मी मटकन खालीच बसलो. मग काही वेळ माझ्यासाठी डॉक्टर आणायचा म्हणून धावाधाव झाली.

त्या धक्क्यातून मी सावरलो. मग आठवण झाली, आपल्या उत्सवाच्या मंडपाचं काय झालं असेल? पण मंडप सुरक्षित होता. वातावरण मात्र इतकं बिथरलेलं होतं, की रात्रीच्या उत्सवात कुणाचंच लक्ष लागणार नव्हतं. उत्सव एक दिवस पुढे ढकलण्यात आला.

पुनः प्रश्न, आता पहिलं नाटक कुणाचं करायचं? मी म्हणालो, ''आपल्याला पडताळा आला. धोका होता तो आता टळला. आता कोणत्याही नाटकानं प्रारंभ झाला तरी चालेल.''

त्याप्रमाणे, शतसांवत्सरिक उत्सवाची सुरुवात १५ एप्रिल रोजी 'सारस्वत' नाटकानं झाली. मात्र दुसऱ्याच दिवशी 'सत्तेचे गुलाम' होतं, ते एक दिवस पुढं ढकलून मध्ये घेतलं 'उद्याचा संसार.' 'उद्याचा संसार' लोकांच्या अपेक्षेला उतरलं नाही. त्या उत्कृष्ट नाटकाचा बोजवारा उडाला.

ज्ञानेश, माझी प्रकृती आधीच ठीक नव्हती. त्यात होऊन जाणाऱ्या प्रयोगांची प्रतिक्रिया पाहून, त्याचाही परिणाम होत असावा. एकदम एवढ्या मोठ्या प्रमाणावर, एवढ्या प्रेक्षकांसमोर उभं राहण्याची ती पहिलीच वेळ होती. त्याचा एकत्रित परिणाम म्हण, काहीही म्हण, त्या दिवशी म्हणजे सतरा एप्रिलला सकाळीच मला ताप आला.

रात्री प्रयोगाला उभं राहावंच लागलं. अगोदर मात्र जाहीर केलं की, पेंढारकरांची प्रकृती बरोबर नसल्यानं, ते आज गाणी म्हणणार नाहीत. पण ज्ञानेश, प्रयोग रंगला. कल्पनेबाहेर रंगला. आणि मग लोक म्हणाले, 'अहो प्रकृतीला काय झालंय? भाव खाण्यासाठी उगीचच थाप मारली होती.'

त्या प्रयोगात केरोपंतांची भूमिका केली रामचंद्र वर्दे यांनी. पण ज्ञानेश, भाव खाल्ला तो कान्होबांच्या भूमिकेत, नाना लिमयांनी. नलिनीचं काम केलं, सरोजिनी रेगेनं. या सरोजिनीचे वडील म्हणजे बाबूराव रेगे; आपल्या बापूंचे स्नेही. रामचंद्र वर्दे यांनी तेवढ्या एकाच प्रयोगात काम केलं. प्रयोग गाजला. मनातली धास्ती, हुरहुर संपली. प्रयोग गाजला. मनातली धास्ती, हुरहुर संपली. प्रयोगाच्या यशाबाबत मन साशंक होतं; कारण त स्फोटापायी वातावरण अस्थिर होतं. तापलेलं होतं. त्यातच

तो महोत्सव सुरू झाला होता आणि पहिल्या दोन प्रयोगांचा फज्जा उडाला होता. 'ललितकलादर्शचा' योगच चांगला!

तू ज्ञानेश, हे मान किंवा नको मानूस- पण नाही, तुला हे मानावंच लागेल. योगच असावे लागतात, तर सगळ्या गोष्टी घडतात. नाहीतर मला सांग, केशवराव भोसल्यांनी कंपनी त्यांच्या पश्चात त्यांच्या नातेवाइकांच्या स्वाधीन न करता ती, चापेकर आणि आपले बापू यांनाच का द्यावी? तर त्यांना संस्था जगवायची होती. म्हणून त्यांनी संस्थेवर किती प्रेम केलं हे सांगता येणार नाही. फार कशाला, ते किती बुद्धिवान होते, याचं एकच उदाहरण सांगायचं झालं तर, कंपनीचं नाव, हेच ते उदाहरण. त्या काळात 'ललितकलादर्श' हा शब्द सुचणं हेच किती कठीण होतं! ज्या शब्दातून केवळ 'कला' याच एका भावनेचा आविष्कार होईल असा हा शब्द! ज्या शब्दात 'कला' आणि 'ध्येय' आलं असा हा एकसांधी शब्द. या शब्दातलं वजन टिकवायचं होतं म्हणूनच केशवरावांनी चापेकरांना आणि बापूंना कंपनी दिली.

म्हणून म्हणालो ज्ञानेश, योगच लागतात. बापूंच्याकडे कंपनी आल्याचं केव्हा समजलं सांगू? तोही योग चांगला आहे. ४ ऑक्टोबर १९२१ रोजी केशवराव भोसले वारले आणि मग दहाव्या दिवशी केशवरावांच्या मृत्युपत्राचं वाचन झालं. कंपनीची मालकी चाफेकर आणि बापूंकडे आल्याचं समजलं. त्यानंतर १९ तारखेला बापूंनी एक प्रयोगही केला. पण ज्ञानेश, अधिकृतरीत्या, कायदेशीर पद्धतीने कंपनीची मालकी आपल्या बापूंकडे आली ती २५ नोव्हेंबर १९२१ रोजी.

तू म्हणशील यात खास योग कोणता? सांगतो.

माझा जन्मही २५ तारखेचाच. त्याच दिवशीचा. कंपनी ताब्यात त्याच दिवशी आली, हा योग!

...मामा, थापा मारू नका

"या मुलीनं 'किस्मत' सिनेमात नाच केला आहे. असा नाच मी आजवर पाहिला नव्हता."

मालतीकडे, म्हणजे ज्ञानेश, तुझ्या आईकडे बोट दाखवीत मामा वरेरकर म्हणाले. मामांची ही नेहमीची पद्धत. एखाद्या नव्या माणसावर आपला प्रभाव पाडायचा असला की त्याची तोंड फाटेतो स्तुती करून त्याला जिंकायचं. कोणत्याही क्षेत्रातला कोणताही कलाकार त्यांच्यासमोर गेला, की त्याच्यासारखा कलाकार मामांनी पूर्वी कधीच पाहिलेला नसायचा. तोवर चाललेल्या मामांच्या थापा मी चुपचाप बसून ऐकत होतो; पण मालतीबद्दल त्यांनी हे सांगताच मी म्हणालो,

"मामा, गैरसमज आहे हा तुमचा. 'किस्मत'मध्ये जिनं नाच केलाय ती मंगला पितळे. ती हिच्यासारखी वाटते, पण ही 'ती' नव्हे, तेव्हा थापा मारू नका."

त्यानंतर ज्ञानेश, आमची थोडी बोलाचाली झाली. मीही मग मुद्दाम विषय काढून, रावसाहेबांना म्हणालो,

"मग साहेब, 'सत्तेचे गुलाम' कधी बसवायला घेणार ते सांगा, म्हणजे तुम्हाला त्याप्रमाणे परवानगी मी लिहून देतो."

मामा गप्प बसले. रावसाहेबांनी पण दुसरा विषय काढला. हा प्रसंग ग्वाल्हेरचा. मुंबईतला शतसांवत्सरिक उत्सव संपला आणि मधले काही महिने संथपणे गेले. अधूनमधून 'गुलाम' आणि 'बाप'चे प्रयोग होत होते. शतसांवत्सरिक उत्सवातला 'सत्तेचे गुलाम'चा प्रयोग गाजला होता, म्हणून नंतर प्रयोग होत राहिले या नाटकांचे.

त्यांनतरची खास घटना म्हणजे रावसाहेबांनी मला ग्वाल्हेरला बोलावलं.

बेळगावचा दौरा म्हटलं म्हणजे ज्ञानेश, तुला काय सांगू आणि किती सांगू असं वाटतंय. साल १९४५. महिना जानेवारी. ४४चा डिसेंबरदेखील थोडासा धरायला हवा. मी ग्वाल्हेरहून परतलो आणि मला लगेच आबासाहेब देसाईंनी बेळगावला बोलावलं. आबासाहेब ना? सांगतो- आपल्या बाबूराव देसाईंचे ते वडील. बेळगावला शतसांवत्सरिक उत्सवाचे ते स्वागताध्यक्ष होते. उत्सव ठरला. प्रोग्रॅम सेक्रेटरी म्हणून त्यांनी मला बोलावलं होतं. त्या तऱ्हेच्या कामाचा अनुभव मी प्रथमच घेणार होतो. त्या निमित्तानं कलाकारांना भेटायचं, सभा बोलवायच्या, निर्णय घेण्याची जबाबदारी स्वीकारायची, प्रयोगाला लागणारा सगळा तपशील मिळवायचा, पुरवायचा आणि शिवाय संस्थेतर्फे प्रयोग करायचा, एवढ्या भूमिका बजावायच्या होत्या.

त्या सर्व गोष्टी पार पाडल्याचं विशेष नाही; पण तो उत्सव काही निरनिराळ्या कारणांनी गाजला. अशा तऱ्हेची जबाबदारी आपण स्वीकारून पार पाडू शकतो की नाही याची कल्पना आली. निरनिराळ्या व्यक्तींशी आपण संपर्क साधून, त्याचं साहाय्य मिळवू शकतो की नाही हे समजलं; पण ज्ञानेश, त्याहीपेक्षा मला माणसाच्या दोन बाजू दिसल्या. काळी बाजू आणि पांढरी स्वच्छ बाजूही. जीवनाच्या एका छटेत, एका प्रांतात जो माणूस कुणालाही पोहोचता येणार नाही एवढ्या उंचीवर जाऊन बसतो, तर तोच माणूस दुसऱ्या दालनात इतका खोल जातो की त्या खड्ड्याची खोली मोजता येऊ नये, मोजायची इच्छा होऊ नये. एका दालनात माणूस 'आकाशाहून' विशाल होतो, तर तोच माणूस

...नरेश, तुला त्या नशेची काय गरज होती रे?

दुसऱ्या दालनात एखाद्या कीटकापेक्षा क्षुद्र होतो. मनाला संभ्रम पडतो, यातलं खरं कोणतं आणि खोटं कोणतं? कारण ज्ञानेश, इथं कानांनी ऐकलेलं खोटं आणि डोळ्यांनी पाहिलेलं खरं, या चार बोटांच्या फरकाचा संकेत धुळीला मिळतो. कारण इथं सगळा मामला नजरेचा आणि नजरबंदीचा म्हणालास तरी चालेल. स्वतःतलं अलौकिकत्व दाखवून जो माणूस तुमचे डोळे दिपवू शकतो, तोच माणूस पुढच्याच क्षणी, तुमच्यावर डोळे झाकून घेण्याची पाळी आणतो. अशा वेळेला काय सांभाळायचं? तत्त्व की लहर? प्रतिष्ठा की व्यवहार? माणसातला 'माणूस' की माणसातला 'कलाकार'? काय सांभाळायचं, निर्णय कोणता घ्यायचा? एकेक नाट्यप्रयोग सुरू झाला की असं वाटायचं, कुणीतरी ओरडत आहे की, 'भालचंद्रा, जागा राहा, रात्र निर्णयाची आहे.'

तू म्हणशील, असं काय घडलं? सांगतो- उत्सव ठरला होता. मी संबंधित मंडळींना आणण्यासाठी धावाधाव करू लागलो. नेवरेकरांना भेटण्यासाठी गोव्याला जाऊन आलो. कार्यकर्त्यांना कामं वाटून दिली. उत्सवातली नाटकं ठरवता ठरवता झोप उडाली. शेवटी कार्यक्रम पक्का झाला. गंधर्व कंपनीची 'सौभद्र', 'एकच प्याला' ही दोन नाटकं ठरली. गंगाधरपंत लोंढे मध्यंतरीच्या काळात स्वर्गवासी झाले. रंगभूमीवरचा 'धैर्यधर' एवढंच त्यांच्याबद्दल सांगितलं की दुसरी उपमा द्यायला नको. त्यामानानं लोंढे अकाली गेले. चटका लावून गेले सगळ्यांना. आणि तेही ऐन दसऱ्याच्या दिवशी! चव्वेचाळीस सालात. लोंढे गेले पण त्यांनी स्थापन केलेली 'राजाराम संगीत मंडळी' ही संस्था भार्गवराम आचरेकर आणि दत्तोपंत वैशंपायन यांनी चालू ठेवली होती. त्यांच्या संस्थेचा 'पुण्यप्रभाव' नाटकाचा प्रयोग ठरला होता. त्याशिवाय तिथल्या महिलांनी फक्त महिलांच्याच संचात 'सत्तेचे गुलाम' करायचं ठरवलं होतं. शिवाय 'उद्याचा संसार' तेही स्थानिक मंडळींचं नाटक व्हायचं होतं. मा. विनायक 'उसना नवरा' नाटक सादर करणार होते आणि आपलं होणार होतं, 'हाच मुलाचा बाप.'

'सौभद्र'मध्ये बालगंधर्वांनी अर्जुनाची भूमिका केली. शंकरराव सरनाईक झाले होते 'सुभद्रा'. नारदाची भूमिका आयत्या वेळी मी केली. 'सौभद्र' नाटकाचा एक अंक झाला आणि बालगंधर्वांनी मध्यस्थाकरवी प्रयोगाबाबत ठरलेल्या पैशाची मध्येच मागणी केली. आबासाहेब होते स्वागताध्यक्ष. त्यांनी सांगितलं की, सगळा प्रयोग झाल्यावर मानधन शेवटी देण्याची व्यवस्था केली आहे. का कुणास ठाऊक; पण बालगंधर्व हटून बसले. 'पैसे दिल्याशिवाय पुढचा प्रयोग मी करणर नाही,' असं उत्तर मिळताच, आबासाहेब कार्यक्रम सोडून रागारागानं घरी निघून गेले. पुनः दुसऱ्या दिवशी 'एकच प्याला' नाटकाच्या वेळी हाच प्रकार. पहिला अंक संपला आणि बालगंधर्वांकडून पैशाची मागणी आली. आबासाहेब आलेले नव्हते. मी, आदल्या

रावसाहेबांची ग्वाल्हेरला 'आर्टिस्ट कम्बाईन्ड' नावाची संस्था होती. रावसाहेब स्वतः मर्मज्ञ. रसिक आणि टीकाकार. दिलदार माणूस, उमदा स्वभाव. बापूंवर आणि आपल्यावर निस्सीम प्रेम करणारे. रावसाहेब म्हणजे वाय. सदाशिव. आत्ता सहज आठवलं म्हणून सांगतो ज्ञानेश. आपले बापू जेव्हा गेले तेव्हा रावसाहेब मुंबईत होते. बापूंना अखेरचं भेटायची बोलायची त्यांना संधी मिळाली नाही; कारण बापू असे अचानक जातील याची त्यांना कल्पनाच नव्हती. ते मुंबईत होते; पण त्यांचं लक्ष ग्वाल्हेरमध्ये होतं. पण शेवटी बापूंच्या निधनाची वार्ता त्यांना मुंबईत ऐकावी लागली.

आणि ज्ञानेश, रावसाहेबांना याचं किती दुःख झालं असेल याची कल्पना मला पुढे आली. रावसाहेब मुंबईला आले आणि आले ते आजार घेऊनच. मुंबईला येण्यापूर्वी त्यांनी मला तार केली होती. मी स्टेशनवर गेलो. परस्परच त्यांना भाटिया हॉस्पिटलमध्ये दाखल केलं. त्यांच्या प्रकृतीला थोडा आरामही पडला. मला माझ्या काही कामासाठी तेव्हा पुण्याला जायचं होतं, पण रावसाहेबांची काळजी वाटत होती म्हणून मुंबईतून पाय निघत नव्हता. रावसाहेबांना जलोदर झाला होता.

हॉस्पिटलच्या डॉक्टरांनी त्यांना विचारलं,

"तुम्ही पिता का?"

रावसाहेब म्हणाले, "मी आजवर इतरांना पाजत आलोय, पण स्वतः पीत नाही."

"मग तुम्हाला जलोदर का व्हावा?"

" डॉक्टर, ते तुम्ही सांगायचं आहे मला."

रावसाहेबांना जरा बरं वाटतंय असं पाहून, त्यांच्याच अनुमतीनं मी पुण्याला गेलो. दोन दिवसांनी परतलो. भार्गवराम पांग्यांच्या बरोबर 'कोना' रेस्टॉरंटमध्ये बसलो होतो. रावसाहेबांना भेटायला जाण्याचा एकीकडे विचार करीत होतो, तोच पांगे म्हणाले,

"तुम्हाला समजलं का?"

"काय?"

"आपले वाय. सदाशिव वारले."

मस्तक एकदम बधिर झालं. सगळ्या संवेदना नाहीशाच झाल्या. मी पांग्यांना म्हणालो,

"तुम्ही पुढे व्हा, मी आता जरा वेळ इथंच बसतो."

तासभर मी तसाच सुन्न होऊन बसलो होतो. १२ ऑगस्ट, ४७ सालची घटना. सगळा भूतकाळ मला आठवत होता त्या क्षणी. वाय. सदाशिव म्हणजेच रावसाहेबांच्या सहवासातल्या आठवणी, त्यांचा आपल्याबद्दलचा ओढा, जिद्द, नाट्यप्रेम सगळं

सगळं संपलं. मृत्यूचा एक फटका, आणि साडेतीन हातांचा चालता-बोलता देह मातीत मिसळतो. काळाची एक फुंकर आणि व्यक्तिमत्त्वाची, कलेची, विद्वत्तेची, कर्तृत्वाची राख. निसर्गाची एक लहर आणि तुमच्या-आमच्या हातात फक्त आठवणी, आख्यायिका.

आपण 'ललितकलादर्श' चालू केली, तेव्हा पहिल्या प्रयोगाला त्यांनी बापूंच्या स्नेहसोबत्यांना, कलाकारांना, हितचिंतकांना भेट देण्यासाठी म्हणून बापूंचे अर्धाकृती पुतळे करून दिले. ग्वाल्हेरला त्यांचा स्टुडिओ होता. नाटकांची फार आवड म्हणून त्यांनी 'आर्टिस्ट कम्बाईन्ड' नावाची संस्था स्थापन केली. दर वर्षी त्या संस्थेतर्फे नाटकं बसवून सादर करण्याचा त्यांचा परिपाठ होता.

१२ ऑगस्ट रोजी ते गेले तरीही त्यांचा तो स्मृतिदिन म्हणून ग्वाल्हेरला अजूनही 'आर्टिस्ट कम्बाईन्ड'चा नाट्यप्रयोग होतो, आणि ज्ञानेश, रावसाहेबांना श्रद्धांजली वाहायची म्हणून, दर वर्षी मी ग्वाल्हेरला जातो. गेली अनेक वर्षे जातो आहे. त्यात फक्त एकदाच खंड पडला; तो म्हणजे आपल्या 'गौरीशंकर'च्या वेळी-नव्या नाटकाच्या वेळी. १८ वर्षांनंतर खंड पडला. रावसाहेबांचा विषय निघाला ज्ञानेश, आणि मी वाहवत खूप पुढं आलो. मी सुरुवात केली ती हकिगत होती डिसेंबर १९४४ची.

मुंबईचा शतसांवत्सरिक उत्सव संपला आणि रावसाहेबांनी 'सत्तेचे गुलाम' नाटक बसवण्यासाठी मला ग्वाल्हेरला बोलावलं. त्यापूर्वी त्यांच्या संस्थेतर्फे उत्सव व्हायचा होता. लग्नाची बेडी, बेबंदशाही आणि तिथल्या स्थानिक संस्थेचं विद्याहरण अशी तीन नाटकं व्हायची होती. मुंबईला मुक्कामात रावसाहेबांनी आपलं 'सत्तेचे गुलाम' नाटक पाहिलं होतं. ग्वाल्हेरला त्यांच्या संस्थेतर्फे हे नाटक बसवायचा त्यांना मोह झाला. त्यात ते स्वतः काम करणार होते. रावसाहेबांचा एक अत्यंत नावाजण्यासारखा गुण म्हणजे, त्यांनी करायला घेतलेल्या प्रत्येक कामात कमालीचा रेखीवपणा, नीटनेटका प्रयत्न आणि एक डौल असायचा.

त्यांच्या आमंत्रणाप्रमाणे मी दुपारी पंजाब मेलनं ग्वाल्हेरला उतरलो. गेलो त्याच दिवशी संध्याकाळी 'लग्नाची बेडी' नाटकाची तालीम सुरू झाली. ती पहाटेपर्यंत चालली होती. उत्सवाला अवघे दोन दिवस राहिले होते, आणि 'पराग'ची भूमिका करणाऱ्या माणसाची बायको वारल्याची बातमी धडकली. साहजिकच तो गृहस्थ गावाला गेला आणि 'पराग'ची भूमिका माझ्या गळ्यात पडली.

हेही योगच. जेव्हा जेव्हा नाटकातून कामं करायची वेळ आली तीच मुळी अवेळी. अवेळी म्हणजे वेळ उरलेला नसताना. 'स्वयंसेवक' नाटकाच्या वेळी असाच दोन दिवसांवर प्रयोग येऊन ठेपलेला. त्याचप्रमाणे लोंढ्यांकडे काम करायची वेळ आली तेव्हाही हाच प्रकार. 'योग' आणि 'प्रयोग' हे दोन्ही माझ्या बाबतीत

अकल्पितपणेच आले. मध्ये मी लोंढ्यांकडे 'सोन्याचा कळस' नाटकात काम केलं! ती हकिगत मी तुला सांगितलीच नाही. तो एक गमतीदार योग आला. ज्ञानेश, मला आठवण कर; नंतर सांगतो. आत्ता आपलं इतकंच की, दोन दिवसांत नक्कल पाठ करून उभं राहायची ही तिसरी वेळ होती.

पण ज्ञानेश, हे असं एकाएकी का व्हावं? आता मी जर पुन्हा मामांचं नाव घेतलं तर तुला ते पटणार नाही किंवा हसायला तरी येईल, पण पुन्हा 'कावळा बसायला' हा 'काकतालीय' न्याय घडला की नाही? तसं घडलंच. कारण या उत्सवाचे अध्यक्ष होते मामा वरेरकर.

आम्ही सहा संस्थांनी मुंबईत उत्सव केला तेव्हाही अध्यक्ष मामाच होते, ही मजा. एकूण काय, तर पुन्हा एक-दोन दिवसांतच नक्कल पाठ करून भूमिका करायची.

ती भूमिका मी केली. 'ती पाहताच बाला' हे गाणं पाठ नव्हतं. ते गाणं मग हातावर लिहून घेतलं आणि हावभाव करीत, थांबत थांबत ते गाणं म्हटलं. त्या वेळचा खुद्द नाटकातलाही प्रसंग त्याच तऱ्हेचा होता, म्हणून ते झक्क जमून गेलं.

रावसाहेबांनी नाटक अप्रतिम बसवलं होतं. त्यांच्या दिग्दर्शनाचं कौतुक करावं तेवढं थोडंच. रावसाहेबांचा अगोदरच माझ्यावर लोभ होता आणि दोन दिवसांत मी नक्कल पाठ करून, भूमिका करून दाखवल्यामुळे तर ते आणखीनच खूष झाले. त्यांनी त्या वेळेला मला भरपूर बिदागी, मानधन देऊन त्यांचं प्रेम व्यक्त केलं.

आज वाईट याच एका गोष्टीचं वाटतं की, माझा धावपळीचा, उमेदवारीचा काळ त्यांनी बघितला. पण आजचं हे यश, ललितकलेची माझ्या कारकिर्दीतली गाजत असलेली नाटकं पाहायला रावसाहेब नाहीत. आपलं सध्याचं हे वैभव पाहून अभिमानानं त्यांची छाती फुगली असती. कारण या स्थानापर्यंत येताना मी किती टक्कर दिली, हे त्यांना माहीत होतं. स्वतः धडपड करून, झगडा देत देत वर येणाऱ्या माणसालाच 'कष्ट' या शब्दाचा अर्थ समजतो. रावसाहेब तसे होते.

त्यांना स्वतःचा एक स्टुडिओ असावा अशी फार इच्छा होती; पण प्रश्न होता तो भांडवलाचा. त्यांनी मग त्यांच्या वडिलांकडे पैसे मागितले. वडिलांनी पैसे दिले; पण त्यावर सरळ व्याजाची मागणी केली. रावसाहेब चिडले, पण त्यांनी पैसे घेतले. त्यावर अटीप्रमाणे व्याज दिलं आणि थोड्याच दिवसांत स्टुडिओ नावारूपाला आणून, वडिलांचं पै न् पैचं देणं व्याजासहित चुकतं केलं आणि ज्ञानेश, त्याच्याही नंतरची गंमत म्हणजे, सर्व पैसे ताब्यात आल्यावर रावसाहेबांच्या वडिलांनी त्यातली एकूणएक रक्कम रावसाहेबांना परत केली आणि ते म्हणाले,

"मी व्याजाची मागणी केली म्हणून तू स्वाभिमानाने, जिद्दीने धंदा केलास. माझा तोच हेतू होता. हे सगळे पैसे तुझेच आहेत. अरे, मी तरी आणखीन कुणासाठी

साठवणार पैसे?''

अशी असतात एकेक माणसं. रावसाहेब पण तसेच होते. त्यांची आठवण येते. आपलं यश पाहून ज्यांना अगदी शुद्ध आनंद होतो आज, त्या काही मोजक्या मंडळींत आज रावसाहेब नाहीत. ज्ञानेश, शुद्ध आनंद एखाद्यानं व्यक्त करणं यासारखी चीज आता दुर्मीळ होत आहे. शुद्ध आनंद धारण करणारी व्यक्ती पण त्यासाठी शुद्ध असावी लागते. बहुतेकांच्या आनंद व्यक्तीकरणात कुठंतरी राजकारणाचा-स्वार्थाचा वास मारतो.

उदाहरण देऊ नये; पण देतो. 'कुंजबिहारी' नाटकात मी मध्ये एकदा काम केलं. भूमिका होती पेंद्याची. मला त्या वेळी मामा वरेरकरांकडून निरोप आला; तो असा,

''काम उत्कृष्ट केलंस. कुठंही जास्तीचा वाह्यातपणा वाटला नाही. तोल सांभाळून भूमिका केली. आनंद वाटला.''

तुला माहीत नाही ज्ञानेश, पण मी मामांचं दर्शनही कधी घेत नव्हतो. त्यांच्या त्या निरोपाला मी उलट निरोप पाठवला.

'माझी स्तुती करणारा निरोप तुम्ही कधीही पाठवत जाऊ नका. तुम्ही माझी जेवढी निंदा कराल तेवढी माझी भरभराट होईल.' कदाचित ज्ञानेश मामांचा तो निरोप खरोखरच अत्यंत 'निरोगी' असेलही; पण मला तो नको होता. कारण त्यांची ती पद्धत होती. नावंही ठेवायची, नावाजणी पण करायची. नावाजणी केली की मोठे-मोठे लोकही त्यांच्यामागे धावत गेलेले मी पाहिले होते. कुणालाच स्वाभिमान नाही.

इतरांसारखा मीसुद्धा स्वाभिमान सोडून, माझ्या काही स्वार्थासाठी मामांकडे धावलो असतो तर ज्ञानेश, दर वर्षी रावसाहेबांसारख्या स्वाभिमानी माणसाला श्रद्धांजली अर्पण करण्यासाठी, ग्वाल्हेरला धावत जाण्याचा अधिकार मला पोहोचला असता का?

...मामा, थापा मारू नका

"या मुलीनं 'किस्मत' सिनेमात नाच केला आहे. असा नाच मी आजवर पाहिला नव्हता."

मालतीकडे, म्हणजे ज्ञानेश, तुझ्या आईकडे बोट दाखवीत मामा वरेरकर म्हणाले. मामांची ही नेहमीची पद्धत. एखाद्या नव्या माणसावर आपला प्रभाव पाडायचा असला की त्याची तोंड फाटेतो स्तुती करून त्याला जिंकायचं. कोणत्याही क्षेत्रातला कोणताही कलाकार त्यांच्यासमोर गेला, की त्याच्यासारखा कलाकार मामांनी पूर्वी कधीच पाहिलेला नसायचा. तोवर चाललेल्या मामांच्या थापा मी चुपचाप बसून ऐकत होतो; पण मालतीबद्दल त्यांनी हे सांगताच मी म्हणालो,

"मामा, गैरसमज आहे हा तुमचा. 'किस्मत'मध्ये जिनं नाच केलाय ती मंगला पितळे. ती हिच्यासारखी वाटते, पण ही 'ती' नव्हे, तेव्हा थापा मारू नका."

त्यानंतर ज्ञानेश, आमची थोडी बोलाचाली झाली. मीही मग मुद्दाम विषय काढून, रावसाहेबांना म्हणालो,

"मग साहेब, 'सत्तेचे गुलाम' कधी बसवायला घेणार ते सांगा, म्हणजे तुम्हाला त्याप्रमाणे परवानगी मी लिहून देतो."

मामा गप्प बसले. रावसाहेबांनी पण दुसरा विषय काढला. हा प्रसंग ग्वाल्हेरचा. मुंबईतला शतसांवत्सरिक उत्सव संपला आणि मधले काही महिने संथपणे गेले. अधूनमधून 'गुलाम' आणि 'बाप'चे प्रयोग होत होते. शतसांवत्सरिक उत्सवातला 'सत्तेचे गुलाम'चा प्रयोग गाजला होता, म्हणून नंतर प्रयोग होत राहिले या नाटकांचे.

त्यांनतरची खास घटना म्हणजे रावसाहेबांनी मला ग्वाल्हेरला बोलावलं.

तो महोत्सव सुरू झाला होता आणि पहिल्या दोन प्रयोगांचा फज्जा उडाला होता. 'ललितकलादर्शचा' योगच चांगला!

तू ज्ञानेश, हे मान किंवा नको मानूस- पण नाही, तुला हे मानावंच लागेल. योगच असावे लागतात, तर सगळ्या गोष्टी घडतात. नाहीतर मला सांग, केशवराव भोसल्यांनी कंपनी त्यांच्या पश्चात त्यांच्या नातेवाइकांच्या स्वाधीन न करता ती, चापेकर आणि आपले बापू यांनाच का द्यावी? तर त्यांना संस्था जगवायची होती. म्हणून त्यांनी संस्थेवर किती प्रेम केलं हे सांगता येणार नाही. फार कशाला, ते किती बुद्धिवान होते, याचं एकच उदाहरण सांगायचं झालं तर, कंपनीचं नाव, हेच ते उदाहरण. त्या काळात 'ललितकलादर्श' हा शब्द सुचणं हेच किती कठीण होतं! ज्या शब्दातून केवळ 'कला' याच एका भावनेचा आविष्कार होईल असा हा शब्द! ज्या शब्दात 'कला' आणि 'ध्येय' आलं असा हा एकसांधी शब्द. या शब्दातलं वजन टिकवायचं होतं म्हणूनच केशवरावांनी चापेकरांना आणि बापूंना कंपनी दिली.

म्हणून म्हणालो ज्ञानेश, योगच लागतात. बापूंच्याकडे कंपनी आल्याचं केव्हा समजलं सांगू? तोही योग चांगला आहे. ४ ऑक्टोबर १९२१ रोजी केशवराव भोसले वारले आणि मग दहाव्या दिवशी केशवरावांच्या मृत्युपत्राचं वाचन झालं. कंपनीची मालकी चाफेकर आणि बापूंकडे आल्याचं समजलं. त्यानंतर १९ तारखेला बापूंनी एक प्रयोगही केला. पण ज्ञानेश, अधिकृतरीत्या, कायदेशीर पद्धतीने कंपनीची मालकी आपल्या बापूंकडे आली ती २५ नोव्हेंबर १९२१ रोजी.

तू म्हणशील यात खास योग कोणता? सांगतो.

माझा जन्मही २५ तारखेचाच. त्याच दिवशीचा. कंपनी ताब्यात त्याच दिवशी आली, हा योग!

दिवशी आबासाहेबांनी जे उत्तर दिलं होतं, तेच उत्तर दिलं. त्यावर मलाही तेच सांगण्यात आलं.

‘पैसे नाही मिळाले आत्ता, तर पुढचा प्रयोग होणार नाही.’ मग माझं डोकं फिरलं. मला कळेचना की हा नटसम्राट, रसिकांचा मुकुटमणी असं का इथं वागतो आहे? स्वतःची बदनामी होईल अशी गोष्ट का करतो आहे? व्यक्ती सांभाळू की तत्त्व? वास्तविक असे मध्येच पैसे मागणं म्हणजे आमच्यावर अविश्वास दाखवण्यासारखं होतं. सांगलीला ज्याप्रमाणे बनहट्टी वागले होते त्याच प्रकारची वागणूक आत्ता एका कलाकाराकडून होत होती! पण नाही ज्ञानेश, माझं चुकलं! माझ्याजवळ त्या वेळी मध्येच पैशाची मागणी करणारे बालगंधर्व हे, कुबेरालाही कर्ज देऊ शकणाऱ्या बाबासाहेबांकडे पाठ फिरवणारे, आणि सुधारकाच्या पायाला हात लावून, ‘कशी या त्यजू पदाला’ म्हणणाऱ्या सिंधूची भूमिका करणारे बालगंधर्व नव्हते. त्या वेळी मला असं वाटलं ज्ञानेश, की बालगंधर्वांना सांगावं, की ‘कमीत कमी निःस्पृह सिंधूची भूमिका करण्यासाठी जे लुगडं नेसला आहात, ते बदला आणि मग पैसे मागून अडवा.’ पण मी गप्प होतो. व्यवहारी जगात उदात्ततेची नाणी वाजत नाहीत तर व्यवहारी वाणी वाजते, हे समजायला लागलं होतं. मी ताडकन म्हणालो मध्यस्थांना-

“ठीक आहे. प्रयोग बंद! मी आत्ताच स्टेजवर जाऊन सांगतो की या कारणासाठी पुढचा प्रयोग आता होऊ शकत नाही.”

माझी ती मात्रा लागू पडली, आणि पुढचे अंक निमूटपणे पार पडले.

ही घटना सोड ज्ञानेश. मघाशी मी त्यांना ‘रसिकांचा मुकुटमणी’ म्हणालो. यात मात्र बिलकूल अतिशयोक्ती नव्हती. तुला एकच आठवण सांगतो, तीही उत्सवातली. मुंबईत झालेला उत्सव. दहा हजारांच्या घरात प्रेक्षक असतील. ‘एकच प्याला’ नाटकाचा प्रयोग. त्यातला महत्त्वाचा प्रसंग. पिता की पती याचा निर्णय ठरवण्याचा प्रसंग. आणि तुला काय सांगू ज्ञानेश, बालगंधर्व एकाएकी ब्लँक झाले. अशी अवस्था होते स्टेजवर! ती अगदी अटळ अवस्था आहे. त्या अवस्थेवर काही पर्याय नाही. ती अवस्था भोगायची आणि घालवायची! त्या अवस्थेतल्या स्वतःला होणाऱ्या यातना सोसायच्या आणि प्रेक्षक जी काय ससेहोलपट करतील ती सोसायची! पण ज्ञानेश, त्या दिवशी यातलं काही झालं नाही. बालगंधर्व म्हणाले, ‘पतिव्रतेला...’ आणि पुढे गप्प बसले. त्यांना काही आठवेचना. शेवटी स्टेजवरच्या लोंढ्यांनी सांगितलं पुढचं वाक्य... ‘नाती नसतात.’ सांगितले गेलेले तेवढे दोन शब्द नारायणरावांनी म्हटले; आणि पुन्हा ते ब्लँक झाले. मग आणखी कुणी सांगितलं, ‘ती भावाची बहीण नसते.’ मग पुन्हा बालगंधर्व तेवढंच वाक्य बोलले. स्टेजवर केलेलं प्रॉम्प्टिंग पण लोकांना ऐकू जात होतं. पण लोक शांत होते. त्यांनी त्यांच्या नटसम्राटाची अगतिकता जाणली. दहा हजाराच्या त्या समुदायात प्रत्येक जण

अंतःकरणाचा रसिक होता. बालगंधर्वांवर तुटून प्रेम करणारा होता. त्या वेळी तिथं कोणत्याही 'हीन' भावनेला जागाच नव्हती. जणू काही सगळे दिव्य देह धारण करून त्यांच्या लाडक्या अभिनेत्याला पाहायला आले होते. एखाद्या पुण्यवंताची, कलाकाराची कमाई किती अख्ख्या जिंदगीची? त्याचं उत्तर या अशा एखाद्या क्षणी मिळतं. ज्ञानेश, 'उद्याचा संसार' नाटकाचा धुव्वा करणारी माणसं हीच होती हे आठव म्हणजे माझे बोल तुला जास्त समजतील. असा एखादा क्षण मिळवण्यासाठी काय करावं लागतं माहीत आहे का ज्ञानेश? आपल्या कलेसाठी, आविष्कारासाठी, कापरासारखं जाळून घेण्याची तयारी लागते. कापराचं जळणं म्हणजे मागं काहीच न उरणं! इतकं वेडं व्हावं तेव्हा त्या वेडाची पावती देण्यासाठी 'क्षण' समोर थांबतो; तुमचा दास होतो.

तेज, तेज म्हणून म्हणतात ते हेच असेल नाही ज्ञानेश! तेजाचा तो स्फुल्लिंग केव्हा कुणात दिसेल आणि तुम्हाला दिपवून टाकील ते सांगता येणार नाही.

असंच त्या प्रयोगात दिपवलं ते गंगाधरपंत लोंढ्यांनी. त्यांनी सुधाकराची भूमिका केली होती. तसा सुधाकर मी कधीच पाहिला नव्हता आणि आता कधी पाहायला मिळेल, असं वाटतही नाही. लोंढे अनेक भूमिका करत. कृष्णाच्या भूमिकेत ते खूप मिस्कील दिसायचे. 'मृच्छकटिक' मध्ये चारुदत्त, 'भावबंधन'मध्ये प्रभाकर, 'शारदा' मध्ये कोदंड; पण 'एकच प्याला'मधील सुधाकर तो सुधाकरच. त्याची सर त्यांच्या या इतर भूमिकांना कधीच यायची नाही.

लोंढ्यांचं माझ्यावर प्रेम होतं. तरीसुद्धा ज्ञानेश, त्यांच्याशी मला एकदा बाणेदारपणा दाखवावा लागला. लोंढे एकदा एका बैठकीत असं म्हणाले होते की, 'सगळ्या नाटक कंपन्यांच्या मालकांना मी माझ्या कंपनीत नाचवणार आहे.' वसंतराव देसाईंचा व लोंढ्यांचा खूप परिचय. एकत्र ऊठबस होण्याइतका. साहजिकच माझ्या कानावर ते वाक्य आलं. पुढे एकदा नेमका असा प्रसंग आला की, लोंढ्यांनी 'सोन्याचा कळस' नाटकाचे दोन प्रयोग दामोदर हॉलमध्ये लावले आणि एकाएकी त्यांची मुलगी कोल्हापूरला आजारी झाली आणि लोंढे कोल्हापूरला गेले. ते काम करू शकले नाहीत. त्या वेळी केवळ दोनच दिवस अगोदर मला आमंत्रण आलं. तुला मगाशी मी जे म्हणालो ना ते याबद्दलच. नेहमी धावत पळत कामं करावी लागली.

दोन्ही प्रयोगांत विठुकृष्णाचे काम करून तसाच घरी परतलो. तसाच म्हणजे बिदागी न घेता. लोंढे जेव्हा परतले तेव्हा त्यांना त्यांच्या मॅनेजरकडून ही गोष्ट समजली. मुंबईला आल्यावर देसाईंना ते त्याबाबत माझ्यासमोरच बोलले. मी मग सांगून टाकलं,

''त्यांची अडचण जाणूनच, केवळ रीत म्हणून, या व्यवसायातले संकेत

म्हणून मी काम केलं. बिदागीचा प्रश्न येतोच कुठे?''

आणि लोंढे परतल्यावर मग मी म्हणालो, ''मी लोंढ्यांचा नोकर नाही. सगळ्या मालकांना नाचवीन ही त्यांची जिद्द होती. त्याप्रमाणे सरनाईक झाले, बोडस झाले, मी तसा वाकणार नाही आणि त्याचं कारण एकच, 'सर्वांना नाचवीन' त्यातला 'नाचवीन' हा शब्द मला बोचतो. याऐवजी लोंढे असं म्हणाले असते, की सर्वांना घेऊन एखादा प्रयोग करायची इच्छा आहे, तर मग अवश्य त्या बिदागीचा स्वीकार केला असता.''

ज्ञानेश, अशी मोठी कलाकार मंडळी आणि त्यातली छोटी माणसं. लोंढे अचानक वारले आणि 'नमवी पाहा भूमी हा चालताना' हे वर्णन ज्याला शोभेल असा धैर्यधर रंगभूमीला अद्याप तरी मिळालेला नाही. लोंढ्यांच्या पश्चात भार्गवरामांनी आणि वैशंपायनांनी संस्था चालू ठेवली आणि त्याचाच 'पुण्यप्रभाव' बेळगावला होणार होता. प्रयोगाचा दिवस उजाडला आणि नानासाहेबांची 'काम करायला येऊ शकत नसल्याची' तार काही अडचणी निर्माण झाल्यामुळे आली.

पुनः प्रश्न! आता निर्णय कोणता घ्यायचा? पण मी सांगितलं, की प्रयोग व्हायला हवा. वृंदावनचं काम वैशंपायन करतील.

आदल्या दिवशी मी 'एकच प्याला'च्या वेळी जो निर्भीडपणा दाखवला, त्याबाबत आबासाहेबांनी माझं तीन-तीनदा कौतुक केलं. त्यामुळं मलाही एकतऱ्हेचा आत्मविश्वास वाटत होता आणि माझ्या त्या आत्मविश्वासाला चोख उत्तर दिलं ते वैशंपायन यांनी. नानासाहेब फाटकांच्या जागी ते तेवढ्याच जिद्दीनं उभे राहिले आणि दृष्ट लागावी असं काम करून गेले. पण ज्ञानेश, त्या दिवशी, 'फाटक येणार नाहीत' या एकाच घटनेचा नव्हता ताण पडलेला; दुपारी आणखी एक मनस्ताप वाढवणारी गोष्ट घडली होती.

जेवणाच्या वेळची गोष्ट!

सर्वांची जेवणं आटोपल्यावर मी शेवटी जेवायला बसणार तेवढ्यात आचाऱ्यानं सांगितलं, ''पेंढारकर, पाचच मिनिटं थांबा; भात होतो आहे.'' मी ''बरं'' म्हणालो. पण याचा राग आला मा. नरेश आणि श्रीधर चापेकरांना. दोघेही अद्यापि पानावर होते. आचारी पेंढारकरांना 'भात संपला' म्हणून सांगतो याचा अर्थ काय?असं म्हणून ते पानावरच भांडू लागले. पण गंमत अशी की ज्ञानेश, ते त्यावरून आचाऱ्याशी न भांडता एकमेकांतच भांडू लागले. शिव्या देऊ लागले. मला त्याचा अर्थ कळेना. मग समजलं की त्या दोघांचं हे भांडण माझ्यावर तुफान प्रेम म्हणून नसून, दोघांनी चिक्कार 'पिण्यावर' प्रेम केलं होतं, त्याचा हा परिणाम आहे. मग टाळकंच फिरलं माझं! मी कंपनीचे प्रमुख, भार्गवरामांना बोलावून घेतलं आणि सांगितलं, 'मी आता दहा मिनिटं वाट पाहीन. यांचा हा तमाशा नाही थांबला तर

परक्या ठिकाणी नाटक कंपनीबद्दल काय मत होईल? हे नाही थांबलं तर रात्रीचा प्रयोग मी रद्द करीन.'

कशी गंमत असते पाहा, नानासाहेबांची तार आली होती तेव्हा व्यक्तीला महत्त्व न देता मी प्रयोग संभाळला; पण दुपारचा तो प्रकार पाहून मला प्रयोगाचा विचार बाजूला ठेवावासा वाटला होता; आणि दहा मिनिटांत ते दोघे शांत झाले नसते तर मी खरोखर प्रयोग बंद केला असता. पण मी फार भाग्यवान; म्हणूनच रात्री 'पुण्यप्रभाव' उभं राहिलं! आणि ज्ञानेश, नरेशच्या 'कालिंदी'चा तो प्रभाव पाहताना आपलं 'पुण्य' असं वाटत राहिलं. त्या दिवशी नरेशनं कहर म्हणजे कहरच केला! 'निरोप द्यावा आता बाळा' या प्रसंगाच्या वेळी त्यानं केवळ प्रेक्षकांनाच नाही रडवलं तर विंगेत उभे राहिलेले आम्हीही रडत होतो. ज्ञानेश, तेव्हा असं वाटलं, की आपण कोणी नव्हेत. आपण फार छोटे आहोत. या कलाकाराच्या जवळपासही आपण पोहोचू शकत नाही. धावत धावत जावं आणि नरेशच्या पायांवर डोकं टेकावं! हा नरेश नाही. गडकरीमास्तरांना कालिंदीची व्यक्तिरेखा उभी करताना ज्या प्रतिभेचा स्पर्श झाला असेल तीच ती प्रतिभा, आता रंगभूमीवर, जड स्वरूप घेऊन कालिंदी होऊन वावरते आहे. सकाळ नशापान करून ज्या बेहोष अवस्थेत नरेश भांडत होता, ती 'नशा', ती बेहोषी त्याच्यापासून हजारो कोसांवर होती. आता जी नशा होती ती शुद्ध स्वरूपाची, ब्रह्मानंदीची नशा होती. मला वाटून गेलं, म्हणावंसं वाटलं, 'बेट्या, सकाळची नशा तुला एकट्याला चढली होती, पण आता ही बेहोषी तुझ्याइतकीच तू आम्हाला चढवलीस; मग नरेश, अरे तुला त्या नशेची काय गरज आहे रे?'

'दोना पाऊल?'; नव्हे 'मामा पाऊल'

ज्ञानेश, कै. केशवराव भोसल्यांनी स्थापन केलेली, कै. बापूराव पेंढारकर यांनी गाजवलेली आणि भालचंद्र पेंढारकर यांनी चालवलेली 'ललितकलादर्श' हे असं आपण केव्हापासून छापायला लागलो माहीत आहे का? १९४५ सालच्या मे महिन्यापासून. त्याला कारणही तसंच घडलं.

१९४५च्या 'मे' महिन्यात कंपनीचा पहिला दौरा गोव्याला ठरला. मामा पेंडसेंच्या सल्ल्याने तो दौरा ठरला. सगळ्या दौऱ्याचं कंत्राट गोव्याच्या बुडबुडे नावाच्या गृहस्थानं घेतलं. दौऱ्याचा अनुभव तो पहिलाच होता. प्रत्येक प्रयोगाचं मानधन म्हणून २५०रु. ठरले. का? तुला आश्चर्य वाटलं? बरोबर आहे. हल्ली एका कलाकाराचं, एका प्रयोगाचं ते मानधन आहे. पण ज्ञानेश, त्या काळात अख्ख्या प्रयोगाचं मानधन २५० रु. ठरलं; म्हणजेच जेवणाखाण्याचा सगळा खर्च बुडबुडेचा, असं ठरलं! कोकण विभागात इतर सर्व कंपन्यांपेक्षा 'ललितकलादर्श'ला जास्त मान होता, म्हणून आम्ही तिकडे जायला उत्सुक होतो.

तेवढ्यात एक हकिगत घडली. प्राथमिक बोलणी करून बुडबुडे गेले! आठ दिवसांनी सगळं पक्कं ठरवायचं असं सांगून गेले आणि मग सखाराम बर्वे नावाचे गृहस्थ भेटले. नलिनी बर्वे हिचे ते वडील, नाटककार नागेश जोशींचे सासरे. गोवा दौऱ्याचं कंत्राट आपण साडेतीन हजाराला घ्यायला तयार आहोत अशी बोलणी त्यांनी सुरू केली. मला मोह झाला; पण मी विचार केला, की आपल्या जागी बापू असते तर त्यांनी असं केलं असतं का? मी मग निग्रहानं आणि

नम्रपणानं म्हणालो,

"बुडबुड्यांना मी शब्द दिलाय, त्याप्रमाणे मी आठ दिवस थांबणं आवश्यक आहे. आता त्यांच्याचकडून नकार आला, किंवा त्यांनी त्यांचा शब्द सांभाळला नाही तर तुमच्याशी मी लगेच करार करू शकतो."

बर्व्यांना या गोष्टीचा अकारण राग आला. ते निघून गेले. ते गेले आणि मला बुडबुडेचं पत्र आलं. त्यात त्यानं लिहिलं होतं की, गोव्यात काही नटमंडळी अगोदरच येणार असून, ती मंडळी 'ललितकलादर्श' नावानेच प्रयोग करणार आहेत. तेव्हा आता याचा आपल्या दौऱ्यावर परिणाम होईल. त्यावर मी ताबडतोब पत्र पाठवलं, की तिकडे प्रकाशित झालेली एखादी जाहिरात पाठवून द्या, म्हणजे मला सविस्तर कल्पना येईल. आणि त्याशिवाय तुम्ही स्वतः इकडे या म्हणजे काय ते नीट ठरवता येईल.

बुडबुडे भेटायला आले. मी जाहिरात पाहिली. त्यात त्यांनी जराशी मखलाशी केली होती. जाडजूड अक्षरात फक्त 'ललितकलादर्श' एवढाच शब्द छापला होता आणि त्यानंतर लहान अक्षरात, 'मधील काम करणाऱ्या नटाचं नाटक पाहा,' असा मजकूर छापला होता. नटांच्या नामावळीत नानासाहेब फाटक, नाना चापेकर, श्रीधरपंत देशमुख, पिंगळे, शितूत ही नावं छापलेली होती. प्रयोग कृष्णार्जुनयुद्ध, पुण्यप्रभाव वगैरे होते. ती जाहिरात मी बघितली आणि बुडबुड्यांना म्हणालो,

"चांगलं झालं. आपल्याला भ्यायचं काहीच कारण नाही. फक्त मी सांगतो तशी जाहिरात आता आपण छापायची."

आणि ज्ञानेश, मी काय युक्ती केली असेन? मी नेमकं 'ललितकलादर्श' हे नाव लहान अक्षरात टाकलं, आणि वर मोठ्या अक्षरात, 'कै. केशवराव भोसल्यांनी स्थापन केलेली, कै. बापूराव पेंढारकर यांनी गाजवलेली आणि भालचंद्र पेंढारकरांनी चालवलेली' हा मजकूर मोठ्या जाडजूड अक्षरात छापला. त्यानंतर पुढे, 'बापूंची गाजलेली तीच वैकुंठाची भूमिका पुनः पाहा आणि काही काळ भूतकाळात फेरफटका मारा.'

या जाहिरातीचा यक्षिणीच्या कांडीसारखा परिणाम झाला. लोकांना खरं आणि खोटं यांतला फरक समजला आणि लोकांना तो फरक समजला हे आमच्याही ध्यानात आलं. आम्ही प्रवासाला निघालो, आणि कॅसलरॉकपासून लोक आमची चौकशी करायला लागले. कोलेमलाही लोकांनी उत्सुकतेनं स्वागत केलं आणि त्यावरूनच प्रयोग यशस्वी होणार, अशी आम्हाला खात्री वाटायला लागली. वाटेत कॅसलरॉकला उतरल्यावर मी मुद्दाम तिथल्या कस्टम अधिकाऱ्यांना भेटलो. कॅसलरॉक हे ब्रिटिश हद्दीतलं शेवटचं गाव! तिथं सगळ्या सामानाची तपासणी व्हायची. गोव्यातून परतताना पुनः या गावी आपला खोळंबा होऊ नये या हेतूने मी तिथे

अधिकाऱ्यांना भेटलो. नंतर पुनः कोलेमला तपासणी व्हायची होतीच. तसा त्या वेळचा गोव्याचा प्रवास फार जिकिरीचा होता. दिवसातून एकच गाडी सुटायची. तीही अनियमित. गर्दी चिक्कार. शिवाय दोनदा सामानाची झडती. पण जसं आमचं इतरांकडून उत्स्फूर्त स्वागत होऊ लागलं, तेव्हा प्रवासाचा शिणवटा कुठच्या कुठं पळाला. पण असं होतं ना ज्ञानेश, तरी बुडबुडे उगीचच भ्यायला होता. त्याने पणजी, म्हापसे ही गावं स्वतःकडे ठेवली आणि बाकीच्या गावी सब कॉन्ट्रॅक्ट दिलं.

आम्ही मडगावला पोहोचलो. तिथं गेल्यावर मी दुसऱ्या मंडळींची चौकशी केली- जी मंडळी ललितकलादर्शच्या नावाचा बुरखा पांघरून प्रयोग करत होती त्यांची! पण आदल्या दिवशी कृष्णार्जुनयुद्धाचा प्रयोग करून ती मंडळी पणजीला पळाली होती. त्या लोकांनी डोकं चालवून, गावोगावी, आपले प्रयोग व्हायच्या आदल्या दिवशी त्यांचे प्रयोग होत राहतील अशा तारखा मिळवल्या हेत्या. पण एवढं करूनही व्हायचं होतं तेच झालं. त्यांना उत्पन्न नाही आणि आपले खेळ हाऊसफुल्ल! त्यांचा आणखी एक घोटाळा झाला आणि तो म्हणजे जाहिरातीत जाहीर झालेले बहुतेक कलावंत आलेच नाहीत. शेवटी त्यांचा दौरा गुंडाळून ठेवून त्यांनी मुंबईला पळ काढला.

मडगावचा प्रयोग गाजवून आम्ही पणजीला आलो, आणि त्याच वेळी नाना लिमयेच्या रजेची काही भानगड उपस्थित झाली म्हणून ते मुंबईला गेले. मध्ये 'हाच मुलाचा बाप'चा प्रयोग होता. त्यात त्यांना काम नव्हतं. एक दिवस मध्ये टाकून 'सत्तेचे गुलाम' होतं. तेवढ्यात ते परतणार होते. आणि त्या दिवशी घोटाळा झाला.

प्रयोगाची वेळ जवळ जवळ आली आणि नाना लिमयेंचा पत्ता नाही. ज्ञानेश, तुला मनुष्यस्वभावाची एक गंमत सांगतो. गोव्याचा प्रवास किती अडथळ्याचा हे मी तुला सांगितलंय. त्यातच युद्ध चालू होतं. सर्वत्र ब्लॅक आउट. आणि गाड्या बेभरवशाच्या. हे सर्व लक्षात घेऊन, आम्ही श्याम किर्लोस्करला 'कान्होबाची' तालीम देऊन ठेवली होती.

आम्ही रंगायला बसलो आणि बुडबुड्याच्या रंगपटात खेपा सुरू झाल्या. चौकशा सुरू झाल्या.

"काय हो, लिमये अजून आले नाहीत."

"येतील, येतील."

मी असं शांतपणे सांगत होतो; पण दहा दहा मिनिटांनी बुडबुडे विचारीत होता, 'लिमये आले नाहीत.' मला हे कळत नव्हतं, की गोव्यात मला महत्त्व होतं की लिमयेला? पण ज्ञानेश, बुडबुडेचा हेतू मात्र वेगळा होता. कॉन्ट्रॅक्टमध्ये असं ठरलं होतं की जाहीर केलेले कलाकारच कामं करतील. त्या अटीवर बोट ठेवून बुडबुड्याला कराराचे पैसे अडकवून ठेवायचे होते. आणि गंमत अशी, की नाटक सुरू होण्यापूर्वी

लिमये हजर!

मी मग लिमयांना चक्क लपायला सांगितलं. मेकअप पण गुपचूप करायला सांगितला, आणि तिकडे तिकीटविक्री टाकून बुडबुडे खेपा टाकीतच राहिला. आणि त्यानं जेव्हा नाना लिमयांना एकदम मेकअपमध्ये स्टेजवर पाहिलं, तेव्हा तो जो पळाला तो प्रयोग संपेपर्यंत समोर आला नाही.

मग बुडबुडे छळतच राहिला. जातायेता अटी ऐकवत राहिला. मला शेवटी कळेना, की इथं मी नाटकं दाखवायला आलो का या माणसाच्या अटी ऐकायला आलो?

तिथं बिचाऱ्या पार्सेकरांना या माणसानं असंच अडवून त्रास दिला. त्या वेळी हे पार्सेकर आपल्याकडे तबलजी म्हणून नव्हते. ते नंतर आले. त्यापूर्वी म्हापसेकर म्हणून तबलजी होते. तर या पार्सेकरांना एखाद्या नाटकाचा धर्मार्थ प्रयोग हवा होता! बुडबुड्यांनी लगेच नियमावर बोट ठेवलं 'करारात जेवढे प्रयोग ठरले आहेत, त्याव्यतिरिक्त दौऱ्यात दुसऱ्या ठिकाणी प्रयोग करणार नाही' अशी ती अट होती. तरीही मला बुडबुड्याचा राग आला. मी पार्सेकरांना सांगितलं,

"तुम्ही गोव्याचे, तेही गोव्याचे. तुम्ही त्यांची परवानगी आणा." पार्सेकर बुडबुड्याकडे गेले. त्यावर बुडबुडे म्हणतो, 'गोव्यात असेपर्यंत पेंढारकर माझ्या ताब्यात आहेत. तुम्हाला त्यांचा प्रयोग हवा असेल तर पेंढारकरांना तुम्ही जेवढे पैसे द्याल, त्याच्या निम्मे पैसे मला हवेत."

मग मी आणखीनच संतापलो. मी मग पार्सेकरांना म्हणालो,

"तुम्ही करार करून टाका."

"निम्मे पैसे मला, तुम्हाला मिळतील त्याच्या." बुडबुडे बडबडला.

"ठीक आहे, पार्सेकर, मला एक पै नको या प्रयोगाची. त्यातले निम्मे बुडबुडेला द्या."

या युक्तिवादावर बुडबुडे पार्सेकराशी भांडलाच शेवटी. वास्तविक बुडबुड्यांना चांगला फायदा झाला होता, प्रत्येक प्रयोगामागे. त्याने त्यांच्याच गावातल्या माणसाला, धर्मार्थ कार्यासाठी असं अडवायला नको होतं! बुडबुडेनं मला तर अनेक अटी घातल्या होत्या. दौऱ्याच्या अलीकडे-पलीकडे पंधरा पंधरा दिवस प्रयोग करायचे नाहीत; वगैरे वगैरे. पण त्यांच्याच माणसाला तो असं करेल याची अपेक्षा नव्हती. शेवटी शेवटी तर असं वाटलं, की हा प्राणी आपल्याला कोणत्या मुहूर्तावर भेटला? पण दौरा पुरा होईतो सुटका नव्हती. कराराप्रमाणे दहा प्रयोग झाले आणि आम्ही परत यायला निघालो. कोलेमला जाऊन तिथून आम्ही गाडीने कोल्हापूरला जाणार होतो; पण आमची परतीची व्यवस्था बुडबुडेनं निराळीच केली होती. त्याच्या व्यवस्थेप्रमाणे आम्हाला पणजीहून दोना पावल्याला जावं लागणार होतं. दोना

पावल्याहून लाँचनं मार्मागोवा आणि मार्मागोव्याहून गाडी. सकाळी ११ वाजण्याच्या सुमारास मार्मागोव्याहून सुटणाऱ्या गाडीला एक डायरेक्ट डबा असायचा, तो मिरजेपर्यंत जायचा.

ही व्यवस्था अतिशय तापदायक होती. पण अटीप्रमाणे मला काहीच बोलायला जागा नव्हती. पणजी ते दोना पावला, दोना पावला ते मार्मागोवा, मार्मागोवा बंदर ते मार्मागोवा स्टेशन. ही सगळी अंतरं लक्षात घेऊन आम्ही तीन-साडेतीन तास अगोदर निघालो. सामानसुमान घेऊन बंदराजवळ आलो. नाटकाचं सामान मचव्यातून पाठवावं लागणार होतं. ती सगळी यातायात केवळ बुडबुडेसारखा माणूस भेटला म्हणून झाली. पण ज्ञानेश, तो माझा पहिलाच दौरा होता. आणि खुद्द गोव्यात पोहोचलवर जवळ जवळ तिथल्या बऱ्याच माणसांची अशी प्रवृत्ती दिसली की, 'ही सगळी माणसं आता आपल्या ताब्यात आहेत, ही काय करणार आहेत आपल्याला?' हे एकंदर पाहिलं सगळं आणि त्याप्रमाणे मुकाट्याने याचं ऐकून, इथून सुटावं असंच वाटू लागलं. म्हणून पहाटे ४ वाजता बंदरावर आलो. ६ वाजेपर्यंत मचवा भरला. ७ वाजता मचवा निघाला आणि आम्ही सगळे मग लाँचची वाट पाहत बसलो. ८ वाजले, ८.१५-८.४५-९ वाजले, लाँचचा पत्ता नाही. काळजी, काळजी आणि फक्त काळजी. दुसऱ्या दिवशी कोल्हापूरला खेळ होता. वाट पाहण्यापलीकडे आणि काळजी करण्यापलीकडे हातात काही नव्हतं. शांतपणे समुद्राच्या लाटांकडे पाहत बसलो होतो. 'ने, मजसी ने, परत मातृभूमीला' या स्वातंत्र्यवीरांच्या ओळी आठवत होत्या. 'तळमळणं' ही काय अवस्था असते, याचा प्रत्यय देणारे ते क्षण!

शेवटी लाँच आली. आम्ही उत्साहानं त्या लाँचला मानवंदना देण्यासाठी उभे राहिलो. लाँच गचके देत थांबली. लाँचभोवतालचं पाणी जास्त प्रमाणात हिंदकळलं; आणि लाँचमधून खाली उतरणारी ती पहिलीच व्यक्ती पाहून मी शारदेप्रमाणे पण मनात म्हणालो,

'मूर्तीमंत भीति उभी, मजसमोर राहिली.' -- मामा वरेरकर आणि या वेळी इथे?

हे दोना पाऊल की मामा पाऊल?

मार्मागोव्याला जाण्यासाठी आम्ही लाँचमध्ये बसलो आणि मी मामांची आठवण होऊन 'पुढच्या लढ्याला तयार राहा' असं म्हणालो. माझे ते शब्द खरे ठरून, मला खरोखरच नंतर लढा द्यावा लागणार होता, याची ज्ञानेश, मला त्या वेळी बिलकूल कल्पना नव्हती.

लढा म्हणजे अक्षरशः लढा ठरला तो! मार्मागोवा बंदरात आम्ही पाऊल ठेवलं आणि प्रथम चौकशी केली ती मचव्याची. तिथं कळलं की मचवा अजून आलाच नाही. त्याला म्हणे उलटा वारा लागला. मी मनात म्हणालो, 'साहजिक आहे. सुलटा वारा लागणं शक्यच नव्हतं. उलटा वारा लागणारच.' मग अगोदर स्टेशनमास्तरकडे धाव ठोकली. कारण आम्ही मार्मागोव्याला पोहोचलो होतो १० वा. ४० मिनिटांनी. आणि गाडी होती आणखीन वीसच मिनिटांनी. स्टेशनमास्तरला 'गाडी जरा उशिरा सोडा' म्हणून विनंती केली. तो स्टेशनमास्तर बिचारा नाटकवेडा होता; त्यानं आपलं नाटकही पाहिलं होतं. तेवढ्यात मचवा आला. पण मचव्यातून सामान उतरवणं आणि गाडीत चढवणं हे कामही सोपं नव्हतं. स्टेशनमास्तरांनी ११.३० वाजेपर्यंत गाडी थांबवून धरली आणि मग ते म्हणाले, 'माझ्या अधिकारात मी आता यापेक्षा जास्त वेळ गाडी थांबवू शकत नाही. तुम्ही आता तुमच्यातली काही मंडळी, आणि जेवढं जाऊ शकेल तेवढं सामान या गाडीने पाठवून द्या.' मलाही मग आणखीन आग्रह धरता येईना. शेवटी काही मंडळींना थोड्या सामानासह पुढे पाठवलं.

त्यानंतर गाडी एकदम दुसऱ्या दिवशी होती. आम्ही राहिलेले सर्व जण तिथंच

बुडबुड्यांनी तोंडाला बुडबुडा आणला!

प्लॅटफॉर्मवर बसून राहिलो. मग दुपारच्या जेवणाचा प्रश्न उपस्थित झाला. मार्मागोवा दरिद्री गाव. तिथं काहीच सोय नव्हती. तिथून तीन मैलांवर म्हणजे वास्को-डी-गामाला जावं लागणार होतं. मी त्या तयारीला लागलो. आणि इकडे ललितकलेचे व्यवस्थापक भार्गवराम पांगे आणि बुडबुडेचं भांडण जुंपलं. सगळ्यांनाच मोठा मनस्ताप झाला होता; आणि तो केवळ बुडबुडेपायी. परतीच्या प्रवासाची त्याने ही फार वाईट व्यवस्था केली होती. त्याच विषयावरून पांग्यांची आणि बुडबुडेची बोलाचाली झाली. आणि ज्ञानेश, तुला काय सांगू, तो सर्प त्याच एका निमित्ताची वाट पाहत होता. आमच्या प्रवासखर्चाचे पैसे आणि महत्त्वाचे कागदपत्र घेऊन तो पसार झाला. जाताना धमकावून गेला, 'तुम्ही आता कसे परत जाता तेच पाहतो.'

तो असं धमकावून गेला आणि मग पांग्यांना कल्पना आली. मी तेवढ्यात जेवण्याखाण्याची चौकशी करून परतलो. घडलेला प्रकार पांग्यांनी मला सांगितला. मी पण मग विचारात पडलो. प्रवासखर्चाच्या पैशाचा प्रश्न नव्हता. प्रश्न होता तो कागदपत्रांचा. त्या वेळच्या पद्धतीप्रमाणे सामानाच्या यादीवर मेजिस्ट्रेटचा शिक्का आणि सही असायची. जेवढं सामान आणलं तेवढंच नेत आहोत हे सिद्ध करण्यासाठी. तपासणी दोन्ही ठिकाणी व्हायची; 'पण कोलेमहून सामानासहित सुटका कशी काय करून घ्यायची? त्यात त्या बुडबुडेनं आणखी काही पाजीपणा केला तर,' हा प्रश्न भेडसावीतच होता. कारण ज्ञानेश, त्याच्या वृत्तीचा माणूस काहीही करायला मागेपुढे पाहणार नाही हे पटलं होतं. 'भावबंधन'मधला घनश्याम आम्हाला प्रत्यक्ष भेटला होता. पण नाहीच! घनश्यामाची मी बदनामी का करावी, बुडबुडेला त्याची उपमा देऊन? कारण 'निरपेक्ष दयेचा' साक्षात्कार झाल्यावर घनश्याम धुंडीराजासमोर वाकला होता! बुडबुडे तसा नव्हता. या व्यवहारात त्यानं आम्हाला, आमची व्यावहारिक कुवत धुंडीराजाइतकीच असं समजून, चक्क मोरू बनवलं होतं.

तो दिवस घालवला मार्मागोवा स्टेशनात. रात्री परत मनात विचार आला की, समजा सामानावरून कोलेमला उद्या त्रास झाला तर? तर नाटकाचीच पंचाईत होईल कोल्हापूरला. मग काय करायचं? शेवटी हिय्या केला आणि ब्रेकव्हॅनमध्ये टाकण्यासाठी रेल्वेच्या ताब्यात दिलेल्या ट्रंका हळूच उघडल्या. त्यातले नाटकासाठी लागणारे कपडे हळूच काढून घेतले आणि ते प्रत्येकाच्या होल्डऑलमध्ये भरले. सामाजिक नाटक असल्यामुळे ते कपडे नेहमीच्या कपड्यात खपून गेले. मार्मागोवा स्टेशन त्या काळातलं. अगदीच ओकंबोकं. त्यात ब्लॅक आउट. हातात मिणमिणता दिवा घेऊन आम्ही ते काम उरकलं. आणि काहीच झालं नाही असं भासवत चुपचाप निजून गेलो.

सकाळी आमचा पुढचा प्रवास सुरू झाला. आम्ही कोलेमला पोहोचताच सामानाची झडती घेण्यास सुरुवात झाली. बुडबुडे स्वस्थ बसला नव्हता. त्याने

पणजीहून कोलेमला ट्रंक-कॉल केला होता. पोर्तुगीज अधिकाऱ्यांचे कान फुंकले होते. त्यामुळे त्या बिनडोक अधिकाऱ्यांनी झडतीचं सत्र कुठपर्यंत आणून भिडवावं? त्यांनी आपल्या बापूंची, केशवराव भोसल्यांची आणि बुवांची तसबीर पण ताब्यात घेतली. त्यांना त्या तसबिरींच्या काचा उघडून आत काही नाही ना हे पाहायचं होतं. बाजाची पेटी आणि तबला-डग्गाही त्यांनी अडकवून ठेवला. मी चिडून विचारलं, 'हा काय तुम्ही आता फोडून तपासणार का?' त्यावर ते म्हणाले, 'पाहावाही लागेल.'

सत्तेपुढे शहाणपण नसतं आणि कायदा गाढव असतो. खरं म्हणजे कायदा गाढव नसतो ज्ञानेश, कायद्यापुढे तुम्ही-आम्ही गाढव ठरतो.

शेवटी पोर्तुगीज अधिकाऱ्यांनी अडकवून ठेवलेल्या वस्तू तिथेच सोडून, त्या सामानासाठी स्टेजमॅनेजर गद्रेला कोलेमलाच ठेवून आम्ही पुढच्या प्रवासाला निघालो.

कॅसलरॉकला आलो. तिथे आमची सुटका बिनबोभाट होईल असा माझा अंदाज होता; पण मॅजिस्ट्रेटच्या सहीच्या कागदपत्रांची मागणी अधिकाऱ्याकडून केली गेली. मी खरी हकिगत सांगितली. तरी अक्कलखाती दक्षणा म्हणून दोनशे रु. उदक त्यांच्या हातावर सोडले; मग सुटका व्हायला काय उशीर?

कॅसलरॉक सुटलं आणि लोंढा आलं. आमच्या गाडीला कनेक्टिंग गाडी म्हणून जी मेल आली, ती गच्च भरून आली. 'ज्याला जिथे घुसता येईल तिथे त्याने घुसावे' असं सांगून मीही धावलो. त्या जागा पकडण्याच्या धावाधावीत ब्रेक व्हॅनमधलं सामान बदलण्याची सूचना स्टेशनमास्तरला द्यायला विसरलो. मिरजेला आलो आणि चौकशी करतो तेव्हा पत्ता लागला की आपण मिरजेत आणि सामान लोंढ्याला. तसेच कोल्हापूरला आलो. रात्री प्रयोग आणि सामान नाही.

कोल्हापूरचा प्रयोग घेतला होता शंकरराव लव्हेकर या गृहस्थांनी. मग धावाधाव करून बाजाची पेटी, तबला वगैरे साहित्य जमा केलं आणि ज्ञानेश, हा सर्व मनस्ताप कमी वाटला म्हणूनच की काय, स्टेजमॅनेजर गद्रेची कोलेमहून तार आली. पोर्तुगीज अधिकाऱ्यांनी त्याला ब्रिटिशांचा संशयित माणूस म्हणून अडकवला होता. बुडबुडेनं पुन्हा ट्रंक-कॉल करून त्या बिनडोक लोकांना कळवलं होतं, की सामानासाठी राहिलेल्या माणसाचा आणि ललितकलादर्शचा काहीही संबंध नाही. मग मात्र मस्तक बधिर झालं. वाटलं आता काय करू? नाटकाचा प्रयोग करू का लोंढ्याला पडलेलं सामान सोडवू? का गद्रेला सोडवू? या बुडबुड्यानं तोंडाला बुडबुडा आणला.

शेवटी शंकरराव लव्हेकर मदतीला धावले. त्यांनी स्वतःचं वजन वापरून गद्रेला सोडवून आणलं. गद्रे कोल्हापूरला आल्यावर पुन्हा त्यांना लोंढ्याला पाठवला. तिथल्या मास्तरावर द्रव्यप्रयोग करवून सामान पण आणवलं. तोपर्यंत आम्ही मंडळी

नाटकातल्या पात्राचे कपडे धुवून दिवसा वापरत होतो.

या सर्व दुःखात सुख एकच होतं ज्ञानेश, की नाटकाचे प्रयोग तुफान चांगले होत होते, रंगत होते. याच अनुभूतीसाठी कलाकार जगतो, दुःख पचवतो, हाल विसरतो, वैयक्तिक मानहानीचा खेद मानत नाही.

पण तरीही मनात आल्याशिवाय राहत नाही की, दोना पावला ते मार्मागोवा या प्रवासात केवळ त्या सामानाच्या मचव्यालाच काही उलटं वारं नव्हतं लागलं, तर ते उलटं वारं मलाही लागलं होतं.

चंदू, मी येणार आहे

ज्ञानेश, मी तुला म्हणालो की वारं नुसतं मचव्यालाच नव्हतं लागलं, तर तसं उलटं वारं मलाही लागलं होतं! पण ज्ञानेश, ते उलटं वारं केवळ मलाच लागून थांबलं नव्हतं, तर मला वाटतं संस्थेलाच लागलं होतं! कारण, आम्ही सोलापूरला आलो आणि माझ्या मामांजवळ- म्हणजे तुझ्या आजोबांजवळ, बाळमामा देउस्करांजवळ मामा पेंडशांनी माझ्याबाबत तक्रार केली 'काम करताना याचं लक्षच नसतं' वगैरे वगैरे तक्रारी होत्या त्या. मी त्या तक्रारीकडे फारसं लक्ष दिलं नाही. माझी मनःस्थिती पण ठिकाणावर नव्हती. कोल्हापूरचे प्रयोग आटोपून नंतर आम्ही सांगलीला गेलो. शतसांवत्सरिक उत्सवात 'सत्तेचे गुलाम' मधले प्रवेश केले होते त्यानंतर प्रथमच पुनः सांगलीला जात होतो. सांगलीचे प्रयोग आटपून आता आम्ही सोलापूरला आलो होतो. तिथल्या थिएटरचं नाव ऐकलंस तर तुला हसायला येईल ज्ञानेश! थिएटरचं नाव होतं 'भकास' थिएटर. प्रथम मला वाटलं 'विकास'चं चुकून भकास झालं असेल. पण नाही; तेच नाव होतं. आणि योग असा की थिएटरचं नाव सार्थ ठरावं अशी प्रचीती आली. कारण नाटकाला उत्पन्नच नाही. जेमतेम ५७ रु. ची तिकीटविक्री! हे सगळं पाहून जीव उबगला होता. त्यात मामांनी ही अशी फिर्याद दाखल केलेली! मी लक्ष दिलं नाही. पण मुंबईला पुनः मामांनी हायकोर्टाकडेच धाव घेतली. या वेळी मामा तोंडी धाव घेऊन थांबले नाहीत, तर त्यांनी हायकोर्टाला लेखी निवेदन सादर केलं पत्ररूपानं! मामांचा हा असा खरोखरीच 'हेरंबराव' का झाला हे मला

कळेचना. पण म्हटलं, पाहू काय काय होतं ते! मग काय? न्यायमूर्ती होते बाबूराव देसाई. फिर्यादी मामा पेंडसे. एकमेव आरोपी भालचंद्र पेंढारकर. आरोपीतर्फे साक्षीदार नंदू खोटे. फिर्यादीचा साक्षीदार नाना लिमये! पण ज्ञानेश, फिर्यादीचा हा साक्षीदार नंतर नंतर फिरायला लागला. 'फिरत्या रंगमंचासारखा!' बरं, माझ्यावर असा आरोप तरी कोणता होता; तर मी तऱ्हेवाईकपणानं वागतो म्हणून. त्याशिवाय त्यांचा आणखी एक आरोप, मी स्त्रीलंपट आहे, हा होता. पत्रात मामांनी लिहिलं होतं की, 'चंदू मला मानतो वगैरे गोष्टी तेवढ्या खऱ्या नाहीत. त्याने मला आणि नाना लिमयेला राबवण्याचा प्रयत्न केला. नाना लिमयेचं आणि माझं तेवढ्यासाठी ठरलंच होतं, की पाहू या, हा कसा कसा वागतो ते. नाना लिमयेनं चंदूला उत्तेजन द्यायचं आणि आपण पाहायचं, हा काय काय करतो ते असं आम्ही ठरवलं. कारण चंदूला काही सांगून उपयोग व्हायचा नव्हता. तुम्ही म्हणता की तो वाघाचा बच्चा आहे म्हणून. ते खरं आहे, पण तो पिसाळलेल्या वाघाचा बच्चा आहे.'

पत्रातले हे सगळे उल्लेख पाहून मी माझी बाजू म्हणून एक-दोनच गोष्टी बाबूरावांना सांगितल्या. मी विचारलं,

''मामांना आणि नानांना अशी माझी परीक्षा पाहण्याचं मुळातच कारण काय होतं? माझी अशी परीक्षा पाहत बसण्यापेक्षा, लांबून गंमत पाहण्यापेक्षा, मला खडसावून चार गोष्टी सांगण्याचा मामांना अधिकार दिला होता. पण त्यांनी तसं का केलं नाही, याचं कारण पण त्यांनीच सांगितलं आहे. 'पिसाळलेल्या वाघाचा मी बच्चा' असं मामा पत्रात म्हणतात. याचा अर्थ हा की, मामा बापूंनाच पिसाळलेला वाघ म्हणत आहेत. एखाद वेळेस मामांना असं म्हणायचं असेल की 'वाघाचा पिसाळलेला बच्चा.' पण कदाचित अनावर रागाच्या भरात शब्द उलट-सुलट झाला असेल. जिथं बापूच मग पिसाळलेला वाघ' असतील तर मग मी जो आहे तोच आहे.'

ती फिर्याद संपली. निकाल काय लागणार? मामांची नाराजी तर त्यांनी व्यक्त केलीच होती. ओढून ताणून आणि मनात विकल्प ठेवून एकत्र राहण्यात काही मजा नव्हती. थोडक्यात काय, तर मामा पेंडसे यांनी 'जातो' म्हणून सांगितलं, मी 'होकार' दिला.

मामा गेले मात्र आणि मी फार फार अस्वस्थ झालो. आपण काहीतरी गमावलं अशी सतत भावना व्हायला लागली. या नाट्य व्यवसायात ज्ञानेश, अमुक नट बाणेदारपणानं जातो म्हणाला आणि कंपनीच्या मालकांनी एका क्षणात त्याचा हिशोब चुकता करून त्याला 'जा' म्हणून सांगितलं, या चालीवरच्या हकिगती ऐकायला छान वाटतात. मला खुद्द नानासाहेब फाटकांनी एक हकिगत सांगितली होती. नानासाहेब मला म्हणाले, ''आपण कंपनी सोडणार' म्हणून मी बापूंना नोटीस

दिली. त्या नोटिशीप्रमाणे ज्या दिवशी करार संपला त्याच दिवशी, प्रयोग चालू असताना रात्री बारा वाजता आपली मुदत संपते. मी आपला पगार आणि आत्ता चालू असलेल्या नाटकात १२ नंतरचं काम करायला दुसरा नट तयार ठेवलेला आहे, काय करायचं?'' मी म्हणालो मग, ''छे छे, हा प्रयोग संपल्याखेरीज मी जायचा नाही.'' असे होते बापू, आणि ज्ञानेश, असे होते नाना. या अशा हकिगती मोठ्या थरारक वाटतात. मालकांच्या, कलाकारांच्या तडफदारपणाची जाहिरात केली जाते; पण ज्ञानेश, आतल्या आत तो मालक म्हण, निर्माता म्हण, चालक म्हण, किती पिचत असतो, जळत असतो, हे कुणी पाहतं का?

मामा पेंडसे ४६ मध्ये गेले आणि मी सुन्न झालो! मामांच्या गैरहजेरीपायी निर्माण झालेली पोकळी भरून काढण्यासाठी मी दुसरा समर्थ नट कोणता आणू या विवंचनेत मी ग्रासून गेलो. हे असं का होत आहे हेच आकलन होत नव्हतं. श्रीधरपंत देशमुखांना आपण घालवलं. नानासाहेब फाटकांसारख्या दुर्मीळ, थोर कलाकारालाही संस्था बंद केली. एका थोर व चांगल्या आणि उच्च तत्त्वासाठी आपण हे निर्णय घेतले. पण असे निर्णय घेण्याइतपत मोठे आपण तरी कुठे आहोत? अशा मोठमोठ्या व्यक्तींना आपण मुकत चाललो तर पुढे अंधार आणि अंधारच आहे. मामा पेंडशांशी असा मतभेद झाला आणि फार अपराध्यासारखं वाटत राहिलं. हेरंबरावाची भूमिका मामांनी फार ताकदीनं उभी केली होती. बापूंच्या कारकिर्दीत ज्यांनी बळवंतराव जोश्यांची हेरंबरावाची भूमिका पाहिलेली होती, त्यांनीही मामांसारखी भूमिका त्यांनी पाहिली नाही म्हणून ग्वाही दिली होती. आपल्या जाण्यानं केवढी उणीव निर्माण झाली होती याची जाणीव मामांना नव्हती!

अशी पोकळी कधीच भरून निघत नाही ज्ञानेश! इतिहास हेच दाखवतो. खुद्द संगीत कंपन्या म्हणवणाऱ्या संस्थांना पण तशी निर्माण झालेली पोकळी भरून काढता आलेली नाही. बलवंत संगीत मंडळीत दीनानाथ होते; पण चिंतामणराव कोल्हटकरांचं स्थान अबाधित होतं. गंधर्व कंपनीत नारायणराव होते. म्हणजे त्यांचीच संस्था ती, पण बोडस ते बोडस याबाबत दुमत नव्हतं. आपल्याकडे बापूंच्या बरोबर, नानासाहेब फाटक असे होते की त्यांच्या स्थानापर्यंत कुणीही पोहोचू शकलं नाही. केशवराव भोसल्यांच्या कारकिर्दीत त्यांचेच बंधू दत्तोपंत भोसले रंगभूमी गाजवत होते. याचाच अर्थ संगीत नटांबरोबर गद्य नटही आपली परंपरा टिकवून होते. इतकंच नव्हे, तर त्या सर्व गद्य नटांनी त्यांच्या गैरहजेरीची चुटपुट प्रेक्षकांना कायम लावली.

मामा गेले आणि माझ्यापुढे यक्षप्रश्न निर्माण करून गेले.

त्यानंतर ४६ मध्ये मामांना समारंभपूर्वक निरोप द्यायचा ठरवून, १५ मार्च १९४६ रोजी, बापूंच्या पुण्यतिथीलाच, मामांचा सत्कार केला आणि जाहिररीत्या

बोललो रंगभूमीवर.

'आज श्री. मामा पेंडसे 'ललितकलादर्श'या संस्थेतून जात आहेत. त्यांचा सत्कार तेवढ्यासाठीच...'

ज्ञानेश, मी एवढंच वाक्य बोललो आणि माझा तो स्वर उपरोधिक असावा असं समजून प्रेक्षकांमधून हास्याची लाट आली. त्या तशा क्षणी मलाही जरा बरं वाटलं. त्या सत्कारसमारंभापूर्वीच अप्पा पेंडसे जाहीर भाषणात म्हणाले होते, 'पेंढारकरांनी नुसते असे स्मृतिदिन साजरे करीत बसण्यात काही अर्थ नाही. कायम स्वरूपात संस्था चालवण्याच्या विचारात आणि प्रयत्नात राहिलं पाहिजे.'

अप्पा पेंडशांच्या या विधानाचाही मी परामर्श घेतला; आणि त्याच संदर्भात, 'मामा पेंडसे आज संस्थेतून जात आहेत. यासारख्या इतर किती अडचणींना तोंड द्यावं लागत आहे याची कुणाला कल्पना येणार नाही,' या तऱ्हेनं मी खूप बोललो. आता सगळा तपशील आठवत नाही; पण मी अप्पांना उत्तर दिलं, तेही व्यवस्थित, एवढं नक्की.

मामा या तऱ्हेनं दुरावले, मी दुखावलो. होते तोवर मामांनी मला चांगली साथ दिली होती. निरोपसमारंभ आपण जाहीररीत्या द्यायला नको होता, असंही वाटायला लागलं. मग स्वतःच्या जास्त जास्त चुका आठवायला लागल्या! मामांनी कोणती तरी सणक येऊन बाबूरावांना ज्याप्रमाणे पत्र लिहिलं, तशीच सणक मलाही येऊन मी मामांवर नाटकाचा अंक लिहिला.

नाटक लिहिण्याइतकी बुद्धी प्रगल्भ झालेली नव्हती, पण राग जरूर प्रगल्भ झाला होता. वय होतं पंचविसाच्या जवळ- गद्धेपंचविशीच्या जवळ. त्या काळात राग होता आणि आपला राग इतरांना कळावा असा प्रयत्नही होता. तेव्हा लिहून झालेला अंक मामांनाच वाचून दाखवला. त्याशिवाय, आरोपीचे म्हणजे माझे साक्षीदार, नंदू खोटेही होतेच.

माझी नाटकातली पात्रं हेरंबरावच्या ठिकाणी मामा, वैकुंठच्या ठिकाणी चंदू इतकाच फरक! आणि संवाद असा : 'चंदू, मी दुसऱ्या कंपनीत जाऊन त्यांच्या एक वेळ लाथा खाईन, पण तुझ्या कंपनीतला वडिलकीचा मानपान नको.'

या तऱ्हेनं 'सत्तेचे गुलाम' नाटक जसंच्या तसं समोर ठेवून मी एक नवा अंक, माझ्या त्या वेळच्या परिस्थितीला धरून लिहिला आणि त्याला नाव दिलं, 'कारस्थानाचे गुलाम.'

माझ्या अपेक्षेप्रमाणे मामा खवळले. मला बरं वाटलं. पण ज्ञानेश, हे बरं वाटणं केवळ तेवढ्यापुरतं होतं. नंतर मी पस्तावलो. ज्ञानेश, आपणच केलेल्या गोष्टीचा आपल्याला लगेच पश्चात्ताप का होतो? तर कोणत्यातरी खोट्या जिद्दीला पेटून आपण आपल्या वृत्तीत न बसणाऱ्या गोष्टी करून मोकळे होतो. ती चढलेली खोटी

जिद्द तत्काळ उतरते आणि मग मागं उरतं ते केवळ तडफडणं!

माझं पण तसंच झालं! वाटू लागलं, आपण हे सगळं करून काय साधलं? मामांसारख्या सद्गृहस्थांचा हा असा पाणउतारा, त्यांना मुद्दाम घरी बोलावून आपण करणं हे निव्वळ असंस्कृतपणाचं ठरलं होतं. आपलं हे वर्तन सभ्यतेला सोडून झालं. हाही आपण तऱ्हेवाईकपणाच केला. अर्थातच, आपल्यावर तऱ्हेवाईकपणाचा आरोप मामांनी केला, यात त्यांचं काय चुकलं? त्यांच्या त्या पत्रातल्या आरोपाला पुष्टी देणारं वर्तन आपल्या हातून घडलं.

त्याच वेळी मनाशी खूणगाठ बांधली की ज्यायोगे आपल्या संस्काराला आणि सदसद्विवेक बुद्धीला टोचणी लागेल असं वर्तन, केवळ माथेफिरूपणानं, आपण होऊ द्यायचं नाही. समोरचा माणूस मग तोलामोलाचा असो नाहीतर कवडीमोलाचा असो.

ही चूक सुधारलीच पाहिजे! केलेली चूक सुधारायची पुनः संधी कधी मिळेल या विचारानं मी तळमळत राहिलो. माझ्या त्या पश्चात्तापाच्या काळात मला मामा पेंडसे, 'माणूस' म्हणून आठवत नव्हते, तर मामा 'दिग्दर्शक' म्हणून, मामा 'नट' म्हणून सारखे आठवत राहिले. दिग्दर्शक मामा हा एक फार मोठा प्रत्यय आहे ज्ञानेश! मामा, शब्दांचे अर्थ जाणून त्या शब्दाच्या स्वराला जे चढउतार देत असत, जी आंदोलनं घ्यायला शिकवत असत, तसं शिकवणं आणखी कुणालाही जमणार नाही. प्रत्येक शब्दामध्ये त्या शब्दाचा स्वर असतो. मामा तो स्वर पकडून दाखवत असत!

मला मामांच्यातल्या माणसाचा मोह पडला नव्हता; पण त्यांच्यातला दिग्दर्शक मला हवाच होता. त्यांच्यातला नट, त्याला मी दुरावू शकत नव्हतो.

आणि ती चूक ज्ञानेश, मला दहा वर्षांनी सुधारायला मिळाली. १९५६ मध्ये आपल्या संस्थेतर्फे 'स्वामिनी' नाटक व्हायचं होतं. माझ्या कारकिर्दीतली पहिली नव्या नाटकाची निर्मिती.

मी मामांकडे गेलो.

मामांना म्हणालो,

"मामा, माझ्या कारकिर्दीतली ही पहिली नवी निर्मिती. माझी खरी कारकीर्द इथून समजली जाणार. तुम्ही हवेत मला!"

आणि ज्ञानेश, तुला काय सांगू? मामा 'येतो' म्हणाले. 'भालचंद्र पेंढारकर' माणूस म्हणून, मामांनाही कदाचित नकोसे झालेले असतील; पण भालचंद्र पेंढारकर नट म्हणून, निर्माता म्हणून, किंवा या कलाप्रांतात धडपडणारा एक जीव म्हणून, मामांना त्याचा मोह होता. ती ओढ बोलली.

"चंदू, मी येणार आहे."

मामा येतो म्हणाले; मला आभाळाएवढा आनंद वाटला. ज्ञानेश, मामांचा हा मोठेपणा. त्या वेळीसुद्धा माझा त्यांच्याबाबत तो अनुभव होता. तासापूर्वीच जर काही एखाद्या मुद्द्यावरून मतभेद झालेला असला, आणि मी जर नंतर पुन्हा दुसऱ्या कामासाठी, अडचणीपायी त्यांच्याकडे धाव घेतली, तर क्षणाचाही विलंब न लावता, मामा म्हणायचे,

'चल आलोच. मघाशी जे काही मतभेद झाले ते निराळे. त्याचा आत्ता या कामाशी संबंध नाही. त्याचा निकाल जेव्हा लागेल तेव्हा लागेल, पण आत्ता हे नवं काम करून टाकू.'

अशी वृत्ती हवी ज्ञानेश. हाक मारताच, सगळं विसरून मामा येणारच ही जशी मला खात्री असायची, तसंच, वेळ येताच चंदू आपल्याकडेच मोकळेपणी धावणार, हे मामांनाही ठाऊक असायचं.

ज्ञानेश, हा स्वभाव हवा. आपल्या व्यवसायाला ही वृत्ती हवीच हवी. आपण आपल्या मानापमानाच्या कल्पना वारंवार तपासून घ्यायला हव्यात, बदलत्या ठेवायला हव्यात. 'मानापमानाच्या' कल्पना जोपासलेल्या नसल्या तर उत्तमच! अर्थात याचा अर्थ ज्ञानेश, माणसाला स्वाभिमान नसावा, असा मात्र बिलकूल नाही. पण एक बाब महत्त्वाची. दुराभिमान कुठून समजला जातो आणि स्वाभिमानाचा प्रांत कुठे संपतो, ती सीमारेषा नक्की समजली पाहिजे. तशी ती नाही कळत पटकन हे मलाही माहीत आहे; पण ती शोधणं मात्र आवश्यक आहे. कारण आपला हा नटाचा व्यवसायच तसा आहे. नानाढंगी, नानारंगी! मुखवट्यांची दुनिया ही. आपण

....कलाकारांचा फक्त गुणाकार पक्का; गणित कच्चं!

शक्यतो मुखवटे वापरू नयेत, पण इतरांचे मुखवटे ओळखायला यायला हवेत. मुखवटे न वापरणारी माणसंच आपल्याला भेटावीत अशी इच्छा करण्यात अर्थ नाही. कारण शेवटी नाट्यव्यवसाय हा एक व्यवहार आहे. व्यवहार असतानाही त्याला निव्वळ 'कला आहे' असं म्हणणं इथून मुखवट्याला सुरुवात होते. हा पहिलाच मुखवटा आज आपण फाडून टाकू. तुला सांगतो, सध्याच्या दिवसांत नाट्यकला ही जरी कला असली, तरी त्या कलेला व्यवहाराचं अधिष्ठान हवं आणि ज्ञानेश, व्यवहार म्हटला, की मानापमानाच्या कल्पना जरा सैल कराव्या लागतात.

तू नट होणार आहेस ज्ञानेश. नट म्हणून तू व्यवसाय करणार आहेस. त्यावर उदरनिर्वाह करणार आहेस. तेव्हा नट म्हणून तुला काही पथ्यं संभाळायला हवीत. काळ सारखा बदलत आहे. आजचा काळ उद्या राहणार नाही. उद्याचा काळ जास्त सुधारलेला असावा असं स्वप्न आहे; अशी भूक आहे. पण आजच्या रंगभूमीचा विचार करता, व्यवसाय असा काही बिकट होऊ पाहतो आहे की भविष्यकाळाबद्दल फारसा उत्साह वाटेल, अशी परिस्थिती दिसत नाही. नामांकित कलाकार म्हणून तुझी कारकीर्द सुरू व्हायला अवकाश आहे. मध्ये बराच काळ जायचा आहे. त्या वेळी रंगभूमीची, कलाकारांची, एकूण व्यवसायाचीच काय अवस्था असेल हे कुणालाच सांगता येणार नाही. पण ज्ञानेश, तरीसुद्धा काही तत्त्वे चिरंतन असतात. ती त्रिकालाबाधित असतात. कारण, मनुष्यस्वभावातली जी काही बीजं आहेत, ती तीच राहतात. काम, क्रोध, मोह, मत्सर या अवस्था कोणत्याही काळात बदलणार नाहीत. त्याचप्रमाणे कलाकार, नट म्हणून काय सांभाळलं जावं, याचे संकेतही फारसे बदलणारे नाहीत. तेव्हा व्यावसायिक नट म्हणून तू काय करू नकोस, हे सांगतो.

पहिली सूचना. नाटकात भूमिका कितीही लहान किंवा साधी असली तरी केवळ त्या कारणासाठी ती तू नाकारू नकोस. आकारावरून भूमिकेचं महत्त्व ठरवू नकोस. एखाद्या कमी महत्त्वाच्या भूमिकेला, दुय्यम पात्राच्या कामाला 'फालतू' म्हणून नाक मुरडू नकोस. खूपदा काय होतं ज्ञानेश, एखाद्या साध्या भूमिकेसाठी मोठा नट जाणूनबुजून खर्ची घालावा लागतो. एखादी व्यक्तिरेखा रंगवताना, जो नाटककार बाकीचं नाटक समर्थपणानं रंगवू शकतो, तोच नाटककार त्यातली एखादी व्यक्तिरेखा रंगवताना कमी पडतो. अशा वेळी मातब्बर नटच, ती कसर भरून काढू शकतो. पूर्णांशानं नाही; पण सामान्य नट त्याला जेवढा न्याय देऊ शकणार नाही, त्या तिथं एखादा मुरब्बी कलाकार ती भूमिका संभाळू शकतो. साध्या कामात चमकून जाणं हे तर फार मोठं कसब! तेव्हा ज्ञानेश, तू असा विचार तेव्हा करावास की, सातत्यानं मोठ्या भूमिकांचाच अट्टाहास धरण्यापेक्षा, साध्या भूमिकेतसुद्धा मी माझी छाप हमखास पाडून दाखवीन. आणि ज्ञानेश, एकदा नाटक हाच व्यवसाय

आपण पत्करायचा हे ठरवल्यावर, भूमिका करणं हा त्या व्यवसायाचा धर्म आहे. अर्थात जी भूमिका पत्करल्यानं आपल्या व्यक्तिमत्त्वाचीच कुचेष्टा होणार असेल, ती भूमिका पत्करू नकोस!

एखादी भूमिका, शेवटी व्यवहार म्हणून तू पत्करणार असलास तर उगीचच एखाद्या संस्थेच्या चालकाचा जीव टांगून ठेवू नकोस. तो चालक बिचारा अनेक व्यापापायी ग्रासलेला असतो. स्वतःचं महत्त्व वाढवण्यासाठी काही नट उगीचच चर्चा करीत बसतात. नाटक ऐकवलं, की चौकोनी चेहरे करून म्हणतात, 'ते बघायला हवं मला, कसं काय होईल ते.' मोघम बोलत राहायचं, कळवतो म्हणायचं, आपण काम करणार की नाही हे न सांगता, कंपनीची आणि कंपनीच्या चालकांबद्दलच काळजी व्यक्त करीत बसायचं, संस्थेला अमुक तऱ्हेचं नाटक करणं परवडेल की नाही याचाच खल करीत त्या चालकाला निष्कारण रात्र रात्र जागवायचं, असं करू नकोस. व्यवहार साधला जाणार असेल तर पटकन 'हो' म्हणत जा आणि मनाचा असा सरळपणा दाखवून त्या चालकाची चिंता कमी करत राहा. चालकाजवळ तुझं वजन केवळ याच मार्गानं वाढेल ज्ञानेश, विनाकारण ताणून नाही. आणि त्याहीपेक्षा ज्ञानेश, आपलं महत्त्व वाढवायचं असतं ते प्रत्यक्ष रंगभूमीवर! प्रेक्षकांसमोर! कंपनीतल्या मालकाजवळचं वजन आपोआपच वाढतं मग! तेव्हा 'जोडावे धन, उत्तम व्यवहारे.' याप्रमाणे नट म्हणून चोख व्यवहार कर!

ज्ञानेश 'जोडावे धन', हे जरी असलं ना, तरी ते धन 'उत्तम व्यवहारे' हे जास्त महत्त्वाचं. नट म्हणून तुला अनेक संस्थांतून एकाच वेळी कामं करावी लागतील. धन जोडायचं म्हणजे ते आवश्यक आहे. पण तसं करताना तू कुणाशीही कृतघ्न होऊ नकोस. दुसऱ्या संस्थेत बस्तान बसणार असा रंग दिसताच, पहिल्या संस्थेत, चालकांवर काहीतरी करून खापर फोडून दुसरीकडे जाऊ नकोस.

हे झालं सगळं नट या दृष्टिकोनातून. इतर संकेत आणि पथ्यं आहेतच, त्याबद्दल आपण बोलूच. पण आता काही विचार निर्माता आणि दिग्दर्शक या नात्यातून बघू!

समज, ललितकलादर्शतर्फे तू नवं नाटक आणलंस रंगभूमीवर! तर ते नवं नाटक आणताना, काय काय होऊ शकतं?

मगाचचाच विचार करू! समज एक साधी भूमिका आहे त्या नाटकात, आणि त्या भूमिकेसाठी तुला हवा आहे एखादा नामवंत कलाकार! आता साध्या भूमिकेसाठी तो येणार नाही. ते अगदी साहजिक आहे ज्ञानेश, तो नाही आला तर! कारण त्या नटाची परिस्थिती आपल्यासारखी नक्कीच नसणार. तो कलाकार प्रतिष्ठेसाठीच जगत असणार. तो कलाकार त्याच्या दर्जासाठीच त्याची कला राबवत असणार, दर्जा आधी; व्यवहार मग हे त्याचं ध्येय असणार. आणि त्यात काहीच चूक नाही.

उराशी ध्येय बाळगणं हे तुझ्यामाझ्यासारख्या साध्या पोटभरू नटाचं काम नाही. पण तरीही समज, की असा मातब्बर कलाकार तुला छोट्या भूमिकेसाठी हवा आहे. मग तू काय करशील?

असं कर. आर्थिक दृष्ट्या संस्था त्या वेळी 'प्रायोगिक नाटक' करण्याच्या परिस्थितीत जरी नसली, तरीही त्या कोण्या ध्येयवेड्या, कलंदर कलाकारासमोर, नव्या प्रयोगाच्या पन्नास तारखांची यादी टाक. तो ध्येयवादी कलाकार ती यादी पाहून नक्की तुला साथ देईल. कारण तो ध्येयवादी कलाकार आहे, हे कळण्यासाठी त्याला जगलं हे पाहिजेच. जगणं आलं, म्हणजे व्यवहार आला. म्हणजे यादी आली!

तेव्हा तो कलाकार तुला मिळेल. कारण, कलावंताचं गणित कितीही कच्चं असलं, तरी त्याचा 'गुणाकार' पक्का असतो. प्रयोगांची संकल्पित संख्या गुणिले नाइट्स ही जरी आपली नांदी असली तरी त्याचं ते भरतवाक्य असतं!

...जपुन टाक पाऊल!

ज्ञानेश, तू म्हणशील की जुन्या आठवणी सांगता सांगता मी एकदम उपदेशाकडे का वळत आहे? साहजिकच आहे, तू असं विचारलंस तर! कारण ऐकणाऱ्या माणसाला, आठवणी ऐकायला एक वेळ आवडेल, पण उपदेश ऐकायला कधीच आवडत नाही. युद्धाच्या आणि नाटकाच्या आठवणी तर आणखीनच त्यातल्या त्यात रम्य. तेही खरंच. पण ज्ञानेश, ही रम्यता फक्त तिऱ्हाईत माणसाला. ज्याचं सुख किंवा दुःख त्या आठवणींशी कधीच निगडित झालेलं नसत, त्याला त्या आख्यायिका रम्य. जो त्यापायी पोळला गेला आहे, त्याची गोष्ट फार निराळी असते. असा माणूसच आठवणींबरोबर उपदेशाच्या चार गोष्टी सांगायला उद्युक्त होतो. अर्थात मीसुद्धा मधूनमधून आठवणींच्या प्रांतातून उपदेशाच्या प्रांताकडे एवढ्यासाठीच वळतोय, की ज्ञानेश, तूही आता त्याच प्रांतात वाटचाल करणार आहेस, म्हणून.

नटाच्या प्रांतात तू आजच उतरलास. ललितकलादर्शचा तू उद्याचा निर्माता, उद्याचा दिग्दर्शक! दिग्दर्शक म्हणून तू काय करू नयेस, हे मी सांगायला हवं तुला आज!

दिग्दर्शक, हा शब्द ऐकला रे ऐकला की काही तरी निराळं वाटतं नाही? ते स्थान आहेच तसं. जुन्या जमान्यात दिग्दर्शकाची एक गादी म्हणजे एक स्वतंत्र आसन असायचं. त्यावर कोणी अलबत्या-गलबत्यानं यावं आणि बसावं असा प्रकार नव्हता. त्या आसनाला एक विशिष्ट मान असायचा. त्या व्यक्तीसमोर लंब्याचवड्या गप्पा मारण्याची कुणाची हिंमत नसायची; आणि तरीही, त्या व्यक्तीबद्दल, त्याच्या

स्थानाबद्दल सर्वांना प्रेम असायचं. दिग्दर्शक म्हणजे एक आधार वाटायचा.

आता त्यातलं काही उरलेलं नाही. सगळं मोडकळीस आलं आहे. तो आदर, ती बहुमानार्थी वचनं, ती नम्रता, ते आदबशीर उभं राहणं, जमिनीवरची नजर न काढता मोठ्या माणसांच्या प्रश्नांची उत्तरं देणं, वाकून नमस्कार तर सोडच, पण साधा नमस्कार करणं हे सगळं संपलंय. जगात सर्वांत काही सोपं असेल ज्ञानेश, तर चांगल्या रूढी मोडणं. सगळ्याच जीवनाची ही गती झाल्यावर, आपल्या क्षेत्रात ते व्हायला किती उशीर?

पण असं जरी असलं ना ज्ञानेश, तरी मान हा ज्याचा त्याने टिकवायचा असतो. स्वतःचा श्वासोच्छ्वास जसा आपला आपणच करतो ना, तसाच अगदी आपला मान आपणच ठेवायचा असतो. आता एक आहे ज्ञानेश, तू म्हणशील, श्वसन हे मुद्दाम करावं लागत नाही. खरं आहे. पण ज्ञानेश, संस्कार-सत्प्रवृत्ती-यांसारख्या गोष्टी जर आपल्या रक्तातच भिनल्या, तर ज्याप्रमाणे श्वसन मुद्दाम करावं लागत नाही; त्याचप्रमाणे ठरवून वर्तन चांगलं ठेवायचा प्रश्न निर्माण होत नाही. वर्तन चांगलं होतंच. काय करावं, काय करू नये एवढंच बाप मुलाला सांगू शकतो. संस्कार हा एखाद्या वडिलोपार्जित संपत्तीप्रमाणे केवळ मुलाच्या नावावर मांडता येत नाही. तेव्हा ज्ञानेश, संस्कार हा ज्याचा त्याने सांभाळायचा असतो. तो सांभाळला की मान आपोआप सांभाळला जातो.

हल्लीचा काळ फार विचित्र आला आहे. नीतिमत्ता, संस्कार यांच्या चाकोऱ्या बदलत आहेत. तत्त्वचिंतन, आध्यात्मिकता, परंपरा सांभाळणारी माणसं ही सध्याच्या युगात बुरसटलेली समजली जात आहेत. जुने आदर्श आम्ही मोडणार आहोत आणि नवे निर्माण करण्याला आम्ही बांधील नाहीत, कारण त्यासाठी आमचा जन्म नाही, आणि कलानिर्मितीचं आमचं ते ध्येय नाही. असं काहीतरी बरळणारा वर्ग सध्या मिरवतो आहे. कथेत कथा नको, नाटकात नाट्य नको आणि मग जीवनात आदर्श नकोत, ही आहे आजची परंपरा! वस्त्राआड सगळं जग नागवं, ही गोष्ट प्रत्येक सुजाण जाणून आहे. पण सध्याच्या विचारसरणीला, हे कपड्याचं ढोंग मंजूर नाही. नागडं दर्शन, ही यांची वास्तवता! आणि ही वास्तवता ज्यांना अमान्य होईल ते बुरसटलेले. जे लोक ही वास्तवता मान्य करतील, ते आजचे कलाकार! म्हणूनच आम्ही रंगभूमीवर वेश्याव्यवसाय दाखवणार, शय्या दाखवणार; फार काय कपडे बदलताना प्रत्यक्षपणे दाखवणार. कारण ही वास्तवता आहे. तुम्ही आम्ही नाही का घरी कपडे बदलत? मग रंगभूमीवर ते दृश्य दाखवलं तर काय बिघडलं? 'शालू नेसतानाच चांगला दिसत होता' या वाक्यातील सूचकता तिथंच थांबवायची हे आम्हाला मंजूर नाही. प्रेक्षकांनाच आम्ही 'शालू नेसताना कसा दिसत होता' हे प्रत्यक्ष दाखवणार.

असा काळ आहे ज्ञानेश आजचा. अशा पार्श्वभूमीवर मी तुला जुन्या पाप-पुण्याच्या, नीती-अनीतीच्या कल्पना ऐकवायच्या, हे बरं नाही. पण ज्ञानेश, माझी अशी श्रद्धा आहे, कालच्या नीतिमत्तेच्या कल्पना, व्याख्या आज मागासलेल्या वाटत असल्या तरी पुनः आजच्या प्रचलित कल्पना उद्या जुन्या ठरणार आहेत. लांब बाह्यांच्या पोलक्यांवरून आखूड बाह्यांकडे वाटचाल झाली आणि ती सर्वांत नवीन सुधारणा ठरली. आता बिनबाह्यांच्या पोलक्यांचा काळ आहे. 'केळीच्या गाभ्यासारख्या मांड्या' जुन्या झाल्या. आता मांड्याची बरोबरी ॲटम बॉम्बबरोबर होऊन, ॲटम बॉम्ब लाजला आहे. पण मला खात्री आहे ज्ञानेश, हाच समाज पुन्हा 'Beauty lies in concealing beauty' इकडे वळणार आहे, कारण नग्नतेला मर्यादा आहेत!

म्हणूनच तुला सांगतो ज्ञानेश, 'जपुन टाक पाऊल!' सध्याचा जमाना असा आहे. समाज बदलतो आहे. समाजाचं प्रतिबिंब नाटकात उतरतं असं नव्हे, तर ते प्रतिबिंब नाट्य संस्थेतून पण दिसतं. पूर्वीच्या नाट्य संस्था एकत्र कुटुंबपद्धतीप्रमाणे होत्या. त्यात वडीलधारी मंडळी होती. त्यांच्या आज्ञेत वागणारी छोटी मंडळी होती. गुणानं महान होती; पण तरी आज्ञेत होती. ठराविक कलाकार ठराविक भूमिकेतच दिसणार असे संकेत होते. कोणत्याही भूमिकेत, कोणत्याही मेळाव्यात नामवंत कलाकार सापडण्याइतके त्या वेळचे कलाकार सवंग झाले नव्हते. पोटासाठी, व्यवहारासाठी जेव्हा वाटेल ती छोटीमोठी भूमिका पत्करायची वेळ येते तेव्हाची बाबा निराळी! पण 'शकार' रंगवणाऱ्या कलाकारांनी, कुठल्याही संस्थेत 'चेट-विट' व्हायचं म्हणजे काय? पूर्वी असं नव्हतं. त्यामुळे, गणपतराव बोडस म्हणजे फाल्गुनराव, नानासाहेब फाटक म्हणजे वृंदावन, चिंतामणराव कोल्हटकर म्हणजे घनश्याम, केशवराव दाते म्हणजे मनोहर ही समीकरणं झाली. खुद्द भूमिकेच्या नावानंच ओळखलं जाणं असा चमत्कार दिनकर ढेरेच्या बाबतीत घडला. त्याला दिनकर कामण्णा हेच नाव चिकटलं. हे सर्व एके काळी झालं. त्यातही फाटाफूट व्हायची. पण फुटून जाणाऱ्यांची पण एक संस्था उभी राहायची. स्वतंत्र संस्था उभी करण्याच्या जिद्दीनं बाहेर फुटून पडणारे त्या वेळचे कलाकार कुठे, आणि 'संस्था आहे ती बंद पडली तरी चालेल, पण आम्ही फुटणार,' असं म्हणणारे आजचे कलाकार कुठे? म्हणूनच अमूक नट म्हणजे अमूक ही समीकरणं सध्या घडत नाहीत. कारण कोणताही छोटा-मोठा कलाकार, कुठंही दिसतो. निष्ठा ही अडचण आहे; दैवत आहे 'नाईट', म्हणून असं होतं.

ज्ञानेश, असं जरी असलं तरी घाबरू नकोस. मी तुला तरीही 'पाऊल टाक' असंच म्हणणार आहे. फक्त 'जपून' एवढाच जास्तीचा शब्द! उंदीर बिळं करतील, या भीतीनं घरच बांधायचं नाही असं नाही. तर घर बांधायचं आणि 'उंदरांची' खाण्यापिण्याची चांगली व्यवस्था ठेवायची, म्हणजे झालं.

तेव्हा जरूर घर बांध. ललितकलादर्श हे नाव सार्थ होईल अशी वास्तू उभी कर. कुणीही कसंही वागलं तरी तू तुझे संकेत मोडू नकोस. संस्थेत तू पहिला, मग इतर! असं असलं तरी इतर आहेत म्हणून तू आहेस आणि संस्थेचा मालक जरी तू असलास तरी संस्था इतरांसाठी, याचा विसर पडून देऊ नकोस.

निर्माता म्हणून निर्णय तुलाच घ्यावे लागणार आहेत. ते निर्णय बरोबर ठरले आणि अमाप यश पदरात पडलं तर ते यश सर्वांचं! 'आम्ही सांगितलं त्याचं हे फळ आहे' असं प्रत्येक जण म्हणणार आहे. अपयश आलं पदरी, तर तू हेकट ठरणार आहेस. 'आमचं हा ऐकत नाही, आम्ही सांगत होतो' ,'अहो, रक्तातला गुण. याचे आजोबा असे, बापही हेकट; तेव्हा तोही तसाच.' हे तुला ऐकावं लागेल. त्या वेळी शांत राहा. कोणत्याही प्रसंगी तोल सोडू नकोस. संगीतात जसा 'ताल' सांभाळायचा, तसा जीवनात 'तोल.'

तालापेक्षाही ज्ञानेश, तोल महत्त्वाचा! संगीतात जर कदाचित ताल चुकला तरी स्वर सावरतो. पण तोल जर चुकला तर जीवनातला स्वरही त्याबरोबर जातो. सध्याच्या जीवनाला एवढा वेग आला आहे की तोल सांभाळणं कठीण जातं. त्यात आपलं जीवन म्हणजे नाटक्याचं जीवन; जिथं वेगही आहे आणि आवेगही आहे. यात ज्ञानेश, वेग एक वेळ आवरता येतो; पण आवेग नाही आवरता येत. आवेगाच्या रथाचे घोडे अनावर असतात नेहमी. या रथातून प्रवास करणारे अतिरथी महारथीही सारथी म्हणून कुचकामी ठरले. किंवा नुसते 'कामी' ठरले. यातून एखादाच 'शुक' तरतो. बाकीच्यांचा केव्हाना केव्हा तरी विश्वामित्र होतोच होतो. कारण हे विश्वच तसं आहे. खुद्द विश्वामित्राचा तपोभंग करण्यासाठी देवादिकांनी 'मेनके'ला नाटकच करायला लावलं होतं. त्या नाट्यविश्वात विश्वामत्र आला आणि फसलाच.

निर्माता, मालक म्हणून तू हे संभाळ! या बाबतीत तुला 'संभाळ' म्हणताना हे किती कठीण आहे याची मला पूर्ण जाणीव आहे. निर्माता, मालक म्हणून हे संभाळ असं म्हणण्यापेक्षा समाजातला एक घटक, गृहस्थ, म्हणून सांभाळ. 'स्त्री-पुरुष' परस्पर आकर्षण ही एक नैसर्गिक अवस्था आहे. तो एक स्वाभाविक योग आहे. पण समाजातले काही संकेत, काही रूढी आपण परंपरेने जोपासीत आलेलो आहोत. काही गोष्टी आपण त्याज्य मानलेल्या आहेत. नैसर्गिक ओढ आणि आपण जोपासलेल्या रूढी यांचा हा झगडा आहे. कोणत्याही गोष्टीची आसक्ती धरायची नाही इथपासूनच आपल्या धर्माची शिकवण सुरू होते. एकबाणी, एकपत्नी व्रताची जोपासना करणारे प्रभू श्रीरामचंद्र हे आपले आदर्श. पण खुद्द रामचंद्राच्या काळातही परस्त्रीवर नजर ठेवणारा रावण होता. तो स्वतःही वेद जाणणारा, उग्र तप करणारा बलाढ्य राजा. पण या एका मोहावर तो मात करू शकला नाही. तेव्हा आपल्यासारख्या पामरांची

काय कथा!

कथा तीच आणि त्यापायी भोगावी लागणारी व्यथा पण तीच! तरीही सांभाळण्याची पराकाष्ठा करावी. या आपल्या व्यवसायात तर फार जागरुकता ठेवावी लागते. इथं काही गोष्टी सहजसाध्य आहेत. म्हणून समाजातल्या इतर व्यक्तींपेक्षा या व्यवसायातल्या व्यक्तींना जास्त प्रकर्षानं जागरूक राहावं लागतं. समाजात, चारचौघांत जर एखाद्या स्त्रीवर मन गेलं तर तिची प्राप्ती होण्यासाठी मध्ये खूप अडथळे असतात. हवं ते वातावरण, हवा तो एकांत आणि आवश्यक असलेली गुप्तता, या गोष्टी अप्राप्य असतात. शिवाय लोकापवादाची दहशत! कुळाचं नाव, लौकिक, सदसद्विवेकबुद्धी वगैरे वगैरे. या सर्वांची भीतीच आपलं रक्षण करते. 'मन गया तो जाने दे, मत जाने दे शरीर' या उक्तीप्रमाणे मन असंख्य ठिकाणी धावतं. सौंदर्याचा साक्षात्कार झाला की भुलतं, वेडंपिसं होतं, आणि शरीर तिथवर पोहोचू शकत नाही, कारण मध्ये मघाशी सांगितलेले पहारेकरी असतात! समाजातल्या पुष्कळशा व्यक्ती अशा अगतिक आहेत म्हणून समाजात संभावित म्हणून वावरत आहेत.

पण ज्ञानेश, आपल्या व्यवसायात, 'मन चाहे तो जाने दे' यापाठोपाठ शरीर पण सहज मधलं अंतर कापू शकतं; म्हणून इशारा की जास्त जागरुकता हवी. कलावंताला नेहमी भावनोद्दीपक वातावरणात वावरावं लागतं, भावनोत्तेजक संवाद बोलावे लागतात, प्रेमाच्या नजरेनं पाहावं लागतं, स्पर्श करावा लागतो. त्यातली स्पर्श ही महाभयंकर वस्तू आहे. ती खरं म्हणज वस्तू नाही; ती 'अवस्थाच' आहे. आणि ती महाभयंकर का? तर ती फार लोभस आहे म्हणून. ज्या गोष्टीपासून जास्तीत जास्त धोका कोणता हे कळतच नाही, ती गोष्ट सर्वांत भयंकर! कारण त्या तसल्या गोष्टीपासून आपण किती अंतरावर राहिलो म्हणजे सुखरूप आहोत, हेच ठरवता येत नाही. ज्या स्पर्शाचा ज्या क्षणी तुम्हाला आधार वाटतो, त्याच क्षणी तुम्ही वस्तुतः निराधार झालेले असता. जो स्पर्श तुम्हाला चांदण्यासारखा शीतल वाटतो, तो स्पर्श वास्तविक तुमचं व्यक्तिमत्त्व जाळून टाकून मगच तुमचा स्वीकार करतो. स्त्री-संगमासाठी अनावर झालेली माणसं त्यामुळेच स्वत्वहीन वाटतात. हा मोह महाभयंकर, याला पुरावा एकच ज्ञानेश. चार लोकच केवळ त्याला वाईट म्हणतात असं नाही, तर त्या मोहात पडलेल्या माणसाचंच खुद्द एक मन त्याला 'हे करू नको' म्हणून सांगत असतं.

पण तरी ते होतं! मोतीबिंदू डोळ्यातच वाढतो आणि डोळ्याचीच वाट अडवतो. तसं आहे ते. त्याशिवाय या क्षेत्रात हे असले संबंध झटकन का जमतात, तर नाटक-सिनेमातली माणसं अशीच वागणार हे समाजानं गृहित धरलेलं कलाकाराला माहीत असतं म्हणून! या व्यवसायानं आपल्याला दिलेला हा अधिकारच आहे – असं मानलं जातं, आणि म्हणूनच ती एक चाकोरी म्हणून रूढ होऊ पाहत आहे.

बायकांच्या पाठीवर जाता येता थापा मारून बोलणं, त्यांना गमतीनं चिमटे काढणं, मांडीवर डोकं टेकून झोपून जाणं यांसारख्या हालचाली करताना, 'आमच्या मनात काही नाही बुवा, तुम्हाला काही वाटलं तर तो तुमच्या नजरेचा दोष,' हा मानभावीपणा दाखवत स्वतःची वासनातृप्ती स्पर्शावर भागवणं हा खेळ होऊन बसला आहे. एखाद्या नटीचा अभिनय पाहून, निहायत खूष झाल्याचं दाखवून तिला मिठी मारणं, नटीचे केस पकडून तिचं डोकं घुसळणं, शाबासकीच्या नावाखाली पाठीवर थोपटणं यांसारखे व असे प्रकार सर्रास चालतात आणि वयाच्या नावाखाली क्षम्य ठरतात. हे निव्वळ कलेचं, आविष्काराचं प्रेम म्हणून घडत नाही, असं मी स्पष्टपणे म्हणतो, कारण ही अनावर भावना, रसिकता, पुरुष कलाकाराच्या बाबतीत उफाळलेली मी पाहिली नाही.

म्हणून मला या हालचाली भोंदूपणाच्या वाटतात. पाश्चात्त्य समाजातले स्वतःला सोयीचे वाटणारे संकेतच आम्ही उचलले आणि आमची मनं या बाबतीत विशाल आहेत असे डांगोरे पिटत सुटलो. त्यांच्यातली शिस्त आम्ही शिस्तशीरपणे टाळली.

ज्ञानेश, आपली ही संस्कृती नाही. खुद्द स्वतःच्या वयात आलेल्या बहिणीला भाऊ आणि लेकीला बाप, अशा तऱ्हेने एकदम जवळ घेत नाही. कुरवाळत नाही, मिठी मारत नाही; मग अन्य बायकांची गोष्टच सोड. गिरिजाला पण मी काही गोष्टी सांगणार आहे. ती पण या व्यवसायात वाटचाल करणार आहे. तिला मी हेच सांगणार आहे की, पुरुष स्खलनशील प्राणी आहे. निसर्गतःच तो तसा आहे. अर्थात त्या कारणासाठी, त्याचं बेताल वागणं क्षम्य ठरावं असं मुळीच नाही; पण त्याच्या त्या उच्छृंखल, मोहलोलूप वृत्तीला आळा घालण्याचं कार्य मात्र स्त्रीचं नक्की आहे. जेव्हा स्त्री स्थानभ्रष्ट होते तव्हा अधःपात जास्त वेगानं होतो. कोणत्याही कारणानं झालेला स्पर्श जेव्हा स्त्री सहन करते, तेव्हाच पुरुष पुढे सरसावतो, हे स्त्रीनं लक्षात ठेवावं. गिरिजाला मी सांगणार आहे, की पुरुषाला जागच्या जागी खिळवून टाकण्याचं सामर्थ्य स्त्रीच्या नजरेत आहे. त्या सामर्थ्याचा विसर पडू न देता नाट्य क्षेत्रातच काय, पण अख्ख्या जगतात कुठंही वावर. स्त्रीचं रक्षण स्वतः तीच करू शकते. माझी अशी इच्छा आहे ज्ञानेश, की 'गिरिजेने' त्या गिरिजेप्रमाणे तेजस्वी व्हावं. समाज आणि त्यातले लंपट पुरुष वासनापूर्तीसाठी वाघासारखे टपलेले असतात. पण त्यांचा प्रतिकार करण्याचं सामर्थ्य स्त्रीमध्ये नक्की असतं. पुरुषाचा स्पर्श, त्याची नजर, त्याच्या बोलण्यामागचा गूढार्थ स्त्री पटकन जाणू शकते. ही ग्रहणशक्ती निसर्गानेच स्त्रीला दिलेली आहे. तेव्हा पुरुषांचा रोख तिला समजलाच नाही असं होऊ शकत नाही. त्यामुळे स्त्रियांबद्दलही मी ठामपणे म्हणू शकतो, की जेव्हा पुरुषांचं हे अतिक्रमण त्या सहन करतात, त्या वेळी कुठंतरी तशा तऱ्हेच्या अतिक्रमणाची त्यांनाही अल्प भूक असते.

त्यातूनही एखादा विलक्षण, थरारक, बेभान करणारा आविष्कार पाहिला की भावना अनावर होतात केव्हा केव्हा. त्या तशा काही क्षणी कोणतीही लंपट भावना किंवा अन्य विकारांचा स्पर्शही आपल्या मनाला झालेला नसतो. पण ज्ञानेश, असे पवित्र क्षण फार दुर्मीळ असतात. ते तसे क्षण खरोखर इतके उत्स्फूर्त आणि म्हणून अनपेक्षित असतात, की ते तसले क्षण वस्तुतः उगवत नाहीत तर कोसळतात. त्या क्षणीची अगतिकता सर्वांना कळते. अशा अगतिकतेच्या आहारी गेल्यानं जर अशी स्पर्शापर्यंत मजल गेली, तर ज्याप्रमाणे आपल्या मनात गैरभावना उद्‌भवू शकत नाही, त्याप्रमाणे ती गोष्ट पाहणाऱ्याच्या मनात पण अन्य भावनांना, विचारांना जागा राहू देत नाही. पण ज्ञानेश, खरोखरच असा क्षण हजारात एखादा. प्रत्येक 'एक्झिट-एन्ट्रीला' भावना अनावर होतील का? जर तसं व्हायला लागलं तर त्यामागे नक्की कोणता 'भाव' असेल हे सांगायला का हवं?

जाऊ दे ज्ञानेश, मला या 'नकली', 'नाटकी' भावनेबद्दल काही म्हणायचं नाही. मी असंच सांगेन की या बाबतीत हेतू जरी निर्लेप असला तरी श्रीशंकराचार्यांचाच आदेश योग्य.

'यद्यपि शुद्धं, लोकविरुद्धं नाकरणीयं नाचरणीयम!' समाजात राहून, चार तऱ्हेच्या माणसांना आपल्याबरोबर घेऊन हा व्यवसाय करावा लागतो तेव्हा श्रीशंकराचार्यांचा आदेशच नजरेसमोर ठेवावा. कारण आपल्या मनातला शुद्ध हेतू इतरांना शुद्ध वाटावा असा अट्टाहास धरता येत नाही. पण त्याचप्रमाणे 'शुद्ध हेतू' सांगत बसावा लागत नाही; तो कळतोच. त्याचं एक नव्हे- एकमेव उदाहरण सांगतो माझ्या पाहण्यातलं. ते उदाहरण आहे मामा वरेरकरांचं. एका नाटकाच्या प्रसंगी, एका अभिनेत्रीला त्यांनी जवळ घेऊन, तिच्या पाठीवरून हात फिरवून तिचं कौतुक केलं. आमच्या सर्वांच्या देखत तो प्रकार घडला. इतर कोण कोण तिथं हजर होते त्याला महत्त्व नाही. महत्त्व आहे ते दुसऱ्या गोष्टीला. मामा वरेरकरांबद्दल मी तुला खूप सांगितलं. आणखीन खूप सांगायचं राहिलं आहे. पण आत्ता ज्या विषयाबद्दल मी बोलतोय, तो अगदी निराळा आहे. या एका बाबतीत मामा वरेरकरांबद्दल त्यांचा शत्रूही कधी गैरसमज करून घेणार नाही. माझ्यासारखा माणूस जो त्यांच्याशी शेवटपर्यंत फटकून राहिला, तो मी तुला सांगतोय, की मामांबद्दल त्या एका बाबतीत मी या घटकेपर्यंत गैर विचार शिवू दिला नाही. प्रसंग घडला तेव्हा आम्हा कुणालाच त्यात गैर वाटलं नाही. मामा वरेरकरांचा त्या अभिनेत्रीला झालेला तो स्पर्श निश्चित वात्सल्याचाच होता... पण ज्ञानेश, अशी एखादीच व्यक्ती आणि जीवनाच्या एखाद्याच बाबतीत वादातीत असू शकते. या एका बाबतीत मामांचं चारित्र्य वादातीत होतं. बाकी सर्वत्र आनंदच असतो. इतरांच्या या बाबतीतल्या हालचाली एवढ्या साळसूदपणे आणि बेमालूम तऱ्हेने चालतात, की त्यांची ती

कृती विकृत न ठरता, त्या कृतीवरचा आक्षेपच विकृत ठरवला जातो.

अशा वेळी, ज्ञानेश तू काय करशील?

मी सांगतो, तू काही करू शकणार नाहीस. तेव्हा पुन्हा एवढंच सांगणं उरतं, की दिग्दर्शक म्हणून, मालक म्हणून तू यातलं काही करू नकोस. दिग्दर्शन करताना अकारण, दिग्दर्शनाच्या नावाखाली बायकांना स्पर्श करू नकोस. इथं तुझी पहिल्यांदा मानहानी होण्याचा संभव आहे; त्या बाईकडून किंवा इतर कलाकारांकडून. दिग्दर्शकच जर असा असेल तर त्याचं लोण थेट मेकअपवाल्यापर्यंत जातं. कारण-अकारण स्पर्श करण्याची संधी, थापट्या मारण्याची संधी मैत्रीच्या नावाखाली, मोकळेपणाच्या नावाखाली तोही सोडत नाही.

तू निर्माण केलेली प्रत्येक कलाकृती गाजेलच असं नाही. प्रत्येक दिग्दर्शन तुला यश मिळवून देईल असंही नाही. पण 'गृहस्थ' म्हणून नैतिकतेच्या या काही मर्यादा तू संभाळल्यास तर 'माणूस' म्हणून तू किती श्रेष्ठ ठरशील याला मर्यादा नाही.

ज्ञानेश, मी यातले संकेत संभाळण्यात केव्हा केव्हा कमी पडलो, याचं दुःख नक्कीच आहे. हे दुःखच बोललं एवढं. पण तरीही तू सांभाळ. माझ्यापेक्षा एक पाऊल जास्त जपून आणि जास्त पुढे जा! शुकासारखं वैराग्य केवळ शुकालाच जमेल. पण त्या शुकाचं पूजन मात्र प्रत्येक जण करतच असतो. त्याच्यासारखं होता आलं असतं तर? याची टोचणी, वेदना प्रत्येक माणसाला 'ज्याची सदसद्विवेकबुद्धी जागृत आहे त्याला' लागलेलीच असते. कारण, Soul is willing but the flesh is weak असं म्हणतात. तो माझा आत्मा तुला सांगतोय ज्ञानेश, माझ्याहीपुढे एक पाऊल जा. हे तुलाच सांगायचं, कारण पुत्र म्हणजे तरी काय?

तर 'आत्मा वै पुत्रनामासि.'

“हा छब्या कुत्रा इतर कुत्र्यांसारखा नाही.”

“म्हणजे कसा?”

“म्हणजे याला काही अटी नाहीत, खाण्या-पिण्याच्या काही खोडी नाहीत याला. इतर कुत्र्यांना हे हवं, ते हवं, मटण हवं. याचं तसं नाही. काहीही खायला घातलं तरी तो ते खातो. आमटी-भात चालतो, पोळी चालते, सगळं खातो बिचारा.”

“याला एकदा थिएटरच्या दरवाजावर बांधून पाहा, तिथं मग पैसे खातो का बघू!”

ज्ञानेश, हा संवाद आपल्या बापूंच्या कारकिर्दीत झाला. आणि यातलं शेवटचं मार्मिक वाक्य मामा वरेरकरांनी सोळस्करांना उद्देशून म्हटलं. सोळस्कर म्हणजे बापूंचे, त्या वेळचे ‘ललितकले’तले मॅनेजर. मामांच्या काही चांगल्या कोटीतली ही कोटी!

मॅनेजर हा एक अत्यंत महत्त्वाचा घटक ज्ञानेश! ज्याप्रमाणे मोटार लाभण्यापेक्षा मेकॅनिक लाभावा लागतो, म्हणजेच मोटार टिकते, तसंच मॅनेजर लाभला की कंपनी टिकते. ज्ञानेश, ‘पत्नीची निवड डोळ्यांनी न करता कानांनी करावी’ असं म्हणतात. तीच गोष्ट मॅनेजरच्या बाबतीत. मॅनेजरची निवड पण कानांनी करावी. तीन सुखी प्राण्यांत नाटक कंपनीच्या मॅनेजरची गणना होते, हे तुला माहीत आहे का? ते तीन प्राणी म्हणजे, नायकिणीचा भाऊ, नाटककंपनीचा मॅनेजर आणि थट्टीतला रेडा.

तेव्हा ज्ञानेश, कंपनीचा मालक म्हणून तू एक गोष्ट जरूर कर, ती म्हणजे योग्य मॅनेजर निवडणं, ही होय! त्या बाबतीत मी भाग्यवान आहे. भार्गवराम पांगे मला अगदी पहिल्यापासून लाभले; ही अगदी भाग्याची

...गुरुकिल्ली

गोष्ट! होय ज्ञानेश, सगळेच 'भार्गवराम' तसे नसतात. काही असेहीं असतात. पांग्यांच्या दिलदार स्वभावाची आणि कर्तबगारीची ग्वाही तुला नाट्यसृष्टीतला कोणताही कृतज्ञ कलाकार देईल. 'कृतज्ञ' हा शब्द मात्र महत्त्वाचा हं! कारण कोणत्याही थोर व्यक्तीचे उपकार, मनाचा मोठेपणा, कोणत्याही कृतघ्न माणसाला क्षणात नाकारता येतो. पण पांग्यांचा मोठेपणा केव्हाही मान्य करतील अशा किती व्यक्ती सांगू? अनेक आहेत तशा व्यक्ती. त्यांची सगळ्यांची नावं सांगायची, हे कठीण काम! मॅट्रिकच्या निकालाच्या यादीत, जसे 'कुलकर्णी' व 'जोशी' या आडवानांची यादी संपता संपत नाही, त्याप्रमाणे ही यादी पण आटोपती घेता यायची नाही. सर्व कलाकारांचा, लेखकांचा मुक्काम जाता येता पांग्यांच्या क्लासवर असतो, एवढंच सांगतो. क्लास कसला म्हणायचा तो; संगीत-नृत्य कलामंदिर हे त्याचं नाव. पण वस्तुतः या सर्व मंडळींचं ते विश्रांतिमंदिरच. तर असे हे पांगे. बंगाली पद्धतीचं धोतर, नेहरू शर्ट, डोळ्यांना गॉगलवजा चष्मा आणि शांत मुद्रा अशा थाटात ज्ञानेश, तू त्यांना खूपदा साहित्यसंघात, अनेक नाट्यप्रयोगांच्या वेळी पाहतोस. कसे निर्विकार उभे असतात नाही? आत थिएटर ओस पडलेलं असलं तरी त्यांचा चेहरा असाच, आणि त्यांच्याजवळच अगदी 'हाऊस फुल्ल'चा फलक असला, तरीही त्यांचा चेहरा असाच. केवढाही मोठा संघर्ष चालू असला तरी पांगे शांत असतात. 'स्थितप्रज्ञ'ची व्याख्या यापेक्षा निराळी काय असणार?

पांग्यांजवळून ज्ञानेश, मी हे शिकलो. आपल्या भोवताली, कितीही गहजब झाला आपल्याबद्दल तरी मी शांत असतो. इतर लोकांचं वात्त्काडन मी शांतपणे कसं सहन करतो, याचं इतरांना नवल वाटतं. एका मान्यवर दिग्दर्शक नटानं माझ्यावर सतत दोन तास तोंडसुख घेतलं होतं. मी तेव्हा गप्प होतो. माझ्याबरोबर आलेल्या इतर मंडळींना ते सहन करणं कठीण गेलं. "पेंढारकर, तुम्ही हे कसं काय सहन करू शकलात?" मला एका प्रसिद्ध नाट्यसमीक्षकानं तेव्हा विचारलं. त्यावर मी म्हणालो,

"कलाकाराची एवढी एकच बाजू मी कच्ची म्हणून सोडून देण्यात यशस्वी ठरलो, तर त्या कलाकाराची कलाकार म्हणून असलेली ताकद, कौशल्य माझ्या उपयोगी पडू शकतं. बरं, आपल्या अंगाला काही भोकं पडत नाहीत. तो कलाकार मिळण्यासाठीच हे मूल्य द्यावं लागत आहे असं समजलो, मग झालं सगळं सहन."

ज्ञानेश, असाही ताण तुला सहन करावा लागेल. नटाची 'नाईट' एवढंच त्याचं मनाधन नसतं प्रत्येक वेळी. तर त्याच्या अशा काही गोष्टी सहन करायच्या ही पण आपण त्याची बिदागीच देत आहोत असं समजायचं. त्या दृष्टीनं ज्ञानेश, ज्याने कुणी 'नटाला 'नाईट' द्यावी लागते हा वाक्यप्रयोग शोधून काढला, त्याचं मला कौतुक करावंसं वाटतं. अक्षरशः एखाद्या कलाकाराला मिळवण्यासाठी, किंवा मिळालेल्या

कलाकाराला सांभाळण्यासाठी मी रात्रीच्या रात्री झोपेशिवाय विवंचनेत घालवतो, घालवल्या आहेत. म्हणजे पर्यायानं त्या कलाकाराला आपण 'नाईट'च नाही का देत?

त्याला इलाज नाही पण! तो एक मनुष्यस्वभाव म्हणावं आणि गप्प बसावं. गप्प बसावं ते मात्र तो स्वभाव जोखून पारखून! पारखण्याची सवय झाली की त्या माणसातल्या कच्च्या जागा आपोआप सापडतात. त्या जागा हेरता आल्या की त्या माणसाला जिंकण्याची गुरुकिल्ली त्यापाठोपाठ सापडते.

गुरुकिल्ल्या शोधण्याची ही कळ मी भार्गवराम पांग्यांकडून शिकलो. एक गंमत म्हणून उदाहरण सांगतो ते शंकरराव बुधे यांचं! आपल्याकडे ते स्टेज मॅनेजर होते. नुकतेच वारले बिचारे. वारले, पण स्टेज मॅनेजर कसा असावा याचा आदर्श निर्माण करून गेले. वर्णाने काळे, राकट चेहरा, साधं धोतर, गंजिफ्रॉक असा वेष. कुणाशीही फारसं बोलणं नाही. काम बरं आपण बरं. मंगला, चित्तरंजन-मी, अशा काही ठराविक लोकांशीच ते आपलेपणानं, रंगून गप्पा मारायचे. नाहीतर आपले एका बाजूला, एखाद्या पेटीवर, पोटाशी गुडघे घेऊन, हाताची मिठी घालून बसायचे. चेहऱ्यावर भाव सतत असा की, 'कुणी सांगितली आहेत या लोकांना नाटकं करायला?' पण मनातून नाटकाची फार फार ओढ. कुठल्याही स्टेजकडे केवळ नजर टाकून, नजरेनेच स्टेजचं माप घ्यायचे आणि सेट लावण्यासाठी किती फुटाची, किती फ्लॅट्स लागतील ते अचूक सांगायचे. सगळी नाटकं पाठ. कोणत्या वाक्याला कोणता पडदा टाकायचा याचं ज्ञान आणि स्मरण केवळ एकदा ते नाटक ऐकून पाहून. त्यांच्या हातून त्या क्षेत्रात, त्यांच्या कामात चूक झालेलीच नाही माझ्या आठवणीत.

आता हाच प्राणी, माणूस म्हणून. एकदा ट्रक भरून सामान गावी जायचं होतं. ट्रकबरोबर शंकररावांनी जावं ही माझी इच्छा. पण मी त्यांना ट्रकने जा म्हणालो असतो तर नक्की त्यांनी, 'गाडीने जातो' असं सांगितलं असतं. मी मग म्हणालो.

"शंकरराव, सामान जाऊ दे ट्रकने, तुम्ही मात्र गाडीने जा."

"गाडीने कशाला? तो ट्रक बाकीचा रिकामाच तर जायचाय. मी सामानाबरोबरच जाईन."

ही त्यांची गुरुकिल्ली.

पंडितराज जगन्नाथच्या वेळी, दरबाराच्या प्रवेशात, लवंगिकेसाठी एक चौथरा बनवलेला आहे. त्या चौथऱ्यावरून लवंगिका नाच करते. मला तो चौथरा अरुंद वाटला. मंगलाबाईंना पण वाटला. पण ती गोष्ट त्यांच्याजवळ बोलताच ते म्हणाले असते,

"तो मापाप्रमाणे केलेला आहे."

...मग केली गंमत! तालमीचं नाटक करायची वेळ आली. एरवी नाटकासाठी तालमी होतात, पण त्या दिवशा- या आमच्या कलाकारासाठी तालमीचं नाटक केलं आम्ही.

ठरल्याप्रमाणे नाचता नाचता मंगलाबाईंचा पाय चौथऱ्याबाहेर पडला. त्यांना पडल्यासारखं झालं. मीही धावत जाऊन पाहण्याचं नाटक केलं.

“अण्णा, हा चौथरा अपुरा आहे. एवढ्याशा जागेत नाचायचं कसं?”

...मी म्हणालो, ‘त्याला काय झालं? शंकररावांनी बरोबर माप दिल्याप्रमाणे चौथरा बनवला आहे. याच्यापेक्षा मोठा चौथरा कसा करायचा?’

...माझ्या या प्रश्नाचं उत्तर कुणीही देण्याची गरज नव्हती. दुसऱ्याच दिवशी, चौथरा हवा तसा, हवा तेवढा रुंद झाला होता.

...अशीच एक गंमत पुण्यातली. मे महिना संपतासंपतानाची हकिगत. ‘दुरितांचे तिमिर जावो’चा प्रयोग. ३० मे तारीख होती. नाटकाला ‘हाऊस फुल’चा बोर्ड होता. भरत नाट्य मंदिरमध्ये प्रयोग. आणि तुफान पाऊस आला. प्रयोग करणं सर्वथा अशक्य होतं. प्रेक्षकांना तिकिटाचे पैसे परत घेऊन जा म्हणून सांगाण्यात आलं होतं. पण प्रेक्षकांना नाटकच हवं होतं. त्याच तिकिटावर पुन्हा प्रयोग द्या म्हणून त्यांची एकमुखानं, एकमेव मागणी होती. बरं ते नाट्यगृह खुलं! पावसाळ्यात तारीख कशी देणार? दुसऱ्याच दिवशी मला वाटतं, मानापमानाचा दुसऱ्या कंपनीचा प्रयोग होता आणि त्या प्रयोगाला काही उत्पन्नच नव्हतं. ३१ मे रोजी तो प्रयोग होता आणि आपला प्रयोग १ जूनला ताबडतोब साहित्यसंघात होता मुंबईला.

‘मानापमान’ची माणसं त्यांचा खेळ रहित करून तो वार आम्हाला द्यायला तयार झाली. मी वामनरावांना ३१ तारखेला प्रयोग जाहीर केला आहे म्हणून सांगितलं. शंकररावांना ती गोष्ट कळली मात्र, ते बोलायला लागले- ‘मालकांच्या काही लक्षातच राहत नाही. ३१ तारखेला पुण्यात प्रयोग केल्यावर १ तारखेला मुंबईत प्रयोग कसा व्हायचा? साहित्यसंघात प्रयोग लावलाय. त्या एवढ्याशा गल्लीत ट्रक जात नाही. ट्रक बाहेर उभा करून सामान हलवावं लागतं. प्रयोग लावण्यापूर्वी सांगायचं तरी?’ वगैरे वगैरे.

माझ्या कानावर या सगळ्या गोष्टी आल्या. रात्री आम्ही सगळे जेवायला बसलो. एकाच लहान खोलीत आम्ही सगळे होतो. तेवढ्यात गोविंदराव पटवर्धनांनी विचारलं,

“अण्णा, मी मग आज रात्री मद्रासनेच जातो. उद्या येऊ ना डेक्कनने?”

मी त्यांना म्हणालो, “तुम्ही हाच प्रश्न मला जरा लांबून आणि मोठ्यांदा विचारा. तिकडे शंकरराव बसले आहेत त्यांना ऐकू जायला हवा.”

गोविंदरावांनी त्याप्रमाणे विचारलं. मी म्हणालो,

“उद्या कशाला येताय?”

“वा, आजचा खेळ उद्या करताय ना?”

“वा गोविंदराव, अहो ते कसं शक्य आहे? परवाच आपला प्रयोग साहित्यसंघात, मुंबईला. ते नाटकाचं सामान परवा पोचणार कधी? त्यात तो सामानाचा ट्रक बाहेर उभा करावा लागतो. तिथून गल्लीतून सामान न्यावं लागतं. ते काही नाही; उद्या पुण्यात प्रयोग व्हायचा नाही.”

आमच्या त्या संवादाने वामनराव चमकलेच. ते म्हणाले, “अण्णा, आपण जाहीर केलं की तसं.”

“कशाला केलं जाहीर? शंकररावांना विचारायचं तरी? त्यांची सोय-गैरसोय पाहाल की नाही? काय हो शंकरराव?”

शंकरराव शांतपणे म्हणतात, “उद्या प्रयोग न व्हायला झालं काय? उद्या इथं प्रयोग होईल आणि परवा मुंबईलाही होईल. त्यात काय?”

मी गोविंदरावांकडे नुसतं पाहिलं. गायकाच्या गळ्यातून स्वर निघायच्या आधीच ज्यांच्या बोटावर तोच स्वर येऊन बसलेला असतो, त्या गोविंदरावांना आणखी काही सांगायला थोडंच हवं होतं?

आपण सगळे नारद!

'ज्ञानेश, आपण सगळे नारद! आपल्या बापूंनी नारदाची भूमिका गाजवली. तीच भूमिका सध्या मी करतो. तूही आज केलीस. नारदाचा प्रकृतिधर्म म्हणजे कलागती लावणं. प्रत्येकाची गुरुकिल्ली हेरणं. प्रत्येकाचं वर्म जाणून त्यावर अचूक बोट ठेवणं. असा हा कलागती लावणारा नारद मात्र सर्वांना हवाहवासा वाटतो. कारण काय, तर एकच- त्या कलागतीत कपट नाही. त्या कलागतीतदेखील 'कला' आधी. 'गतीत' बाध न आणणारी नारदाची ती कला आणि म्हणूनच त्या हव्याहव्याशा वाटणाऱ्या कलागती! त्या कलागती लावण्यामागे नारदांचा एक शुद्ध हेतू असायचा. सगळ्या जगाचं कल्याण व्हावं. गर्विष्ठ लोकांचं गर्वहरण व्हावं, दुष्ट लोकांचं निर्दालन व्हावं आणि प्रत्येकाच्या मनात भगवद्‌गीता निर्माण व्हावी, या सद्‌हेतूनेच लावलेल्या त्या कलागती.

नाट्य संस्था चालवायची म्हणजे नारदाची भूमिका प्रत्यक्ष जीवनातही करावी लागते. मी करतो अधूनमधून! ती भूमिका यशस्वी होण्यासाठी भांडवल म्हणून दोन गोष्टी लागतात- एक म्हणजे निष्कपट हेतू आणि दोन म्हणजे, ज्याच्यावर हा प्रयोग करायचा त्याची गुरुकिल्ली माहीत असणं. त्याशिवाय मी ही जी नारदाची भूमिका अधूनमधून प्रत्यक्ष व्यवहारातही करतो, त्यात माझा हेतू 'उत्तम कलाकृती' सादर करणं, हाच असतो. वैयक्तिक फायद्या-तोट्यासाठी कलागती लावणं हा जसा त्या पुराणकालीन नारदमुनींचा हेतू नसायचा, तसाच माझाही नसतो.

अगदी अलीकडचीच गोष्ट सांगतो. पंडितराज जगन्नाथच्या वेळची! कलाकार

ठरवले. त्याप्रमाणे आखणी सुरू झाली. मामांना आम्ही शहाजहानची भूमिका द्यायचं ठरवलं. त्याप्रमाणे मामांना सांगितलं. पण ते ऐकून मामा फारसे प्रसन्न दिसले नाहीत. त्यांच्या मनातून त्यांना काशीप्रसादची भूमिका करायची होती. मामांना काशीप्रसादच्या कामापेक्षा, शहाजहानचीच भूमिका जास्त शोभेल हे कसं सांगायचं, असा प्रश्न मला पडला. विद्याधर गोखल्यांना माझ्याकडे आणण्याचं सगळं श्रेय मामांकडे होतं. तेव्हा त्यांना कसं दुखवायचं, हा प्रश्न होता. मामांना शहाजहानची भूमिका द्यायची असा आमचा विचार होता; पण दिग्दर्शक म्हणून, नट म्हणून मामांना काशीप्रसादच्या कामाचा मोह पडला होता. त्या भूमिकेवर त्यांनी स्वतः काही विचार केलेला असणार. 'आपण काशीप्रसाद कसा उभा करायचा' यावर काही आडाखे बांधलेले असणार. पण मलाही तेवढ्याच प्रामाणिकपणे वाटत होतं की मामा 'काशीप्रसाद' वाटणार नाहीत; पण शहाजहान नक्की वाटतील. आता ज्ञानेश, तू मला पटकन विचारशील की 'तुम्ही जगन्नाथ पंडित' दिसता का? एखाद वेळेस नसेन दिसत. हा आक्षेप तर अनेकांनी घेतला; पण त्यावर माझं आपलं एकच विचारणं आहे, की पंडितराज ही व्यक्ती काही फारशी कुणाच्या परिचयाची नाही. शिवाजी महाराज कसे असावेत, पहिले बाजीराव कसे असावेत, माधवराव पेशवे, नाना फडणवीस कसे असावेत, याबद्दल आपल्या निश्चित कल्पना आहेत. तेव्हा त्यांच्या भूमिका देताना योग्य ती व्यक्ती नेमण्याची जबाबदारी दिग्दर्शकावर आहेच आहे. पण पंडितराजबद्दल कुणी तशी चित्रं रंगवलेली नव्हती. माझ्यापेक्षा चांगला नट मिळाला असता तर तो प्रेक्षकांनाच नव्हे, तर मलाही हवा होताच. कोणत्या निर्मात्याला गुणवान नटसंच नको असेल? अनेकांचं असं मत होतं की प्रसाद सावकार पंडितराज जगन्नाथ शोभले असते; त्यांना जमनलालची भूमिका का दिली? हा प्रश्न बरोबर आहे. पण ज्ञानेश, जमनलाल आहेत दरबारचे गायक. दरबारचा गायक माझ्यासारखा चालला असता का? तो हवा गोड गळ्याचा, स्वरांवर आणि गळ्यावर हुकमत गाजवणारा. ज्याचं गाणं हवंहवंसं वाटेल असा हवा. माझा आवाज कसा आहे हे सगळे जाणतात, तूही जाणतोस. तेव्हा दरबार गायक म्हणून सावकार जेवढे योग्य ठरले, तेवढा मी योग्य ठरणार नव्हतो. त्याशिवाय, जगन्नाथ हा कवित्वाबद्दल, संस्कृत-उर्दूच्या भाषेवरील प्रभुत्वाबद्दल प्रसिद्ध होता; गायकीबद्दल नाही. त्याची जर गायकीबद्दल ख्याती असती तर कदाचित मन्सुरखाँबरोबर झालेल्या सवाल-जबाबाऐवजी, जमनलालबरोबर जुगलबंदी झाली असती. पण तसं नव्हतं! पंडितराज जर गायकीबद्दल प्रसिद्ध नव्हता, तर सावकारांसारखा मातब्बर मोहरा, मी त्या भूमिकेसाठी का वाया घालवावा? क्रिकेटमध्ये जशी सलामीची जोडी जोरदार हवी, तशीच नाटकातही. त्याप्रमाणे जमनलाल आणि कलंदरखाँ 'ओपनिंग बॅट्समन'प्रमाणे सामना प्रथमच जिंकतात. आणि ज्ञानेश, सावकारांचं गाण्याचं कसब आणि यश

पाहिल्यानंतर, मी माझी न रंगणारी गाणी काढून टाकली आणि तो वेळ सावकारांना देऊन, 'जय गंगे' हे त्यांचं नेत्रदीपक लोकप्रियता मिळवणारं भजन वाढवलं! नाटकात पहिल्यापासून हे भजन नव्हतं, असं जर आता कुणाला सांगितलं, तर त्यावर त्याचा विश्वास बसणार नाही. पहिल्या पाच प्रयोगांत ते भजन नव्हतं. सुरुवातीच्या प्रयोगात हे गाणं, नाटकाच्या सुरुवातीला व शेवटी समूहगीताच्या स्वरूपात होतं. ज्याला 'थीम सॉंग' म्हणता येईल अशा धर्तीवर होतं. स्वतंत्र भजन म्हणून सावकारांच्या तोंडी नव्हतं. सहाव्या प्रयोगापासून हे भजन नाटकात आलं ते आजतागायत.

मालक म्हणून तू हे सांभाळ. तुझ्याकडे जरी नाटकातली प्रमुख भूमिका असली तरी इतर भूमिकांचं महत्त्व तेवढंच. कलाकृती प्रथम. त्या दृष्टीने जो भाग रंगत असेल नाटकातला, त्याला तू वाव द्यायला हवास. ज्या कलाकाराला वाव द्यायला हवा, त्याला द्यायलाच हवा. कारण प्रथम कलाकृती महत्त्वाची. कलाकृती तरली की संस्था तरली!

असो, ज्ञानेश, भूमिका कुणाला शोभते, यावरून आपण खूपच बोललो. विषय होता मामांचा, शहाजहान आणि काशीप्रसादचा! मामांची शरीरयष्टी, वाणी, भेदक नजर या सर्वांचा विचार करून मामा म्हणजे शहाजहान हे माझ्या डोक्यात ठाम बसलं होतं. मामा त्या भूमिकेत तेजःपुंज दिसतील याबद्दल माझ्या मनात संदेह नव्हता.

मामांना मी हे पटवलं. मामांनी ते मान्य केलं. पण ते मान्य करताना त्यांनी आणखी एक इच्छा व्यक्त केली. ते म्हणाले, "दोन्ही भूमिका मीच करतो."

आता आली का पंचाईत? माझ्यासमोर प्रश्नच प्रश्न पडले. एक तर मामांना मी मानतो. या क्षेत्रात प्रथम उतरताना त्यांचं लाभलेलं मार्गदर्शन मी विसरू शकत नाही. माझी जीभ जड. त्याला वळण लावलं मामांनी! हे नाटक पण मामांच्या मुळेच माझ्याकडे आलेलं. मामांना दुखवायचं कसं?

मी त्यांना म्हणालो मग, जे मनापासून वाटलं होतं ते. "मामा, एकाच नाटकात दोन भूमिका तुमच्यासारख्यांनी न केलेल्या बऱ्या. कारण तुमच्यासारखा नट लपून जाणारा नाही. तो लगेच प्रेक्षकांना कळून येणार. त्याहीपेक्षा तुम्ही काशीप्रसादऐवजी शहाजहानचीच भूमिका करणं मला जास्त आवश्यक का वाटतं ते सांगतो. नाटकातला संघर्ष हा शहाजहानमुळेच निर्माण झाला आहे. तो संघर्ष प्रकट करण्यासाठी तुमच्यासारखाच माणूस हवा. शहाजहान जर ठणठणीतपणे उभा राहिला नाही, तर पहिल्या दोन महत्त्वाच्या अंकांना वजनच येणार नाही. काशीप्रसादचं तसं नाही. काशीप्रसाद कोणीही उभा करू शकेल; पण शहाजहानचं काम वाटेल त्याला पेलणार नाही. नाटकाचा तोल संभाळणं हे शहाजहानचं काम आहे. तेव्हा मामा,

त्याला तुमच्यासारखाच कलाकार हवा आणि त्याशिवाय तुमची दोन भूमिका करण्याची इच्छा आहे हे मला माहीत नव्हतं. मी चंद्रकांत गोखल्यांना सांगून ठेवलंय. त्यांना निराश करावं लागेल.''

मामांना ते लगेच पटलं. त्यांनी शहाजहान उभा करायचा मान्य केलं. काशीप्रसादच्या भूमिकेचा मोह त्यांनी बाजूला ठेवला. याचा अर्थ मामा निरनिराळ्या भूमिका करण्यासाठी हपापलेले होते, असा मात्र मुळीच नाही हं ज्ञानेश. नाटक जास्तीत जास्त यशस्वी करावं, झालं पाहिजे, असा हेतू ते सातत्यानं बाळगत आलेले आहेत.

तालमी सुरू झाल्या. आणि एके दिवशी मामांना एकदम वाटलं की शहाजहान मराठीत बोलण्यापेक्षा उर्दूत बोलावा. त्यांनी तशी सूचना गोखल्यांना केली. गोखले माझ्याजवळ बोलले. उर्दूची सूचना मामांकडून आल्यावर, चित्तरंजन म्हणाले, 'दारा शुकोह जर शहाजहानचाच मुलगा तर त्यानंही शहाजहानप्रमाणे उर्दूत बोललं पाहिजे.' तेव्हा तोही उर्दू. विद्याधरजींची पुन्हा धावपळ. मग प्रश्न आला लवंगिकेचा! शहाजहानने सांभाळलेली ती मुलगी. मुसलमानी रीतीरिवाजात वाढलेली. तिनेही उर्दूची मागणी केली. नाटक द्विभाषिक व्हायला लागलं. मी गोखल्यांना सांगत राहिलो, 'तुम्ही लिहीत राहा.'

सेतुमाधवराव पगडींकडे मामा जाऊ लागले. उर्दू उच्चार शिकायला आणि उर्दू शब्दांचे अर्थ जाणून घ्यायला. गोखल्यांचं इकडे मराठी संवाद उर्दूत करण्याचं काम चाललंच होतं. मराठीच्या तालमी मग उर्दूत व्हायला लागल्या. तो प्रकार मला मनापासून पटलेला नव्हता. पण तालमीच्या वेळी चर्चा करत बसायला मला आवडत नाही. मी एकदा म्हणालो होतो, की 'निम्मी पात्रं उर्दू बोलणार तर संस्कृत भाषेवर प्रभुत्व असणाऱ्या जगन्नाथाला संस्कृत भाषेत बोलू द्यावं.' तरी मी गप्प होतो आणि ज्ञानेश, गंमत अशी की, एकीकडून मंगला आणि एकीकडून चित्तरंजन, मामांना जाता येता उर्दू शब्दांचे अर्थ विचारायला लागले. मामा म्हणायचे,

''पगडीसाहेबांना विचारून सांगतो.''

मी म्हणत होतो की, मराठी हेच माध्यम गृहित धरल्यावर इतर भाषांचा प्रश्न हवाच कशाला? शेवटी नाटक प्रेक्षकांपर्यंत पोहोचणं महत्त्वाचं.

होता होता, प्रत्येक पात्राचं उर्दू कमी कमी होत गेलं. मग मामांनी आणखी युक्तिवाद केला. ते म्हणाले,

''शहाजहान जेव्हा स्वतःशीच विचार करतो, तेव्हा तो नक्कीच त्याच्या मातृभाषेत बोलणार.''

''मान्य; पण त्याचे विचार, त्याची व्यथा प्रेक्षकांना कळायला हवी की नको?''

मामांनी मग आग्रह सोडला. पण त्याच वेळी त्यांनी गोखल्यांना सांगून

शहाजहानचं स्वगत भाषण वाढवून घेतलं. गोखले पुन्हा धावतपळत माझ्याकडे आले. मी त्यांना म्हणालो,

"स्वगत जरूर वाढवा. मामांना हवं असेल तेवढं स्वगत वाढवा. त्यांच्यासारखा ताकदवान कलाकार केवढंही मोठं स्वगत पेलू शकेल." ज्ञानेश, मी गोखल्यांना असं म्हणालो. गोखलेही माझ्यासाठी लिहिण्याचे कष्ट वारंवार घेत होते.

विद्याधर गोखले! ज्ञानेश, वास्तविक 'गोखले' या व्यक्तीबद्दल बोलावं तितकं थोडंच आहे. खरं म्हणजे त्यांच्याबद्दल किती आणि काय सांगावं हा प्रश्नच आहे. त्यांच्याशी दहाच मिनिटं प्रत्यक्ष बोलावं. त्या दहा मिनिटांत गोखल्यांचं जे दर्शन होईल, तेच संपूर्ण गोखले असं अनुमान काढायला हरकत नाही. त्यांच्या गप्पागोष्टींतली कोणतीही दहा मिनिटं बाजूला काढून घे. त्या दहा मिनिटांत, काश्मीर ते कन्याकुमारी, एडिसन ते आइनस्टाइन, वाल्मीकी ते माडगूळकर, इंद्राच्या ऐरावतापासून ते अगदी राजाराम शिंदेच्या मोटारीपर्यंत, आणि 'इंदुप्रकाश' दैनिकापासून ते लोकसत्तेच्या कालच्या अंकापर्यंत एवढं ते घुमवतील तुम्हाला! तेही एका भाषेत नाही, तर चार चार भाषांत. संस्कृत, उर्दू, मराठी आणि इंग्रजी या भाषा ते बेखटक बोलतात. त्यांच्यासहित सर्व तत्तवेत्यांची वचनं त्यांना मुखोद्गत आहेत. असो. ज्ञानेश, त्यांची मी केलेली ही थोडीशी चेष्टा बाजूला ठेव– पण एक गोष्ट निर्विवाद, की ते बहुश्रुत आहेत, पत्करलेल्या कामासाठी जीव टाकणारे आहेत. अमाप कष्ट करणारे आहेत ; तरीही एकदम निगर्वी आहेत. माझ्या दृष्टीनं हा शेवटचा गुण म्हणजे लाखातला एक आहे, तो म्हणजे ते निगर्वी आहेत. नम्र आहेत. 'पंडितराज जगन्नाथ'मध्ये काशीप्रसाद म्हणतात, 'फलभाराने वृक्ष नम्र होतात. जलभाराने मेघ नम्र होतात, तसं माणसानं व्हायला हवं. विद्या विनयेन शोभते.' हे वर्णन गोखल्यांचं आहे, असं मी बिनदिक्कतपणे म्हणेन. कोणत्याही माणसाबरोबर गोखले तेवढ्याच अगत्यानं सविस्तर बोलतात. त्यांच्या दहा मिनिटांच्या बोलण्यात ते कसे आहेत हे कुणालाही कळेल असं मी म्हणालो, ते मात्र जरा चुकीचं आहे, कारण, 'गोखलंकडून मी दहा मिनिटांत परत येईन' यावर ज्ञानेश, तू जर हजार रुपयांची पैज मारलीस तर ती कुणालाही जिंकता येणार नाही.

गोखल्यांनी शहाजहानचं स्वगत दणकून लिहिलं. 'जगावं की मरावं' या चालीवर ते हॅम्लेटसारखं स्वगत आपण गाजवू, ही मामांची जिद्द होती. आणि त्याप्रमाणे, मामांनी खरोखरच ते स्वगत गाजवलंही असतं. पण त्या स्वगतापायी नाटकाची गती थांबल्यासारखी वाटू लागली. आता कलाकृती सांभाळायची की कलाकाराचं मन सांभाळायचं?

इथं मग ज्ञानेश, गुरुकिल्ली वापरावी लागली. मी गोखल्यांना म्हणालो, "गोखले, तुम्ही लिहिलेला हा दुसरा अंक केशवराव दात्यांकडे जाऊन त्यांना

मामांच्या समक्ष वाचून दाखवा.''

''म्हणजे काय होईल?''

''ते सांगायची गरज नाही. काय झालं ते तुम्हीच मला येऊन सांगाल.''

त्याप्रमाणे गोखले आणि मामा नानांकडे गेले. नानांनी सगळं वाचन नीट, शांतपणे ऐकून घेतलं. वाचन संपलं आणि नानांनी विचारलं,

''गोखले, एक विचारू का?''

''विचारा ना.''

''नाही म्हणजे, तुम्ही रागवणार नाही ना?''

''छे, छे!'' – मग नानांनी विचारलं.

''गोखले, हे नाटक कुणाचं हो?''

''पंडितराज जगन्नाथचं.''

''हो ना, मग त्या नाटकात शहाजहानचं एवढं स्वगत कशाला? पंडितराज आणि लवंगिका यांचं काय व्हायचं काय करायचं याचा विचार शहाजहान करायला लागला की इथंच अंक पडू दे. पुढे स्वगत वगैरे काही नको. मामांनी ते स्वगत कितीही प्रभावीपणे म्हटलं तरी ते कोण ऐकणार?''

गोखले आणि मामा विजयनगरचे जिने उतरू लागले. मामा वास्तविक केव्हाच खाली आले होते; नानांचं पहिलंच वाक्य ऐकून! रस्त्यावर येताच गोखल्यांनी विचारलं,

''मामा, आता काय करायचं?''

मामा म्हणाले, ''नानांनी या भूमिकेचा एवढा विचार केलेला आहे तेव्हा त्याचं म्हणणं चुकीचं नाही. ते आपण मानायलाच हवं. असं करा आता गोखले, स्वगत अजिबात उडवू नका, प्रथम जेवढं लिहिलं आहे तेवढं ठेवा. आपण नंतर मुद्दाम वाढवलं आहे– तेवढं काढून टाका.''

गोखल्यांनी मग मला येऊन विचारलं,

''पेंढारकर, हे असं कसं काय झालं?' मी हसलो आणि म्हणालो, ''केशवराव दात्यांना, मामा गुरुस्थानी मानतात. त्यांच्या शब्दाबाहेर मामा कधी जाणार नाहीत हे मला माहीत आहे; म्हणून सांगितलं. मामांची ही किल्ली तुम्ही आता लक्षात ठेवा. पुन्हा कधी अशी वेळ आली तर दात्यांचं नाव सांगत जा. दात्यांकडे न जाता सागितलंत तरी हरकत नाही.''

आणि ज्ञानेश, तुला आता एक गोष्ट सांगतो. केशवराव दात्यांना मीही गुरुस्थानी मानतो. म्हणजे मामांची आणि माझी गुरुकिल्ली एकच आहे. तेव्हा माझ्यावरच ही किल्ली तू चालवू नकोस; आणि मामांना ही गोष्ट सांगू नकोस. नाहीतर मामा म्हणतील, 'तो गुरुकिल्ल्यांचा जुडगा आता माझ्यापाशीच द्या. मीच ठरवतो. त्या किल्ल्या केव्हा कुठे लावायच्या ते.'

'...ज्ञानेश, आठवणी या मोठ्या विचित्र असतात बघ! एक तर त्या एखाद्या एकलकोंड्या माणसासारख्या एकेकट्या राहत नाहीत. त्या जणू झुंडीझुंडीनं राहतात आणि यायला लागल्या म्हणजेसुद्धा झुंडीझुंडीनं येतात. त्याचप्रमाणे आठवणींना काही शिस्तही नसते. त्या रांगेनं येत नाहीत. नेहमी रांग मोडूनच येतात.

आत्ताच पाहा ना, मामा पेंडसे ४६ मध्ये संस्था सोडून गेले याबाबत मी तुला सांगत होतो. त्यानंतर मध्ये कितीतरी हकिगती आणि आठवणी घुसल्या. ४६ सालावरून मी एकदम 'पंडितराज जगन्नाथ'पर्यंत म्हणजे १९६० सालावर आलो. त्यामध्ये कितीतरी प्रसंग घडले. ते सगळे मध्ये राहूनच गेले.

१९४६ मध्ये मामा पेंडसे संस्था सोडून गेले आणि त्यानंतर नलिनीची भूमिका करणारी तारा राव नावाची नटी पण संस्था सोडून गेली. १५ मार्च रोजी मी मामा पेंडसे यांचा सत्कार केला हे तुला सांगितलं. त्याच पुण्यतिथीला एका एकांकिकेचा प्रयोग करण्यात आला. बापूंनी रंगभूमीवर जेवढ्या भूमिका केल्या होत्या त्या भूमिकांच्या आधारे 'सांगाती' नावाची एकांकिका वसंतराव देसाईंनी लिहिली होती, आणि मा. दत्ताराम यांनी प्रथम आपल्या संस्थेत तेव्हा काम केलं. 'सत्तेचे गुलाम' नाटक मग मी तात्पुरतं थांबवलंच. मामांची गैरहजेरी जाणवणार होतीच. मग मामा वरेरकरांकडून 'स्वयंसेवक' नाटकाची परवानगी मिळवली. १९४७ सालची ही गोष्ट! त्या वेळेला Authors' association स्थापन झाली होती आणि राम एल. गोगटे नावाचे गृहस्थ तिथे व्यवस्था पाहत होते. आपले

...'चंदू, बा रे पांडुरंगा, भजन म्हण!'

चित्रकार काळे आहेत ना, त्यांचे ते साडू. मोठी रुबाबदार असामी. उंचेपुरे, देखण्या व्यक्तिमत्त्वाचे, टिपटॉप राहणीचे, मनमोकळ्या स्वभावाचे आणि दांडगा व्यासंग असलेले, इंग्रजी भाषेवर प्रभुत्व गाजवणारे राम एल. गोगटे! काही काही व्यक्तींचं ज्ञान त्यांच्या डोळ्यांत दिसतं. आपल्या बाबूराव देसाईंबरोबर गोगट्यांची बरोबरी करायला हरकत नाही. बाबूराव आणि गोगटे यांची निशाणी म्हणजे चिरूट! गलेलठ्ठ चिरूट गोगट्यांच्या तोंडात नेहमी असायचा. गोगट्यांचं भारदस्त व्यक्तिमत्त्व पाहून वाटायचं की चिरुटासारखी वस्तू यांच्याचसाठी निर्माण झाली असावी. सिगारेटसारखा किरकोळ प्रकार त्यांच्या ओठांत शोभलाच नसता. आम्ही त्यांना 'चर्चिल' याच नावानं ओळखत होतो. त्यांच्या मध्यस्थीनेच मामा वरेरकरांकडून 'स्वयंसेवक'च्या प्रयोगांची परवानगी ४० रु. मानधनावर मिळाली. ऑथर्स असोसिएशनतर्फे ते पैसे मामांच्या हाती जाणार होते.

'स्वयंसेवक' हाती आल्यावर पुन्हा एकवार सांगली-कोल्हापूरला दौरा काढावा अशी इच्छा झाली. दोन्ही ठिकाणी मागच्या वेळी संस्थेचं स्वागत चांगलं झालं होतं. उत्पन्नाचे आकडे चांगले होते. मध्यंतरी थांबवलेलं 'सत्तेचे गुलाम' आणि 'हाच मुलाचा बाप' याव्यतिरिक्त हातात तिसरं नाटक होतं, 'स्वयंसेवक.' केरोपंतांची भूमिका कोण करणार, हा प्रश्न होता. कारण मा. दत्taराम त्या दौऱ्यावर आले नाहीत. मग चंद्रकांत गोखल्यांना विचारलं होतं, पण त्यांनाही नंतर 'नाट्यनिकेतन'मध्ये भूमिका मिळाल्यानं ते येऊ शकले नाहीत. शेवटी विजय सेंजितना 'केरोपंत' बनवलं आणि बरोबर घेतलं.

कोल्हापूरला २९ जानेवारी १९४८ला पहिला प्रयोग केला आणि ज्ञानेश, विश्वास न बसावा असा अनुभव आला. प्रयोगाला उत्पन्न नाही. असं का झालं हे कळेचना. २॥-३ वर्षांपूर्वी आपलं अमाप स्वागत करणारं कोल्हापूर ते हेच का, असा प्रश्न समोर उभा राहिला. एकाएकी वाटू लागलं की बस झाली धावाधाव. हे गावोगावी भटकणं नको; ही यातायात नको. जमावजमव नको. सगळा खटाटोप करून प्रयोगाचं काय होईल, हा न संपणारा ताण नको. प्रत्येक प्रयोग म्हणजे नवा ताण, नवी हुरहूर. विवंचना फार आणि सौख्य कमी. सारखे असेच विचार पिंगा घालीत होते. पण मी आता काय करावं, हा प्रश्न माझा राहिला नव्हता. आता धरलं तर चावतं आणि सोडलं तर पळतं, अशी अवस्था होती.

याच मनःस्थितीत कोल्हापूर सोडलं आणि सांगलीला आलो. सांगलीतली परिस्थिती जरा आशादायक होती. तिकीटविक्री चांगली होत होती. संध्याकाळपर्यंत सदासुख थिएटरवर 'हाऊस फुल्ल'चा बोर्ड मला पाहायला मिळेल या आशेची पालवी फुटत हाती. सांगलीत प्रयोग 'हाच मुलाचा बाप' नाटकाचा. मनावरचा ताण कमी होत होता.

आणि ज्ञानेश, संध्याकाळी बातमी येऊन धडकली, की 'महात्मा गांधींची हत्या झाली.'

माझ्यावर जणू वज्राघात झाला. काही काही सुचेना. हाता-पायांतलं त्राणच गेलं. पण माझ्या त्या विकल मनःस्थितीचं कौतुक करायला मला सवडच नव्हती! हा व्यवसाय म्हणजे सतीचं वाण ज्ञानेश. सतत जागरुकता हवी. 'सगळं सुरळीत होणार आहे' असं गृहीतच धरता येत नाही. सगळ्या गोष्टी गृहित धरून चालणाऱ्यांचा हा प्रांतच नाही. इथं सगळं सुरळीत झालं तर तोच अपघात मानावा लागतो. विपरीत आणि मनाविरुद्ध काही ना काही होत राहणं, हा या क्षेत्रात अपघात मानला जात नाही.

मी मग पांग्यांना म्हणालो, "आता काय करायचं?"

पांगे शांतपणे म्हणाले, "लोकांचे तिकिटाचे पैसे परत करायचे."

तशाच अस्वस्थ मनःस्थितीत आम्ही थिएटरवर आलो. एक आपली दुबळी धडपड करायची म्हणून मी म्हणालो, "करमणूक कराचे पैसे तरी आता वाचतात का पाहू!" त्यावर थिएटरवरच्या व्यवस्थापकांनी सांगितलं, "कराची तिकिटं या तिकिटावर प्रथम चिकटवलेलीच असतात. तिकीट फाडलं की त्यावर चिकटवलेलं तिकीट पण त्याबरोबर फाटतं. तेव्हा त्याचे पैसे परत कोण देणार?"

ज्ञानेश, 'स्थितप्रज्ञ' म्हणून मी ज्यांचं वर्णन केलं मघाशी ते पांगेही अस्वस्थ झाले. त्यानंतर मी करमणूक कराचे पैसे कापून घेण्याची विनंती प्रेक्षकांकडे केली, पण त्यांनीही ऐकलं नाही. प्रत्येकाला संपूर्ण पैसे परत करावे लागले.

त्या सर्व प्रकारांनी मी हादरून गेलो. माझ्यातलं त्राण गेलं. केवळ भार्गवराम पांगे बरोबर होते म्हणून मी स्वतःला सावरू शकलो. पांग्यांचा स्नेह हा माझा फार मोठा आधार आहे ज्ञानेश. त्यांचं माझ्यावरचं आणि संस्थेवरचं प्रेम हे 'मॅनेजरी' प्रेम नाही. खऱ्याखुऱ्या हितचिंतकाचा आपल्याला जो आधार वाटतो व अंतर्यामी कुठेतरी त्या शक्तीचा जो आपल्याला प्रत्यय येतो, तो प्रत्यय मला नेहमीच त्यांच्या सहवासात आलेला आहे. ज्ञानेश, करमणूक कराची पहिली तिडीक तेव्हा आली. पदरच्याच पैशाची भर घालून लोकांचे तिकिटांचे पैसे परत करतो न करतो, तोच बातमी आली 'मिरज पेटलं.'

आता आणखी नवी विवंचना. स्वतःच्या संरक्षणाची. संस्थेच्या मालमत्तेची. त्यात नाटकाला लागणारे सेट्स आपण उसने आणले होते, प्रभाकर गुप्त्यांकडून. त्यांचं मुंबईत भागेश्वर नाट्यमंदिर होतं. मधल्या काळात मुंबईला आपण प्रयोग केले ते याच थिएटरात. दौऱ्यावर आपण त्यांच्याचकडून सेट्स आणले होते. मला मग स्वतःपेक्षाही त्या सेट्सचीच काळजी वाटू लागली. कुठल्या तरी सुरक्षित ठिकाणी सर्वांनी जाणं जरुरीचं होतं. रात्रभर सर्वत्र वणावणा हिंडलो, ट्रक मिळवण्यासाठी.

शेवटी ट्रक मिळाला. सांगली ते कोल्हापूर या एवढ्याच अंतरासाठी मोटारवाल्याने दोनशे रुपयांची मागणी केली. ती मान्य करण्यावाचून गत्यंतर नव्हतं. सगळ्यांना घेऊन मी कोल्हापूरला जाण्याचा विचार पक्का केला होता. ज्यांच्या घरी मी गेल्यास माझी आणि सर्वांची तिथं घरच्यासारखी सोय होईल आणि जिथं आम्हाला सुरक्षितता पण लाभेल, अशा घरीच मी जाणार होतो. त्यांचा वाडा किल्लेवजा होता आणि पाचपन्नास माणसं आरामात राहतील एवढा मोठा होता. त्यांचं नाव मी तुला मग सांगेन, आता एवढंच सांगतो की आम्ही त्यांना भाऊकाका नावानं ओळखत होतो.

दुसऱ्या दिवशी पहाटे ६ वाजता आम्ही सांगली सोडली. 'सत्तेचे गुलाम' नाटकात लागणारे तिरंगी झेंडे आम्ही मोटारीवर लावले. जयसिंगपूरला आमची मोटार अडवण्यात आली. पण नंतर 'जाऊ दे, नाटकवाले आहेत' म्हणून आम्हाला सोडण्यात आलं.

कोल्हापूरच्या दिशेनं मोटार धावत होती आणि ज्ञानेश, माझं विचारचक्र मोटारीपेक्षा जास्त वेगानं धावू लागलं. फरक इतकाच होता की, मोटारीच्या गतीला निश्चित दिशा होती. आणि माझ्या विचारचक्राला फक्त गती होती; दिशा नव्हती.

आज माझं आणि या संस्थेचं काय होणार? काल तीस जानेवारी. गांधींची हत्या झाली. फार वाईट गोष्ट झाली. पण त्या राजकीय हत्येशी माझा काय संबंध होता? मला आज ही शिक्षा काय म्हणून? मी कसातरी धडपड करतो आहे. तरायचा प्रयत्न करतो आहे. माझा यात काय अपराध आहे?

पण या प्रश्नात काही अर्थ नाही. अकरा वर्षांपूर्वीची हकिगत. हीच तीस जानेवारी तारीख. 'ललितकलादर्श'ची अकरा वर्षांपूर्वी जी वाताहत झाली ती याच दिवशी. मी ती घटना प्रत्यक्ष पाहिली.

बापू आजारी होते. 'ललितकले'चं सामान सगळं ग्वाल्हेरच्या टाऊनहॉलमध्ये अडकून पडलं होतं. माझ्यादेखत आमच्या सामानाला टाळं लागलं. आधी टाऊन हॉलमध्ये, आणि मग तिथून सगळे निघाले ते थेट धर्मशाळेत आले. कंपनीचं बिऱ्हाड तिथंच उतरलं होतं. तिथलंही सामान जप्त होऊ लागलं. सगळ्या सामानात ते तंबोरेही होते दोन! पण त्या वेळी भार्गवराम आणि मा. दामले यांनी ते तंबोरे त्यांच्या मालकीचे आहेत म्हणून थाप मारली व सावकारांच्या तावडीतून ते सोडवले.

ते तंबोरेच तेवढे वाचले; बाकी सगळं सावकारांच्या ताब्यात गेलं. होय ज्ञानेश, संस्थेचा सुप्रसिद्ध मखमलीचा पडदासुद्धा. तो पडदा त्यानंतर दृष्टीस पडला तो हिराबाईंच्या गाण्याच्या दिवशी! मी तुला सांगितलं, की मनाच्या भरकटलेल्या अवस्थेत, बापू गेले त्याच्या दुसऱ्याच दिवशी मी हिराबाईंच्या बैठकीला गेलो होतो. त्याच टाऊनहॉलमध्ये. मी काय ऐकलं हे मला अजूनही सांगता येणार नाही, पण ज्ञानेश, त्या मनाच्या सुन्न अवस्थेतही, वर टांगलेला तो 'ललितकलादर्श'चा

मखमलीचा पडदा मात्र मला पुन्हा आठवतो. बस, त्या पडद्याचं झालरीसहित झालेलं ते शेवटचं दर्शन...

जयसिंगपूरहून आम्ही कोल्हापूरला चाललो होतो, आणि ज्ञानेश, मोटारीत बसल्याबसल्या, मला बापूंच्या कारकिर्दीतले ते शेवटचे दिवस आठवू लागले.

टाऊनहॉलमधल्या सामानाला एकामागून एक कुलपं लागली, वर 'सीलही' लागलं. ती जप्ती आणली होती तिथल्या म्युनिसिपालिटीनं- कर भरायचा राहिला होता म्हणून. त्या वेळेला मी अवघा १५/१६ वर्षांचा होतो. त्या वयात डोळ्यांसमोर घडलेला तो प्रकार. काही कशाची जाणीव नव्हती. व्यवहार कशाशी खातात ते माहीत नव्हतं. त्या सर्व प्रसंगांत आपण काय करू शकू हेच कळत नव्हतं. त्याहीपेक्षा, आपण काहीच करू शकत नाही, हेच कळलं होतं असं म्हणायला हरकत नाही.

आणि काही कळावं तरी कसं? बापूंनी मला कंपनीपासून लांब ठेवलं होतं. कंपनीपासून लांब म्हणजे पर्यायानं बापूंपासूनच लांब! आणि तसंच झालेलं होतं. माझ्या १५/१६ वर्षांच्या त्या कालावधीत बापूंशी प्रत्यक्ष सहवास कितीसा असा घडला होता? जेमतेम सात-आठ वर्षं! ती वर्षंही सुरुवातीच्या काळातली. मला साधारण कळायला लागल्यापासून मी त्यांच्याजवळ नव्हतोच. जमखिंडीला मला तार आली आणि मी लगेच ग्वाल्हेरला आलो. १५ किंवा १६ नोव्हेंबरची ती गोष्ट. कंपनीचा मुक्काम तेव्हा धर्मशाळेत होता. बापूही त्या आजारात तिथेच होते. कंपनीच्या बिऱ्हाडात राहण्याची माझी ती पहिलीच वेळ होती.

त्या वेळी बापू माझ्याशी असे, पहिल्यांदा खूप बोलले. खूप म्हणजे तरी किती? बोलले थोडंच, पण आजवर कधी बोलले नव्हते म्हणून मला ते पुष्कळ वाटलं. वाय. सदाशिव, म्हणजे रावसाहेबांची आणि माझी प्रथम त्या वेळी बापूंनी ओळख करून दिली. मी चित्रं काढतो हे बापूंनी रावसाहेबांना सांगितलं आणि त्याच वेळी मला, 'रावसाहेबांच्या स्टुडिओत जाऊन शिकत जा' म्हणून सांगितलं.

त्याच वेळी बापूंच्या स्नेह्यांनी बापूंना व आम्हाला त्यांच्या घरी राहायला बोलावलं. त्यांचं नाव कर्नल देवधर. त्यांच्या आमंत्रणाप्रमाणे मी, बापू, वहिनी आणि आई, असे आम्ही चौघे देवधरांच्या बंगल्यावर राहायला गेलो. बापूंची प्रकृती बिघडल्याची तार मला जेव्हा जमखिंडीला आली होती, तेव्हा मी घाबरलो होतो. बापूंना प्रत्यक्ष पाहिलं तेव्हा जिवात जीव आला. त्यामानाने ते बरे होते. आणि देवधरांच्या बंगल्यावर राहायला गेलो तेव्हा तर बापू सकाळी उठून फिरायलाही जाऊ लागले. त्यांच्याबरोबर मीही जात होतो. त्यांचा दीर्घ आणि निकट म्हणता येईल असा तेवढाच सहवास. सकाळचं ते फिरणं झालं की, मी सरळ कंपनीच्या बिऱ्हाडात, धर्मशाळेत येत होतो. सरोजला- म्हणजे ज्ञानेश तुझी आत्या- त्याच

वेळी नेमका टायफाइड झाला होता. ग्वाल्हेरला नाटकांचे प्रयोग अधूनमधून होत होते. माशेलकर, ग्वाल्हेरला येण्यापूर्वीच काही कलाकारांना घेऊन कंपनी सोडून निघून गेले होते. वास्तविक राज्यारोहणाच्या सोहळ्यानिमित्त 'ललितकलादर्श' ग्वाल्हेरला गेली होती. आपल्या रावसाहेबांनीच ती व्यवस्था केली होती. गंधर्व नाटक मंडळीपेक्षा रावसाहेबांना 'ललितकलादर्श' आवडायची. म्हणून राजवाड्यावर आपल्याच संस्थेची नाटकं व्हावीत या हेतूनं त्यांनी आपल्याला बोलावलेलं. इंदूरला तत्पूर्वी आपले प्रयोग चांगल्या उत्पन्नात चालले होते. पण ग्वाल्हेरचं आमंत्रण आलं आणि बापू ग्वाल्हेरला आले. अशा महत्त्वपूर्ण प्रसंगी, माशेलकरांनी जाऊ नये म्हणून बापूंनी खूप प्रयत्न केला; पण माशेलकर न ऐकता निघून गेले. त्यांच्या भूमिका मा. दामले करू लागले आणि बापूंच्या भूमिका भार्गवराम करू लागले.

पण ज्ञानेश, प्रेक्षकांना बापू हवे होते. नाटकांना उत्पन्न होत नव्हतं. खर्च आवरता येत नव्हता.

आणि शेवटी ३० जानेवारी रोजी कंपनीच्या बिऱ्हाडी बेलीफ आला. टाऊनहॉलमध्ये म्युनिसिपालिटीनं जप्ती आणली आणि धर्मशाळेत इतर सावकारांनी!

जप्ती आल्यावर इतर कलाकार बिथरले. आता संस्थेचं काही खरं नाही असं मानून त्यांनीही असहकार पुकारला. बापूंची साधारण सुधारलेली प्रकृती थोडी पुन्हा खालावली. जप्तीचा तो प्रकार घडल्यावर बाळकृष्णपंत मला घेऊन देवधरांच्या घरी गेले. बापूंना आम्ही एवढ्यात काही सांगणार नव्हतो; पण भीमराव काळे आणि श्रीधरपंत देशमुख यांनी कहरच केला. शिजवलेलं अन्न त्यांनी माझ्यादेखत ओतून टाकलं आणि सुनावलं, 'पेंढारकरांचं अन्न आम्ही खाणार नाही.' भार्गवरामांनी त्यांना थोपवण्याचा प्रयत्न केला; पण त्यांना कोण भीक घालतो? मी पण मध्ये पडलो, पण असिस्टंट मॅनेजर वेलणकरांनी मला ढकलून दिलं.

आमच्याच पाठोपाठ, देवधरांच्या बंगल्यावर सगळे जण आले. भीमराव काळे झाले पुढारी. त्यांचे असिस्टंट श्रीधरपंत देशमुख. मागे बाकीची इतर मंडळी म्हणजे विनायक बेहेरे, रघुनाथ शितूत, नणंदीकर, अंतोबा कुळकर्णी वगैरे होती. देवधरांच्या बंगल्यासमोरच्या आवारात चणे-कुरमुरे खात त्यांनी सत्याग्रह सुरू केला. कर्नल देवधरांना त्या लोकांनी सांगितलं-

'पेंढारकरांना आमचे पैसे द्यायला सांगा. त्यांच्या उशाखालीच नोटा आहेत. ते गरिबीचं नाटक करीत आहेत.'

एवढा प्रकार झाल्यावर, बापूंपासून काही लपवणं अशक्य झालं. त्यांना सगळं सांगावं लागलं. त्यांच्यावर त्या बातमीचा ताबडतोब विपरीत परिणाम झाला. तेवढ्यात देवधरांनी त्या सगळ्या लोकांना सरळ आत सोडलं. श्रीधरपंत देशमुख आणि भीमराव काळे धावतच आत आले. भीमराव तर सरळ बापूंच्या अंगावर आले.

पण गंमत अशी, की बापूंनी बसल्या बसल्या केवळ एकदाच वर मान करून जरब बसेल अशा नजरेनं भीमरावांकडे पाहिलं. आजारपणातही बापूंच्या त्या नजरेला अशी धार होती की भीमरावांचं पाऊल दरवाजातच खिळलं. बापूंनी परत मान जी खाली घातली, ती, भीमरावांच्या शिव्या आणि अकांडतांडव संपलं तरी वर केली नाही.'

एवढ्यावर भागलं नव्हतं. ज्या देवधरांनी बापूंना आणि आम्हाला धर्मशाळेतून स्वतःच्या बंगल्यावर आणलं, त्यांनीच आम्हाला त्या घरात राहणं कठीण केलं. त्यांनी पण भीमरावांची व श्रीधरपंतांचीच बाजू घेतली. मग आम्ही तो बंगला सोडला; आणि लगेच, म्हणजे दुसऱ्याच दिवशी, १ फेब्रुवारी ३७ रोजी, रावसाहेबांच्या मदतीने 'जया आरोग्य हॉस्पिटलमध्ये' बापूंची व्यवस्था केली.

आणि ज्ञानेश, त्यानंतरचा वृत्तान्त तुला कसा सांगू? किती सांगू? कोणत्या शब्दांत सांगू? ते पंचेचाळीस दिवस आनंदाचे म्हणू का दुःखाचे? आनंदाचे एका कारणासाठी वाटायचे, की मी बापूंच्या निकट राहिलो म्हणून. आणि दुःखाचे एवढ्यासाठी, की त्या पंचेचाळीस दिवसांत मी पाहिलं ते फक्त दुःख, वेदना, अंतःकरणाचा तडफडाट! माणूस तळमळतो, म्हणजे नक्की काय होतं, हे मी प्रथम तेव्हा पाहिलं. 'कासावीस' या शब्दाचा अर्थ प्रथम समजला. माझं वय तेव्हा अवघं १५-१६ वर्षांचं; पण १५-१६ वर्षांत मी जे पाहिलं नव्हतं; जे शिकू शकलो नसतो, ते त्या पंचेचाळीस दिवसांत शिकलो. 'प्राप्तेषु षोडशे वर्षे पुत्रं मित्रवदाचरेत' असं म्हणतात. पण, बापूंचा मी मित्र व्हायच्या आतच बापू मला दुरावत होते. मला एक मात्र कळत नाही ज्ञानेश, मित्राची एवढी महती का गातात? त्या पंचेचाळीस दिवसांत आणि त्याच्या आधी, जग कसं असतं हे मला किती कटुतेनं समजलं! किती जवळच्यांनी बापूंवर उलटावं? आणि तरी त्यांना मित्र म्हणावं? जगात कोणी कुणाचा नाही. उत्कृष्ट मित्र एकच जगात- पैसा! तो जवळ असला की झालं. बापूंना खरं म्हणजे प्रथम कोण सोडून गेलं, तर पैसा! जो गेला म्हणून बाकीचे गेले. पैसा गेला म्हणून पत गेली. पत गेली म्हणून स्थान गेलं. स्थान गेलं म्हणून मान गेला. आणि त्यांचा हा मान तरी कुणी घालवला? ज्यांना बापूंनी मानलं, फार फार मानलं त्यांनीच बापूंचा मान घालवला.

'मान सांगावा जनात आणि अपमान सांगावा मनात' असं म्हणतात. त्याप्रमाणे ज्ञानेश, आपले बापू नेहमी गप्प गप्प बसायचे. कंपनीतही फारसं कुणाशी बोलणं नाही, चालणं नाही. खाली मान घालून वावरायचे. कंपनीचं सोड, मी एवढा त्यांचा मुलगा पण सात-आठ वर्षांत बापू माझ्याशी पण सविस्तर असे सात-आठदाही बोलले नाहीत. असे न बोलणारे बापू, त्या पंचेचाळीस दिवसांत सतत बोलत होते. काय बोलत होते? वर्षानुवर्षे मनात दडवून ठेवलेला अपमान बोलून दाखवत होते. बापूंसारख्या समतोल वृत्तीच्या माणसाची 'सम' चुकावी आणि 'तोल' सुटावा

म्हणजे नवल नव्हतं का? बापू योगाभ्यास करत होते. एवढ्या आजारपणातही केवळ एका नजरेनं त्यांनी भीमरावाला दारातच खिळवला होता. 'हे योगाचं तेज' असं मला आजी म्हणाली होती. अशा माणसाचा तोल सुटावा? अपमान मनात साठवण्याची ती पराकाष्ठा होती. अशक्य झालं तेव्हाच ते बोलू लागले. माझ्याजवळच फक्त, बापू मनातले कढ बोलतात याचा आनंद मानू का त्यांच्या झालेल्या अपमानाचा बदला घेण्यासाठी मी काहीही करू शकत नाही याचं दुःख मानू? दुःखच जास्त होतं आनंदापेक्षा! बापूंच्या अवहेलनेची मी भरपाई कशी करणार? त्यांची अवहेलना जास्तीत जास्त करणारा महाभाग एकच होता- त्या काळातला महान नाटककार! माझे हात त्यांच्यापर्यंत कसे पोहोचणार? आपल्यापर्यंत कुणाचेही हात पोहोचणार नाहीत अशी त्या महान नाटककाराला तेव्हा खात्रीच होती, नाहीतर सांग ज्ञानेश, त्या थापाड्या विडीबहाद्दर मामाला आपल्या बापूंच्या तोंडात मारण्याची काय हिंमत होती!

मी सांगितलेल्या या गोष्टीवर नाहीच विश्वास बसायचा कुणाचा ज्ञानेश! म्हणूनच म्हणतात, अपमान सांगावा मनात. पण ते अशक्य झालं बापूंना. ते सगळा सगळा अपमान मला सांगत होते. 'मामांनी आपल्यावर हात उगारला' हे अनेक दिवस त्यांना जाळणारं शल्य बापूंनी मला सांगितलं. त्यांच्या वेदनेतील ७० ते ८० टक्के वेदना, केवळ मामांच्या आठवणीच्या होत्या. त्या आठवणी सांगता सांगता वेदना अनावर झाल्या की ते मला म्हणायचे,

'चंदू, म्हण, 'बारे पांडुरंगा भजन' म्हण.'

मला कसं गाता यावं? बापू, बापू, तुम्हीच मला रंगमंचापासून आणि स्वरांपासून दूर ठेवलंत! परवादेखील म्हणालात, 'रावसाहेबांकडे चित्रकला शिकायला जा' म्हणून; पण नाटकाचं नाव नाही काढलंत. तुमची इच्छा मी कशी पुरी करणार?

मी नुसता पाहत राहायचो. मग चिडायचे. माझ्याच अंगावर ओरडायचे. मग डॉक्टर खिरवाडकर धावत यायचे. ते आले की त्यांना म्हणायचे, 'नाटकं काढायची आहेत. सगळ्या पहिल्या लोकांना काढून टाकणार आहे. डॉक्टर, डॉक्टर, तुम्ही बोलत नाही, मला बरं करण्याचा तुमचा विचार काही दिसत नाही?'

तेवढ्यात बाळकृष्ण पंत यायचे. त्यांना पाहून बापू म्हणायचे 'पंत, भार्गवरामना आणि दामल्यांना बोलावून घ्या. कंपनी सुरू होणार आहे कळवा.' मग रावसाहेब यायचे. त्यांची रोज एक खेप हॉस्पिटलमध्ये व्हायचीच. जास्त मंडळी आली की ते गप्प व्हायचे. मग भीत भीत सोळस्कर आत यायचे. ते दिसले रे दिसले की परत त्यांचा तोल जायचा. इतका, की हातात असलेली वस्तूही फेकून मारीत असायचे बापू त्यांना. त्यांना पाहिल्यावर बापूंचा एवढा तोल का जात होता हे मला तेव्हा कळलं नाही.

सतत ही उलघाल.

आणि शेवटी त्यांना डायरिया झाला. अंगात त्राण राहिलं नाही. मान कलंडू लागली. डॉक्टर बोलेनासे झाले. बापूंच्या मामांना, देवमामांना बोलावून घेतलं आम्ही; पण आशा राहिली नव्हती.

शेवटी बापू गेले. कसे? तर आम्हाला सगळ्यांना चुकवून. होय चुकवूनच! आमचा सगळ्यांचा पहाटे-पहाटे डोळा लागला, तेव्हा बापू गेले. ज्ञानेश, जगातलं कोणतंही कोडं मला उलगडेल; पण ऐन वेळी, मी, मामा, आजी, वहिनी, सोळस्करपंत या उशापायाशी बसलेल्या आम्हा सर्वांना एकाच वेळी झोप कशी आली, हे कोडं मात्र मला उलगडणार नाही. सगळ्यांना एकदम झोपा लागल्या; आणि जागे झालो ते मात्र काहीतरी घडलं असावं या जाणिवेनं.

हो ज्ञानेश, महाभयंकर घडलं होतं. जे घडणारच होतं, पण घडू नये असं शेवटपर्यंत वाटत होतं, ते घडलं होतं. आम्हा सर्वांच्या तासाभराच्या डुलकीत बापू गेले होते. बापू गेले, तेव्हा जाण्यापूर्वी त्यांनी कुणाला तरी हाक मारण्याचा प्रयत्न केला असावा, असं त्यांच्या चेहऱ्यावरून वाटत होतं.

ज्ञानेश, त्यांनी कुणाला हाक मारली असेल? आजींना? बाळकृष्णपंतांना? रावसाहेबांना? कुणालाही चालेल हाक मारलेली; पण मामांना नको. बापू त्या शेवटच्या क्षणी मामांच्या नावानं काही बोलले असतील का, अशीच सारखी भीती वाटते. नसेल पण. शेवटच्या क्षणी ओठावर मामांचं नाव यावं एवढं मामांचं पुण्य नाही. त्याहीपेक्षा बापू तेवढे दुर्दैवी नव्हते. त्यांनी ज्ञानेश, मलाच हाक मारली असणार. मी 'बा रे पांडुरंगा' म्हणावं अशीच त्यांची शेवटची इच्छा असणार.

बापूंची आठवण येऊन माझ्या डोळ्यांच्या कडा ओल्या झाल्या. घशात कढ आला. माझा चेहराही फार बदलला असावा. पांग्यांनी मुद्दाम काहीतरी प्रश्न विचारून मला भानावर आणलं.

मी बाहेर पाहिलं. मोटार कोल्हापूरच्या दिशेनं धावत होती. त्या तसल्या क्षणी मला ती सगळी धावाधाव निरर्थक वाटू लागली.

मा धाव मा धाव
विनैव दैवम्
श्वा धावमानो
लभते न कश्चित।।

अशी तर माझी कुत्र्यासारखी अवस्था नाही ना, असं सारखं वाटू लागलं. कोल्हापूरला भाऊकाकांच्या वाड्यावर पोहोचलो. नाटकाचे पडदे व अवांतर सामान केशवराव भोसले नाट्यगृहावर पाठवून दिलं. कोल्हापुरातही वातावरण शांत नव्हतंच. कुणाकुणाची घरं जाळली, त्याच्या बातम्या येतच होत्या. भालजी पेंढारकरांचा स्टुडिओ जाळून भस्मसात केल्याची बातमी ऐकली. 'पेंढारकर' नावाच्या लोकांनी काय अपराध केला होता देव जाणे! 'स्वाभिमानी' आणि हिंदुत्वनिष्ठ' असणं हे अपराधच होते म्हणा! मग काय, कोल्हापुरात संचारबंदीचा हुकूम निघाला. आम्ही वाड्यात अडकून पडलो. पुन्हा प्रश्न! आता पुढे काय करायचं? एकट्या-दुकट्या माणसाचा प्रश्न नव्हता. कंपनीतली सगळीच माणसं बरोबर होती. बाहेर संचारबंदी होती. त्यानं रहदारी बंद झाली; पण पोटातली भूक बंद व्हायची नव्हती. संचारबंदीच्या हुकमाची तामिली करणारेही घरी जाऊन जेवणार होते. त्यातच

'...मा धाव, मा धाव...'

पुन्हा एकदा नाना लिमयेंच्या रजेची भानगड उपस्थित झाली. त्यांना त्यासाठी मुंबईला परतायला हवं होतं. मुंबईला जाताना स्वतःच्या ट्रंकेवरचं 'लिमये' हे आडनाव व नाव नानांनी चाकूनं खरवडून काढलं. स्वतःच्या देशात कारण नसताना 'स्वतःचं नाव झाकण्याचं' दुर्दैव त्या वेळी ब्राह्मणांवर ओढवलेलं.

नाना लिमये मुंबईला गेले. कोल्हापुरातलं वातावरण तंग होतं. मनात विचार येऊ लागले, की भोसले नाट्यगृहात आपण नाटकाचं सामान ठेवलं आहे, त्याच्यावर कुणाची नजर पडली तर? आधीच दौऱ्याची वाट लागलेली. त्या सामानाचं काही कमीजास्त झालं तर त्या आपत्तीत आणखी भर नको. ते सामान कुठेतरी हलवलं पाहिजे सुरक्षित ठिकाणी. कोकण विभाग शांत असेल. मालवणला पाठवून द्यावं सामान! या विचारासरशी बरं वाटलं! मग ज्ञानेश, पुन्हा ट्रक मिळवण्याठी धावाधाव. नुसता खर्च आणि खर्च. प्राप्ती शून्य. खर्च अफाट.

ट्रकने सामान मालवणला पाठवून दिलं. मध्ये आणखी एक घटना घडली ज्ञानेश. मला एक मुलगा भेटला. त्याचं नाव सावरकर. नाकी-डोळी नीटस, रेखीव होता. गरीब होता. गरजू होता. त्यानं कंपनीत राहण्याची इच्छा दर्शविली. 'याचा आपल्याला होईल काही उपयोग,' असा विचार करून मी त्याला ठेवून घेतला. पण उपयोग कसला न् काय कसलं? त्या प्राण्यानं एक नसता घोळच निर्माण करून ठेवला.

त्याच धामधुमीत त्याला एका जमावानं घेरलं. ऐन वेळेला त्याच्या टाळक्यात काही आलं म्हण किंवा तो घाबरला म्हण! काय घडलं देव जाणे; पण त्यानं त्या जमावाला सांगितलं, 'गांधीचा खून झाला म्हणून वाड्यावर पेढे वाटले.' मग गोंधळ विचारूच नकोस. भाऊकाकांच्या वाड्यावर हा मोठा जमाव आला. दगडफेक व्हायला लागली. पण अगदी ऐन वेळेला पोलिस आले व आम्ही आणि वाडा धोक्यातून पार पडलो.

एक एक प्रसंग गुदरत होते आणि त्यातून आम्ही कसे तरी निसटत होतो. एका प्रसंगातून मुक्त झालो की पुन्हा 'पुढे काय,' हा प्रश्न उभा असायचाच.

हा व्यवसायच असा ज्ञानेश! सतत सामना देत राहायचं, ते या प्रश्नचिन्हाबरोबरच! प्रश्नचिन्हांचीच दुनिया. आधी सुरुवात होते ती चांगला नाटककार गाठण्यापासून. ते पहिलं प्रश्नचिन्ह. चांगल्या नाटककाराची आपल्याला मिळणारी कलाकृती चांगली असेल का, हा दुसरा प्रश्न. नाटक चांगलं मिळाल्यावर गुणी कलाकार मिळतील की नाही, हा प्रश्न. हा प्रश्न सुटला की, नेपथ्य आलं, संगीत आलं, साथ आली. थिएटर्स मिळवणं आलं. दौरा आखणी आली. एवढं करून प्रेक्षक पुन्हा त्या कलाकृतीचं स्वागत कसं करतील, हा एक मोठा प्रश्न. प्रेक्षक म्हणजे एक नव्हे तर अनेक प्रश्न. त्या झगझगीत प्रकाशात एकदा उभं राहिलं की समोर प्रत्येक

खुर्चीत एकेक प्रश्नचिन्ह बसलेलं असतं.

'पुढे काय' हा प्रश्न त्या वेळी शंकर अप्पा पेडणेकर यांनी सोडवला. आपल्याकडे ते त्या वेळी ऑर्गन वाजवायला होते. त्या कलेत त्यांचा हात धरणं कुणालाच शक्य नव्हतं. ज्ञानेश, आपल्याकडे सध्या गोविंदराव पटवर्धन आहेत, त्यांचा अपवाद सोडला तर पेडणेकरांसारखे ऑर्गन वाजवणारे माझ्या पाहण्यात नाहीत. त्यांच्या बंधूनी काही खेळ गोव्यात लावायचे ठरवलं. मी मान्यता दिली.

गांधीहत्येच्या अकराव्या दिवशी, भाऊकाकांचा निरोप घेऊन आम्ही गोव्याकडे निघालो. भाऊकाकांनी त्या दहा-अकरा दिवसांच्या मुक्कामात आमचा घरातल्या कुटुंबाप्रमाणे सांभाळ केला.

मोठ्या उमेदीनं आम्ही गोव्यात गेलो खरे; पण ज्ञानेश, स्वागत जेमतेमच झालं आमचं! उत्पन्नही बेतास बात. मग पणजी, म्हापसे करीत करीत सावंतवाडीला आलो. सावंतवाडीत मात्र उत्पन्न व्हायला लागलं. धारणकरांच्या थिएटरमध्ये आम्ही प्रयोग लावले होते. मालवणला राहायचं आणि सावंतवाडीत प्रयोग करायचे, असे बेत आम्ही ठरवले. मालवणला पाठवलेलं नाटकाचं सामान मात्र अद्यापि मालवणमध्येच होतं. तोवर इतरांच्या साहित्यावरच आम्ही प्रयोग करीत होतो. अगदी आवश्यक सामान, जे स्वतःचं असणं आवश्यक होतं, तेवढं आम्ही बरोबर बाळगलेलं होतं. धारणकरांच्या थिएटरमध्ये ते सामान सावंतवाडी इथे ठेवून, प्रयोग करून आम्ही मालवणला परतत होतो रोज. उत्पन्न होत होतं म्हणून माझी मनःस्थिती पण हलके हलके सावरत होती.

आणि एके दिवशी प्रयोगासाठी सावंतवाडीला जातो, तो काय? धारणकरांचं थिएटर लोकांनी जाळून टाकलेलं. थिएटरबरोबरच आपलं त्यात होतं ते सामानही.

कारण काय? तर संस्थान विलिनीकरण चळवळ!

पुन्हा मुकाट्याने मुंबईला परतलो, आणि प्रथम जर काय केलं असेल, तर 'स्वयंसेवक' नाटक बंद करून टाकलं. त्या श्लोकाचे चरण वारंवार आठवीत गप्प बसलो.

' मा धाव मा धाव
विनैव दैवम्
श्वा धावमानो
लभते न कश्चित.'

'ज्ञानेश, अशी कल्पना कर, की तू बाहेर चालला आहेस. तू निघालास, आणि रस्त्यात एखाद्या व्यक्तीला चक्कर आली तर तू काय करशील?

थोडासा थबकशील. तुला सवड असली तर त्याला मदत करशील. दुसरे कोणी धावले तिकडे, आणि त्यांची सोय होत आहे असं दिसलं तर तू पुढे जाशील. चक्कर आलेली व्यक्ती तुझ्याच परिचयाची निघाली तर हातातलं काम सोडून तू योग्य ती धावपळ करशील. आणि समज, ती एक स्त्री असली, त्यातूनही ती जर नेमकी तुझी प्रेयसी असली तर तुझा जीव नुसता खालीवर होईल.

पण ज्ञानेश, माझ्या बाबतीत मात्र प्रेयसीला चक्कर आलेली असताना मला, तिला तिथेच टाकून पळावं लागलं! बघू नकोस असा, मी ही घटना नाटकातली सांगतोय. प्रेयसीच, पण नाटकातली. जयमालाबाई सुभद्रा आणि मी अर्जुन. सुभद्रेला मूर्च्छा येत आहे असं दिसताच अर्जुन, म्हणजे मी चक्क विंगेत पळून गेलो.

ही घटना चिपळूणची. साल मला वाटतं ४९-५० असेल. असेल नव्हे, होतंच. सांगतो आता, निश्चित तारीखच सांगतो. १५ मार्च १९५० रोजी मी पुण्यतिथीला 'सत्तेचे गुलाम'चा प्रयोग मुंबईत केला आणि चिपळूणला 'सौभद्र'चा प्रयोग लगेच १६ मार्चला होता म्हणून मी मुंबईहून महाडला आलो. महाडहून चिपळूणला दुसरी मोटार पकडायची होती. पण त्या दिवशी मुंबई-महाड ही बसच महाडला उशिरा पोहोचली. चिपळूणची बस तत्पूर्वी निघून गेली. एस. टी. स्टँडवर मी मग बसून राहिलो! आणि

माझी आचारसंहिता तयार होऊ लागली

ज्ञानेश गंमत अशी की, तिथल्या एका ड्रायव्हरने मला ओळखलं. त्यानं मला विचारलं,

'आपण पेंढारकर का?'

'हो.'

"आत्ता कुणीकडे?"

"चिपळूणला प्रयोग आहे."

"आँ, चिपळूणला?"

"हो."

"तुमची गाडी गेली ना?" ड्रायव्हर म्हणाला.

मी शांतपणे म्हणालो,

"गाडी माझी असती तर मी इथे येईपर्यंत ती गेलीच नसती. ती गाडी तुमची होती, म्हणजे एस. टी.ची होती, म्हणून माझ्याकरता न थांबता ती गाडी गेली."

तो ड्रायव्हर काय ते समजला. मग माझ्यासाठी तो कंट्रोलरशी बोलला. पण नियमाप्रमाणे पुरेसे प्रवासी जमल्याखेरीज त्याला जादा गाडी सोडता येणार नव्हती. आणि गंमत अशी की, माझ्यासाठी तो कंट्रोलर आणि तो ड्रायव्हर अक्षरशः प्रवासी गोळा करू लागले. 'विद्वान सर्वत्र पूजयेत' यात वादच नाही; पण एखाद्या कलाकाराप्रमाणे, विद्वानाची ओळख गावोगावी पटेलच असं नाही. विद्वान हा खूपदा प्रसिद्धिपराङ्मुख असतो. पण चित्रपटातला किंवा रंगभूमीवरचा चांगला कलाकार हा लपून राहत नाही. त्याप्रमाणे माझी ओळख पटल्याने, व मी वेळेवर नाही पोहोचू शकलो तर नाटकाच्या प्रयोगाचीच पंचाइत होणार हे जाणल्याने, ते दोघे माझ्यासाठी आणखी प्रवासी जमवू लागले. ज्ञानेश, हे असले क्षण जरी छोटे छोटे असले तरीही त्यात फार मोठा आनंद असतो. या आनंदासाठी कलाकारानं जगायचं असतं आणि तसा तो जगत असतोही. या असल्या सामान्य वाटणाऱ्या रसिकाचं प्रेम जसं एखाद्या कलाकारावर असतं, तसंच, तेवढंच त्याचं प्रेम रंगभूमीवर असतं. रंगभूमी जगते ती अशाही छोट्या छोट्या माणसांच्या प्रेमावर. केवळ कलाकारच तिला तारतात असं नाही; तर कलाकारांची व्यवस्था करणाऱ्यांचा पण त्यात वाटा असतो. तो फार दूरवरचा संबंध असेल कदाचित; पण तो तितकाच निर्मळ असतो, यात वाद नाही.

त्या दोघांनी त्या दिवशी प्रवासी मिळवले. एका कलाकाराची व्यवस्था व्हावी म्हणून कायद्याच्या कक्षेत राहून या कंट्रोलरने आपली रसिकता प्रकट केली. जादा गाडी माझ्यासाठी सोडण्याचं औदार्य त्यानं दाखवलं, आणि नंतर प्रयोगाच्या वेळेपूर्वी मला चिपळूणमध्ये सोडण्याचं कौशल्य ड्रायव्हरनं दाखवलं. आज एका चांगल्या कार्यासाठी, चांगल्या भावनेपोटी आपण गाडी बेफाट चालवत आहो, या आनंदानं तो गाडी चालवीत होता. केव्हा केव्हा असं वाटतं ज्ञानेश, नंतरच्या

आयुष्यात ही माणसं आपल्याला पुन्हा भेटतील असंही नाही; पण जाता जाता, मागल्या जन्मीचं काही देणं असावं त्याप्रमाणे काही काळ या जन्मी ती आपल्याला भेटतात आणि सुखवून जातात.

वेळापत्रकाप्रमाणे येणाऱ्या गाडीत 'पेंढारकर नाहीत' ही बातमी थिएटरवर पोहोचायला वेळ थोडाच लागतो? 'मराठी रंगभूमी संस्थेतले' सगळेच जण काळजीत पडले. जयराम शिलेदारांनी स्थापन केलेली ही संस्था. मी त्यात गेले चार-पाच महिने नोकरी करत होतो. गोव्याचा तो दौरा तसा आटपून मी मुंबईला आलो. 'स्वयंसेवक' नाटक बंद केलं, हेही मी तुला सांगितलंच. ऑथर्स असोसिएशनचे राम. एल. गोगटे पण त्या वेळेपर्यंत मामा वरेरकरांना वैतागले होते. ते असो, पण नंतर मलाही काय करावं ते कळत नव्हतं. आणखी एक प्रयोग करून पाहायचा म्हणून सगळे कलाकार काही दिवस 'नाईट'वर न ठेवता पगारी ठेवून पाहिले. परळचा दामोदर हॉल एकदम तीन महिन्यांसाठी भाड्याने घेतला. पण त्यातही फारसं यश आलं नाही. कंपनीचा सावरलेला डोलारा कोसळणार असं वाटू लागलं. कंपनीच्या डोक्यावर पुन्हा सात-आठ हजार रुपयांच्या कर्जाचा बोजा वाढला.

शून्यातून निर्माण होता होता, परत शून्यावर आलो; नव्हे तर शून्याच्याही खाली गेलो. कंपनी तशीच चालू ठेवून, इतर संस्थांतून कामं करू लागलो. जयराम शिलेदारांच्या 'मराठी रंगभूमी' या संस्थेत सामील झालो. शिलेदार त्या वेळी, सौभद्र, मानापमान, शारदा, भावबंधन, एकच प्याला वगैरे नाटकं करीत होते. संस्थेबरोबर मीही दौऱ्यावर गेलो. पहिला प्रयोग नाशिकला झाला. संस्थेतलं वातावरण चांगलं होतं. मी तिथं नोकर असूनही मला त्या संस्थेत वागणूक कुटुंबीयांप्रमाणे मिळाली. 'सौभद्र'मध्ये मी अर्जुनाची, 'शारदे'त कोदंडाची, 'मानापमान'मध्ये विलासधरची भूमिका करत होतो. 'एकच प्याला'त मला काम नव्हतं. पण डॉक्टरची भूमिका केव्हा केव्हा हौसेनं करत होतो. मी डॉक्टर, आणि वैद्य व्हायचे बाळ कोल्हटकर. त्या प्रवेशाला धमाल व्हायची.

त्याच वेळी एक मजेदार अनुभव आला. सुधाकरच्या भूमिकेत जयराम शिलेदारांनी प्रवेश केला आणि प्रेक्षकांमधून शिट्ट्या यायला लागल्या. भार्गवराम पांगे बरोबर होतेच. मला नाटकात काम नव्हतं. हा काय प्रकार आहे हे कळेचना. आम्ही दोघांनी बाहेर जाऊन पाहिलं, आणि मग आमच्या लक्षात एक गोष्ट आली. 'लोकशाहीर राम जोशी' या चित्रपटातली राम जोशीची भूमिकाच आता 'सुधाकरा'ला छळत आहे याचा उलगडा झाला. त्या चित्रपटामुळेच जयराम शिलेदार सर्वत्र नावारूपाला आले होते. नाटकाच्या जाहिरातीत पण त्यांचं नाव छापलं होतं ते असं, 'सुधाकरच्या भूमिकेत, 'राम जोशी' फेम जयराम शिलेदार.' प्रेक्षक त्यातला सुधाकर विसरले आणि 'राम जोशी' एवढंच त्यांनी लक्षात ठेवलं. मग ते शिट्ट्या मारतील नाहीतर

काय होईल?

ज्ञानेश, त्या वेळेला ठरवलं, की आपल्या कंपनीत, नाटकाच्या जाहिरातीत, कोणत्याही कलाकाराच्या नावामागे, कोणतंही विशेषण लावायचं नाही.

'आचारसंहिता आचारसंहिता' अशी भाषा आज बोलली जात आहे. पण माझी 'आचारसंहिता' माझ्यापुरती, माझ्या संस्थेपुरती तेव्हापासून तयार होत होती. कॉन्ट्रॅक्टरला सब कॉन्ट्रॅक्टर नेमून द्यायचा नाही, दौऱ्याच्या वेळी चहापाण्यापासून, जेवणाखाण्याच्या खर्चापर्यंतचा आकडा प्रयोगासहित सांगायचा आणि प्रवासखर्चाचा अंदाजही तो आकडा देताना गृहित धरायचा, हा नियम करायला मला बुडबुडेनं शिकवलं. त्याचप्रमाणे कलाकारांच्या नावामागे, विशेषणांची खैरात करायची नाही असा धडा मला 'मराठी रंगभूमी' संस्थेत शिकायला मिळाला. अमुक एखाद्या नटाच्या किंवा नटीच्या नावामागे कोणतं विशेषण लावायचं, हे प्रेक्षक ठरवतील, नाही का ज्ञानेश?

चिपळूणला मी त्या जादा गाडीतून आलो आणि सर्वांनी सुटकेचा श्वास सोडला.

रात्री सौभद्र.

अर्जुन सुभद्रेचा प्रवेश जवळ आला, आणि मी विचार करू लागलो की आता हा प्रवेश कसा करायचा? हा विचार मनात येण्याचं कारण म्हणजे अगोदरच्या एक-दोन प्रयोगांच्या वेळी मला निराळा अनुभव आला होता. माझा स्पर्श होऊ नये अशी खबरदारी प्रमिलाबाई, म्हणजे नंतरच्या सौ. जयमालाबाई घेत होत्या. ठरलेल्या वाक्याच्या अगोदरच किंवा नंतर त्या मूर्च्छा आल्याचा अभिनय करून खाली पडायच्या. हेतू हा, की त्यांना हाताने धरून सावरण्याची संधी मला मिळूच नये. ही गोष्ट मला खटकायला लागली. आणि तीही एकाच कारणासाठी, की प्रत्यक्ष रंगभूमीवर सुभद्रा- अर्जुनाची प्राणप्रिया- मूर्च्छा येऊन पडत असताना, अर्जुनानं तिला न सावरता, लांब अंतरावरून काय अभिनय करायचा, कोणत्या हालचाली निश्चितपणे करायच्या की ज्यायोगे, सुभद्रेवरचं अर्जुनाचं गाढ प्रेम तर व्यक्त हाईल, पण स्पर्श मात्र बिलकूल होणार नाही, हे मला कळेना. एक कलाकार म्हणून, माझी कुचंबणा होत होती. वास्तवतेच्या दृष्टिकोनातून, नाट्यप्रसंगाच्या रसपरिपोषाच्या दृष्टिकोनातून तो प्रवेश हास्यास्पद होत होता! हे मला पटत नव्हतंच. मग काय करायचं? शेवटी ठरवलं, की जयमालाबाईंना त्यांची चूक कळून येईल अशी गोष्ट आपण आज रंगमंचावर करायची, मग नाटकाचं काय वाटेल ते होवो.

त्याप्रमाणे सुभद्रा आता मूर्च्छा येऊन पडणार त्याच वेळी, इकडे ती पडत असताना मी विंगेत पळून गेलो. ते दृश्य पाहताच प्रेक्षकांच्या मधून हशा आला. मी मग परत प्रवेश केला आणि,

"हा हां, सुभद्रे."असं म्हणत तिच्या दिशेने धावलो.

आपण आज मस्त जिरवली अशा आनंदात मी होतो. प्रयोग संपला, आणि मी शिलेदारांना, 'आता मी काम करणार नाही' म्हणून सांगितलं. हे सांगताना मी त्याचं कारणही स्पष्टपणे सांगितलं. पण ज्ञानेश, ती संस्था सोडताना मी शिलेदारांचे, जयमालाबाईंचे व माझे स्नेहसंबंध बिघडू दिलेले नाहीत. गोडीगुलाबीनं निरोप घेतला. 'संस्थेच्या नावानं जाता येता आंघोळ करणारे' अनेक कलाकार या सृष्टीत आहेत नाटकाच्या! मी तसं केलं नाही. याची जाणीव आजतागायत त्या उभयतांनी ठेवली आहे, हा त्यांचा मोठेपणा!

आणि ज्ञानेश, तूही तसं कधी करू नकोस. माणूस आहे तिथे मतं आहेत आणि ज्याला मतं आहेत त्याला मतभेदांचाही स्वीकार करावा लागतो. ते सर्व अटळ आहे. पण आपल्या मतासाठी अगर मतभेदांसाठी तू जातायेता कसल्याही प्रतिज्ञा करत जाऊ नकोस. त्यात काही अर्थ नाही. नाटकांच्या संख्येपेक्षा प्रतिज्ञांचीच संख्या मोठी. यात काही अर्थ नाही. खऱ्या कलाकाराची एकच प्रतिज्ञा असू शकते की 'रंगभूमीवर दिलेली भूमिका मी चोख करीन. भूमिकेशी प्रतारणा होईल आणि रसहानी होईल असं वर्तन मी करणार नाही. वैयक्तिक हेव्यादाव्याचा परिणाम मी भूमिकेवर होऊ देणार नाही.'

याच संदर्भात तुला सांगतो ज्ञानेश, की जयमालाबाईंची जिरवण्यासाठी मी विंगेत पळून जाण्याची जी कृती केली, ती अजिबात बरोबर नव्हती. त्या वेळी माझ्याकडून तो फार मोठा मूर्खपणा झाला. जयमालाबाईंचं त्या वेळचं वागणं बरोबर होतं का चुकीचं होतं, हे ठरवणारा न्यायाधीश मी नाही. त्यांचा नुकताच तेव्हा विवाह झाला होता. त्यांना कदाचित संकोच वाटला असेल. कलाकाराच्या भूमिकेतून त्यांनाही ते तेव्हा पटलं नसेल, आणि तरी त्यांना तो स्पर्श टाळावासा वाटला असेल, असं काहीही असेल. पण मी त्या वेळी तसं करायला नको होतं, एवढं नक्की. असं समजून चालू घटकाभर, की न्याय देण्याचा अधिकार व कायदा हातात घेण्याची मुभा मलाच होती, तरीसुद्धा त्याची अंमलबजावणी करण्याची जागा रंगमंच नक्कीच नव्हे. ती मी फार मोठी चूक केली.

माझ्या आचारसंहितेत मी आणखी एक खूणगाठ बांधून नियम केला, की स्टेजवरचं दुसरं पात्र कितीही बेतालपणे काम करू लागलं, खासगी बैठकीतला, बोलाचालीतला राग, नाटकात काम करताना दाखवून, नाट्यप्रयोग विस्कळित करू लागलं, तरी आपण आपली भूमिका आणि तिचा बाज सोडायचा नाही.

ही त्या वेळची गोष्ट. जयमालाबाई ती विसरलीही असतील. आज त्यांचाही दृष्टिकोन बदलला असणार. त्याशिवाय, त्या आजच्या रंगभूमीवर एक उत्कृष्ट गायिका म्हणून, समंजस अभिनेत्री म्हणून एवढ्या चमकल्या नसत्या. संगीत अभिनेत्री म्हणून त्यांचं स्थान आज फार मोठं आहे, आणि ते निर्विवाद आहे. ते स्थान

त्यांनी अर्थातच कष्ट करून मिळवलं आहे. गेली अनेक वर्षं त्या रंगभूमीवर काम करीत आहेत. याच वर्षी ज्ञानेश, त्यांना रंगभूमीवर काम करायला लागून पंचवीस वर्षं पुरी होणार आहेत. या पंचवीस वर्षांच्या त्यांच्या कारकिर्दीत अनेक स्त्रिया रंगभूमीवर आल्या. पण जयमालाबाईंचं स्थान अबाधित राहिलं.

या संदर्भात जर विचार करायचा झाला तर ज्ञानेश, माझ्यासमोर केवळ तीनच स्त्रिया आहेत- शांता आपटे, ज्योत्स्नाबाई भोळे आणि जयमालाबाई शिलेदार.

त्यांपैकी शांताबाईंना फार समज होती अभिनयाची. स्टेजवर काम करणाऱ्या दुसऱ्या पात्राला, वाक्यागणिक दाद म्हणजे रिस्पॉन्स कसा द्यायचा आणि किती द्यायचा, याची शांताबाईंना फार मोठी समज होती. त्याचप्रमाणे नाटकातल्या संगीताच्या पद्धतीप्रमाणे त्यांच्या गायकीत आवश्यक तो फेरबदल व्हायचा. सगळी गाणी त्या एकाच सरधोपट पद्धतीनं म्हणत नसत.

ज्योत्स्नाबाईंची कामाची पद्धत निराळी. सामाजिक नाटकातल्या भूमिकाच त्यांनी केल्या मुख्यत्वे करून. त्यांच्याएवढा गायनातला गोडवा मात्र कुणाच्याच गाण्यात नाही. त्यांच्या भावगीतात जो एक लाडिकपणा आणि विलक्षण भावपूर्ण आविष्कार जडलेला आहे, तसं भावपूर्ण माधुर्य केवळ ज्योत्स्नाबाईंच्या आवाजातच आहे. त्याची सर इतरांना यायची नाही.

जयमालाबाईंचं कौशल्य या दोघींपेक्षा निराळं आहे. सामाजिक, पौराणिक, जुन्या, नव्या सर्व तऱ्हेच्या नाटकांतून गेली पंचवीस वर्षं काम करून करून त्यांच्या भूमिकांना आणि संगीताला एक निश्चित आकार आलेला आहे. नाटकात नाट्यसंगीत जेवढं असायला हवं, तेवढंच त्या समजून गातात. संवादात आणि संगीतातही सारखंच सामर्थ्य असलेली एकमेव अभिनेत्री म्हणून मी जयमालाबाईचंच नाव घेईन.

तुला गुणिजन अवघे चाहती

मला गाणं म्हणायला सांगितलं. वाद्यांनी भरलेल्या त्या हॉलमध्ये मी म्हणायला सुरुवात केली,

'बा रे पांडुरंगा ऽऽऽ'

मी गाणं म्हणायला सुरुवात केली आणि नजरेसमोर बापूंचा चेहरा आला. मी ते भजन म्हणावं अशी बापूंची केवढी इच्छा होती त्या वेळी. पण मी नाही ती तेव्हा पुरी करू शकलो. आज माझे हे स्वर बापूंच्या कानांवर पडत असतील का? नक्की बापू कुठून तरी माझे ते स्वर ऐकत असणार.

मी त्याच तळमळीनं गायलो आणि वसंतरावांनी व शांतारामबापूंनी पसंतीदर्शक मान हलवली.

होय ज्ञानेश, शांतारामबापूंनी ते गाणं ऐकलं. प्रसंग त्यांच्याच 'राजकमल'मधला. वाद्यांनी भरलेला तो हॉल. काही वादकही तिथेच हजर. त्याशिवाय संगीतदिग्दर्शक वसंत देसाई. साल १९५० डिसेंबर.

वसंतराव देसाईंचा व माझा परिचय पूर्वीच झालेला. आपल्या बापूंवर व माझ्यावर प्रेम करणारे एक थोर गृहस्थ! संगीताची साधना करून करून अखंड स्वरांच्या वर्षावात नेहमी चिंब झालेले, आणि त्यामुळेच एखाद्या धीरगंभीर गंधाराप्रमाणे अंतर्बाह्य सोज्ज्वळ असलेले वसंतराव. त्यांचं व्यक्तिमत्त्व मला भरदार दरबारी कानडा रागाप्रमाणे वाटतं. धीरगंभीर, पण ते नेहमी हातात बांधतात त्या गजऱ्याप्रमाणेच कोमल आणि प्रसन्न. षड्ज-पंचम मिळवलेल्या तंबोऱ्याला जर कान लावला तर त्यातून जरा वेळानं 'गंधार' ऐकू येतो, त्याप्रमाणे वसंतरावांशी स्वर जमायचा अवकाश, आतून आपलेपणाचा

गंधार ऐकू येतो. त्यांच्या मोटारीच्या बॉनेटवर, त्यांनी हातात घेतलेल्या तंबोऱ्याची एक आकृती बसवलेली आहे. त्याकडे हमखास लक्ष जावं एवढी ती आकर्षक आहे. तो तंबोरा पाहिला की वाटतं, त्यांच्या मोटारीला पेट्रोलची गरजच नसावी. ती स्वरलहरीवर केवळ तरंगत जात असावी.

वसंतरावांनीच मला 'राजकमल'मध्ये नेलं. संगीत विभागात पार्श्वगायक म्हणून त्यांनी माझी नेमणूक केली. अर्थात नेमणूक शांतारामबापूंनीच केली; पण ती वसंतरावांमुळे!

आणि ज्ञानेश, 'राजकमल'मधल्या त्या वास्तव्यात अनेक योगायोग घडले. 'राजकमल'च्या शिस्तीबद्दल, काटेकोर नियमांबद्दल मी ऐकून होतो. कुठेतरी धास्तावलोही होतो. कंपनीच्या नियमानुसार मी जर सकाळी ९ ते संध्याकाळी ६ पर्यंत रखडला जाणार असेन, तर अधूनमधून बाहेर होत राहणाऱ्या नाटकांच्या प्रयोगांचं काय, ही चिंता मला एकीकडे होतीच. १२५रु. पगार ठरला. आता दरमहा तेवढी प्राप्ती निश्चित झाली. बाहेरच्या कंपन्यांपेक्षा 'राजकमल'मध्ये पगार कमी असायचे; पण ठरलेला पगार हमखास मिळायचा. पगार बुडण्याची भीती मुळीच नव्हती. तरीसुद्धा नाट्यसृष्टीचा आणि आपला ऋणानुबंध सुटू नये, ही इच्छा होतीच. मी भीत भीत वसंतरावांजवळ विषय काढला. वसंतरावांनी 'त्यातून मार्ग काढू' असं आश्वासन दिलं.

आणि ज्ञानेश, माझ्या कल्पनेप्रमाणे एका व्यक्तीसाठी- तेही कंपनीतल्या नोकरांसाठी- कंपनीचे कायदेकानू थोडे सैल झाले हे 'राजकमल'च्या इतिहासात प्रथम माझ्यासाठी घडलं! मला केव्हाही जाण्यायेण्याची मुभा मिळाली. १२५रु. पगारापर्यंत 'कार्ड पंच' करण्याची प्रथा होती. मी त्यातून सुटलो; इतकंच नाही तर सहीची पण भानगड माझ्यामागे राहिली नाही. वसंतराव मला आदल्या दिवशीच, दुसऱ्या दिवशी किती वाजता यायचं ते सांगायचे. आणि त्याशिवाय, मला बाहेर कामं करायचीसुद्धा परवानगी मिळाली. खरोखरच, एवढ्या सवलती 'राजकमल'मध्ये खुद्द शांतारामबापूंनासुद्धा मिळाल्या नाहीत असं मी म्हणालो, तर ज्ञानेश, ती मुळीच अतिशयोक्ती व्हायची नाही. राजकमल कंपनीतल्या शिस्तीची ही ख्याती बाहेर ज्यांना ज्यांना माहीत होती त्यांना तर धक्का बसलाच, पण खुद्द कंपनीतल्या इतर नोकरांना नवल वाटलं. मला मिळणाऱ्या या सवलतींवर बाहेरची माणसं थक्क होऊन, तिथेच थांबणार होती; पण कंपनीतल्या माणसांचं तसं नव्हतं. माझ्या वर्गात व्यत्यय आणणं त्यांना सहज शक्य होतं. त्यांनी त्याप्रमाणे अडथळे आणण्याचा प्रामाणिक प्रयत्न केला पण,

मुद्दइ लाख बुरा चाहे तो क्या होता है,

वही होता है जो मंजुरे खुदा होता है–

त्या वेळेला 'परछाई' चित्रपटाचं चित्रीकरण जोरात चाललं होतं. मला संगीत विभागातच ठेवलेलं होतं. माझा केव्हातरी पार्श्वगायक म्हणून उपयोग व्हायचा होता, मराठी चित्रपटासाठी! 'अमर भूपाळी' चित्रपटाची पण जमवाजमव सुरू होती; पण शांतारामबापूंचं सगळं लक्ष त्या वेळी 'परछाई'त गुंतलं होतं. पण मग एकाएकी पारडं फिरलं. 'परछाई'चं काम कोणत्या तरी कारणानं स्थगित झालं आणि 'अमर भूपाळी'ची धामधूम सर्वत्र सुरू झाली.

आणि एके दिवशी समजलं की होनाजीच्या भूमिकेसाठी पंडितराव नगरकरांना आणलं आहे! मला धक्का बसला. कारण आता माझ्या पार्श्वगायकीचा प्रश्नच येत नव्हता. आपण असेच इथे समूहगीतात गात गात वर्ष घालवणार असं वाटू लागलं. दोन-तीन दिवस अस्वस्थ मनःस्थितीत गेले. बरं, शांतारामबापूंनी मला एवढ्या सवलती दिल्या होत्या की मला अक्षरशः आपण आता काय करावं, असाच प्रश्न पडला होता.

मग एके दिवशी वसंतरावांजवळ मी माझी व्यथा बोलून दाखवली. वसंतराव एवढंच म्हणाले,

'धीर धरा, धीर धरा. पुढे केव्हा काय होईल, हे कुणालाच सांगता येणार नाही.'

मी गप्प बसलो. मलाही मग वाटलं की आपण उतावळेपणा करायचा नाही. वसंतरावांनी आपल्याला इथं आणलं आहे. आपला उतावळेपणा कदाचित त्यांना कमीपणा आणायला कारणीभूत व्हायचा. वर्षाचा करार केला आहे आपण. नुकतीच ही सुरुवात आहे आपली या संस्थेतली. आणि तसं आता आपलं कोणतंही नुकसान नाही. त्याहीपेक्षा, तेवढीच निर्णायक वेळ येऊन ठेपली तर आपण म्हणायच्या आधी, वसंतरावच आपल्याला काय ते सांगतील. तेवढ्या मोठ्या मनाचे ते आहेतच.

कुठंतरी मग एरवी मन गुंतवायचं म्हणून मग मी रेकॉर्डिंग या तंत्राकडे वळलो.

त्यानंतर 'सांगा मुकुंद कुणी हा पाहिला' या लावणीचं ध्वनिमुद्रण झालं. आपल्याला केवळ 'कोरस' मध्ये गावं लागत आहे याचं एकीकडे दुःख होत होंतं; पण वसंतरावांकडे पाहून मी माझी समजूत घालीत होतो.

कंपनीत नंतर एक नवीनच चेहरा दिसायला लागला. चौकशी केल्यावर समजलं की त्याचं नाव केळकर असून, त्यांना 'बाळाची' भूमिका करण्यासाठी बोलावलं आहे.

होनाजी बाळा, म्हणजेच 'अमर भूपाळीच्या' तालमी सुरू झाल्या. साधारणपणे, चित्रीकरणाची कल्पना मनात पक्की होण्यासाठी शांतारामबापूंची तालमी घेण्याची

प्रथा होती. पण केळकरांचं काम त्यांच्या मनास येईना. ते मग कातावून गेले.

आणि एके दिवशी, आमची गाण्याची तालीम चालू असतानाच 'वसंतरावां'ना शांतारामबापूंकडून बोलावणं आलं. वसंतराव गेले आणि पाठोपाठ दुसरा निरोप आला, 'इतर वादकांनी जेवणाच्या सुट्टीनंतर परत येण्याची किंवा कंपनीत थांबण्याची आवश्यकता नाही; फक्त पेंढारकरांनी मात्र इथंच थांबावं.'

त्याच वेळी मला बोलावल्याचं सांगण्यात आलं. मी शांतारामबापूंकडे जायला निघालो तेव्हा, वसंत आचरेकर मला म्हणाले,

"पेंढारकर, अण्णा बोलावताहेत तुम्हाला, लाभ दिसतोय." मी नुसता हसलो आणि तर्कवितर्क लढवीत शांतारामबापूंसमोर जाऊन उभा राहिलो. माझ्याकडे काही क्षण पाहत त्यांनी विचारलं,

"सिनेमात काम कराल का?" क्षणाचाही विलंब न लावता मी म्हणालो, "का नाही करणार?"

शांतारामबापू म्हणाले, "त्यासाठी डोक्याचा गोटा करावा लागेल."

"करू की."

"आणि नाटकात काय कराल?"

"नाटकात टोप घालून काम करीन."

त्याबरोबर शांतारामबापूंनी कुमारला हाक मारून सांगितलं,

"स्क्रिप्ट आण."

स्क्रिप्ट हातात येताच माझ्याकडून काही संवाद म्हणवून घेण्यात आले. संवाद म्हणून दाखवण्याचं काम होताच, लगेच बाबा वर्दमना निरोप गेला. बाबा वर्दम हजर झाले.

'बाबा, याला आता मेकअप करायचा. कॅमेऱ्यासमोर जायचंय.' मग काय लगेच मेकअप, पण कॅमेऱ्यासमोर न जाता दोन तीन स्टील्स घेतले आणि शांताराम बापूंनी सांगितलं,

"सत्तावीस तारखेला मुहूर्त आहे. सकाळी ९ वाजता हजर राहा."

मी आणि वसंतराव बाहेर पडलो. बाहेर पडल्याबरोबर वसंतराव म्हणाले,

"वा पेंढारकर, चांगलं केलंत."

"मी कुठे काय केलं?"

"वा, पट्कन हो म्हणालात ना! त्याचं कौतुक आहे. 'कसलं काम आहे', 'किती आहे' असल्या चौकशा करीत बसला नाहीत, ते चांगलं केलंत. तुम्हाला कसलं काम दिलंय याची कल्पना आहे का? तुम्हाला महत्त्वाचा रोल आहे. बाळाचा! आता हिंमत धरून कामगिरी करा."

वसंतराव आपलेपणानं म्हणाले. ज्ञानेश, वसंतरावांच्या स्वभावातला आपलेपणा,

स्वरानं शब्दाला बिलगावं तसा आपल्याला बिलगतो.

शूटिंगच्या आदल्या दिवशी मी संध्याकाळी शांतारामबापूंना भेटलो.

"उद्या गोटा करून येतो."

"नको. तसेच इथे या. मग बघू."

"शूटिंगला वेळ लागेल मग."

"गोटा करावासा वाटला तर कंपनीत व्यवस्था करीन तशी." शांतारामबापू एवढं म्हणाले आणि त्यांनी त्याच वेळेला गड्याला बोलावलं.

"कपडेपटातून बाळाचं पागोटं आणायला सांग."

पागोटं आलं. माझ्या डोक्यावर ते ठेवीत शांतारामबापू म्हणाले,

"हे तुमचं पागोटं. हे कायम तुमच्या डोक्यावर असणार. तेव्हा उगीच कटिंग कशाला करता? तुमची नाटकाची पंचाईत होईल प्रत्येक वेळी. हे आता पागोट्याबाहेर डोकावताहेत, तेवढेच केस कापून या."

मी 'बरं' म्हणून निरोप घेतला.

सत्तावीस तारीख उजाडली. महिना फेब्रुवारी, साल १९५१.

मेकअप करून सेटवर गेलो.

शास्त्रीबुवांच्या घरातली ओसरी. एक लांडं, काचा मारलेलं धोतर, वर अंगात काही नाही, गळ्यात जानवं आणि डोक्याचा गोटा, घेरा, लोंबणारी शेंडी अशा थाटात दहा-बारा वर्षांचा मुलग ओसरीवर फेऱ्या मारीत म्हणतो आहे,

"कोटीच्या कोटी उड्डाणे, झेपावे उत्तरेकडे."

आणि समोरच्या अंगणाला, एका बाजूला असलेल्या दुमजली घराच्या माडीवरून तुणतुण्याचा आवाज येतो आहे आणि मागून लावणीचा,

'नको दूर जाऊ वर वर पाहू.'

त्या स्वरांनी त्या मुलाचं लक्ष द्विधा होतं. त्या स्वरांवर मात करण्यासाठी त्या मुलाचा स्तोत्र म्हणण्याचा आवाज टिपेला जाऊ लागतो.

इकडे लावणीचा स्वर षड्जावरून मध्यमावर जातो.

तो आरडाओरडा ऐकून स्वतः शास्त्रीबुवा बाहेर येतात. त्यांचा वेषही त्या मुलासारखाच. एकंदर प्रकार लक्षात येऊन तेही फेऱ्या मारीत उच्च स्वरात स्तोत्र म्हणायला लागतात.

लावणीची आणि स्तोत्राची जणू उंच आवाजाच्या बाबतीत शर्यत लागते आणि वर तुणतुण्याची तार तुटते.

"बरं झालं लेकाच्याची तार तुटली ते." शास्त्रीबुवा म्हणतात.

त्यानंतर खिडकीतून, नुसता छातीपर्यंतचा भाग व तुणतुणे घेतलेला हात बाहेर काढून बाळा डोकावतो. शास्त्रीबुवांची चेष्टा करण्याच्या आविर्भावात मान हलवतो.

ज्ञानेश, पहिल्या दिवशीची सुरुवात, माझ्या कामाची, ही अशी होती. शांतारामबापू मला म्हणाले,

"पेंढारकर, तुम्हाला सगळं येतंय. पण मी सांगतो ते नीट सगळं ध्यानात घ्या, मगच तसं करा."

मला सूचना देऊन शांतारामबापू जरा दूर गेले. तेवढ्यात कॅमेरामन जी. बाळकृष्ण मला म्हणाले,

"पेंढारकर, डोकं जरा चांगलं बाहेर काढा, नाहीतर आमचा बोऱ्या वाजवाल, ब्लॉकच्या बाहेर जाऊ नका."

'राजकमल'मध्ये मला प्रत्येकाचा स्नेह मिळाला. सहकार्य मिळालं. त्या प्रत्येकाच्या स्वभावाचं मोठेपण मानलंच पाहिजे, पण त्याबरोबर हेही खरं होतं, की मला मिळालेल्या त्या 'बाळा'च्या महत्त्वाच्या भूमिकेमुळे मी लगेच आकाशातून विहार करायला लागलो नव्हतो. माझे पाय जमिनीवरच होते.

त्या दिवशीचं ते काम संपलं.

आणि दुसऱ्याच शॉटला एक गंमत झाली. सेट देवळातला होता, सभामंडपाचा. प्रसंग कीर्तनाचा. आणि गंमत म्हणजे माझं नाव बोर्डावर झळकलं होतं. शूटिंगमध्ये काम असलेल्यांची नावं फलकावर लागायची. मॉब सीन होता आणि त्यात मीही होतो.

'बाळा' आणि तो मॉबमध्ये?

मी मुकाट्यानं मेकअपला गेलो. मी काही बोललो नाही पण बाबा वर्दम म्हणाले,

"पेंढारकर, तुम्ही? अहो, तुम्ही कॅरेक्टर करताय. तुम्ही साईड हिरो. मग मॉबमध्ये का आलात?"

मी शांतपणे म्हणालो,

"माझं बोर्डावर नाव आहे."

त्यावर बाबा म्हणतात, "आमच्या मालकांना काही कळतच नाही. त्यांचं नेहमी इथंच चुकतं. कंपनीचा नोकर झाला म्हणून काय झालं? ते नेहमीच असं करतात. कितीही मोठा कलाकार असला तरी त्याला फालतू कामासाठी राबवून त्याचा एक तऱ्हेनं अपमान करतात. तुमच्यासारखी मोठी माणसं त्यांच्यावर श्रद्धा ठेवतात. हा काय गुन्हा झाला का?"

"जाऊ दे हो बाबा."

"जाऊ दे कसं? तुम्ही का गप्प बसता?"

मी म्हणालो, "बाबा, मी जर मॉबमध्ये बसलो, तर मला कमीपणा येणार नाही. पेंढारकर का तिथे बसले' असं कुणी म्हणणार नाही. शांतारामबापूंनी तिथे बसू

द्यायला नको होतं, असंच सगळे म्हणतील. शांतारामबापूंच्या लक्षात ही गोष्ट नक्की येईल. त्यांच्या नजरेतून तसं काही सुटायचं नाही.''

''तुमच्यासारखा माणूस प्रथमच भेटला बुवा'' असं म्हणत बाबांनी मेकअपला सुरुवात केली.

मी मनात एक डाव रचला होता. जी. बाळकृष्णना मी विचारलं, ''काय हो, नंतरचा शॉट कसा आहे?''

त्यांनी सगळं सांगितल्यावर मी विचारलं, ''म्हणजे मी कॅमेऱ्यात येईन ना?''

माझ्या या प्रश्नासरशी बाळकृष्णांनी माझ्याकडे अशा काही नजरेनं पाहिलं ज्ञानेश, की विचारूच नकोस. शेवटी रंगभूमीवरचा नट, एवढी मोठी कॅरेक्टर करतोय इथे; पण कॅमेऱ्यात येण्यासाठी धडपडतोय. तरी बरं आता हजार वेळा कॅमेऱ्यासमोर येणार आहे. मी जी. बाळकृष्णला काही खुलासा करीत बसलो नाही.

मॉब बसला. लायटिंग कॅमेरा वगैरे सेट झाल्यावर शूटिंग सुरू झालं आणि माझ्या दिशेनं कॅमेरा सरकल्यावर मी जो बसलो होतो, तो अर्धा, म्हणजे गुडघ्यावर उभा राहिलो. पुराणिकबुवांचं कीर्तन फार आवडतं आहे, अशा अर्थानं मान हलवली. मुद्दाम केलेल्या या हालचालीनं शांतारामबापूंचं माझ्याकडे लक्ष गेलं नसतं तरच नवल होतं.

''कट् कट् कट्''

शूटिंग थांबलं. माझा उद्देश सफल झाला.

''ते पेंढारकर आहेत का?'' अण्णांनी विचारलं.

कुणीतरी 'हो' म्हणालं.

''त्यांना इकडे बोलवा.''

मी पुढे झालो.

''अहो तुम्ही तिकडे कॅरेक्टर करताय. इकडे मॉबमध्ये कशाला आलात?''

''माझं बोर्डावर नाव होतं.''

शांतारामबापू मग रागावले. त्यांनी प्रभातकुमारला तिथंच दम भरला.

अशा एकेक गमती ज्ञानेश, राजकमलच्या. माझं नाव मॉबमध्ये टाकण्याचा खोडसाळपणा मुद्दामही कुणीतरी केला असेल. शांतारामबापूंची माझ्यावर मर्जी होती, हे त्या खोडसाळपणाच्या मागचं कारण होतं.

त्यांची माझ्यावर मर्जी होती आणि अजूनही आहे, एवढं मात्र खरं. कंपनीत त्यांचे स्वतःचे असे अनेक निर्बंध आहेत. मेकअपला ते स्वतः बसतात तेव्हा मेकअप रूममध्ये ते कुणालाही पाऊल टाकू देत नाहीत, असं वर्दम म्हणाले होते. पण मला ते तेव्हा आत येऊ देत असत. शूटिंगच्या वेळीही शूटिंगशी संबंध नसलेली व्यक्ती सेटवर आलेली त्यांना खपत नसे. पण मला त्यांनी कधी मज्जाव

केला नाही. इतरांच्या बाबतीत व व्यवहारात 'वज्रादपि कठोराणि' असलेले शांतारामबापू माझ्या बाबतीत मात्र 'मृदूनि कुसुमादपि' होते.

याचं आणखी एक मोठं प्रत्यंतर म्हणजे त्यांनी एकदा माझ्यासाठी शूटिंग पण लवकर आटपतं घेतलं. राजकमलच्या इतिहासात हेही प्रथम घडलं असणार. माझा सोयगावला नाट्यप्रयोग होता. भीत-भीत, भीत-भीत मी आदल्या दिवशी ते त्यांच्या कानावर घातलं.

"तुमची गाडी किती वाजता आहे?"

"५॥ वाजता."

"उशिरात उशिरा केव्हा निघालेलं चालेल?"

"तासभर अगोदर तरी स्टुडिओ सोडावा लागेल."

"ठीक आहे."

आणि ज्ञानेश, दुसऱ्या दिवशी सकाळपासून शूटिंगला सुरुवात झाली. सकाळपासूनच सगळ्या कामाला शांतारामबापूंनी असा काही प्रचंड वेग दिला, की विचारूच नकोस. श्वास घ्यायला उसंत ठेवली नाही, इतरांना आणि स्वतःलाही.

चित्रीकरण लावणीचंच होतं. प्रसंगाची पार्श्वभूमी अशी-

गुणवतीच्या आईकडून होनाजीचा मानभंग होतो. त्याच्या कवित्वाचा धिक्कार होतो. 'केवळ माझी गुणवती नाचते-गाते म्हणून तुझ्या काव्याला किंमत' अशा उद्‌गारात होनाजीची संभावना होते. होनाजी खवळतो. स्वतःचा फड उभा करतो, गुणवतीच्या आईची जिरवायची म्हणून. प्रत्येक कलावंतिणीला आपल्या कवनाची भेट देत देत, तो स्वतः हातात डफ घेऊन म्हणतो,

'तू पाक सुरत कामिना...'

बाळाला हेच हवं असतं. स्वतःचा फड आणि होनाची लावणी. होनाच्या अवतीभवती तो फेर धरून नाचू लागतो. होनाजीच्या तोंडून निघणारा शब्द बाळाने वरच्यावर झेलावा, आणि कडव्यामागून कडवी उभी राहावीत, या धुंदीत अख्खी रात्र संपते...

नेमक्या याच देखाव्याच्या चित्रीकरणाला सुरुवात झाली. ज्ञानेश, त्या दिवशी खरोखर सगळ्यांनाच जणू चेव आला होता. पंडितराव नगरकर गात होते. मॉब सीन होता. पंडितराव नगरकरांच्या भोवती मी फेर धरून नाचत होतो. वसंतरावांनी त्या कवनाला धुंद करणारी चाल लावली होती. लाउडस्पीकरवर तीच ध्वनिमुद्रिका लावली होती. त्यामुळे त्या चालींप्रमाणे हावभाव करणं सोयीचं जात होतं. त्या दिवशी ती लावणी आम्हा सगळ्यांना जणू 'चढली' होती. त्या दिवशी स्पॉटवर वावरणारा प्रत्येक जण देहाने विसाव्या शतकात व 'राजकमलच्या आवारात' होता, पण मनाने तो पोहोचला होता पेशवाईच्या काळात, बावनखणीत!

मध्येच शांतारामबापू म्हणून गेले, 'वा, पेंढारकर, आज फार छान करत आहात.' मी ती कौतुकाची थाप 'बाळाला' पोहोचवली, कारण आज माझ्या वतीनं, पेशवाईतला बाळाच त्याची नाचण्याबागडण्याची हौस भागवून घेत होता.

होनाचे शब्द बाळा गात होता.

हसत मुखसदा,
पाहुनी तुझी अदा, भुलुनी झुकले,
सुगर जन नाग होऊनी डुलले...

या पुढची ओळ मात्र बाळाला येत नसते. कवन म्हणता म्हणता तो थांबतो. होनाजी लगेच पुढे म्हणतो,

"का थांबलास का? पुरे का? होनाच्या लावण्याचे ताटवे बहरले आहेत. उधळ हवी तेवढी गेंदेबाज फुलं, खच पडू दे, अन् यापुढे होनाजी आणि बाळा ही दोन्ही नावं, एकाच नावात जोडून जाऊ देत. जो माझ्या यशाचा तुरा, तोच तुझा- उभार तुझा फड. झडू दे डफावर थाप. खेच तुणतुण्याची तार अस्मानापर्यंत...
आणि बाळा पुढे म्हणतो,

म्हणे होनाजी बाळा गडे, अहो फाकडे,
तुझी चहुकडे, गुणाची हो ख्याती,
तुला गुणिजन अवघे चाहती.

शूटिंग संपलं. कॅमेरा थांबला. प्रकाशाचा वर्षाव करणारे ते अजस्त्र दिवे शांत झाले. साउंड रेकॉर्डिस्ट परमार यंत्रामधून बोलले "O.K." जी. बाळकृष्ण समाधानाने हसले. स्टुडिओचा मोठा दरवाजा उघडला. बाहेरचा सूर्यप्रकाश स्टुडिओत घुसला. शूटिंग संपल्याची सूचना देणारी घंटा कानावर आली.

स्वर संपले, धुंदी ओसरली.

डफ थांबला गती थांबली.

'पेशवाई' पुनः इतिहासाच्या पानात जाऊन बसली. विसावं शतक त्या उघड्या दरवाजातून बाहेरच्या प्रकाशाबरोबर आत आलं. बावनखणीतल्या त्या माड्या, ते नाचणारे पाय, घुंगरांचे आवाज, डोलणाऱ्या माना, हवेत बेभानतेने फेकलेले डोक्याचे मंदिल हे सगळं दिसेनासं झालं.

उरला केवळ एक स्टुडिओ.

स्वप्न संपलं; सत्य उरलं.

ते सत्य मला शांतारामबापूंच्या रूपानं बोललं,

"पेंढारकर, किती वाजले?"

मी पाहिलं. साडेतीन वाजले होते. शांतारामबापूंनी माझ्यासाठी त्यांचं काम लवकर उरकलं होतं. एका कलाकारानं, दुसऱ्या कलाकारासाठी, स्वतःची कलाकृती थोडी आवरती घेतली होती. या मोठेपणाला शब्द नाहीत, उपमा नाही.

ज्ञानेश, योग बघ कसा. 'अमर भूपाळी' या चित्रपटातला त्या दिवशीचा, चित्रीकरणाचा देखावाही नेमका तसाच होता. कलाकृतीतल्या हीरोनंही- होनाजीनं बाळाचं महत्त्व जाणलं आणि 'होनाजी' व 'बाळा' ही दोन नावं एक झाली. आणि इकडे प्रत्यक्षातल्या 'राजकमल'च्या हीरोनं शांतारामबापूंनी पण, बाळाचं काम करणाऱ्या भालचंद्र पेंढारकरांना मान दिला व स्वतःचं काम अपुरं ठेवलं.

'अमर भूपाळी' चित्रीकरण आटोपलं. कराराप्रमाणे माझी नोकरीची मुदत संपायला एक-दोन महिन्यांचा अवधी होता, पण या कराराला मी आता का भ्यावं? या 'बाळाच्या' प्रमुख भूमिकेनं माझं आता बाहेर आणि कंपनीत पण स्थान पक्कं झालं आहे.

मी या डौलात होतो आणि ज्ञानेश, एके दिवशी, मुदत संपायच्या आधीच माझ्या हातात नोटीस पडली.

वसंतराव शांतपणे हसत म्हणाले,

"पेंढारकर, ही दुसरी बाजू पण लक्षात ठेवा."

मला अचानक नोटीस दिली म्हणून अनेकांना आश्चर्य वाटलं. वाईट वाटलं. कंपनीत प्रत्येकाला माझ्याबद्दल प्रेम निर्माण झालं होतं. पण काय करणार? कोणीही काहीही करू शकणार नव्हतं.

'मुद्दई लाख' 'बुरा' चाहे तो क्या होता है,' या ओळीत फरक करीत कंपनीच्या बाहेर पडून गव्हर्न्मेंट गेट रोडवर येत मी मनाशी म्हणालो,

'मुद्दई लाख 'भला' चाहे तो क्या होता है,
वही होता है, जो मंजुरे खुदा होता है।'

'कल्पना करा, एक सुंदर- देखणी स्त्री, संपूर्ण विवस्त्रावस्थेत रस्त्यावर पडलेली आहे, पण कुणीतरी चांडाळाने तिच्यावर निर्घृण हल्ला करून तिच्या छातीत खंजीर खुपसून तिचा खून केला आहे, सौंदर्याची राख केली आहे. कोमल फूल कुस्करून टाकलेलं आहे. अशा करुण प्रसंगी कुणा पाहणाऱ्याच्या मनात तो विवस्त्र स्त्रीदेह पाहून, कामुक भाव जागृत होईल का त्या अमानुष कृत्याबद्दल मनात चीड आणि त्या स्त्रीबद्दल दयाभाव जागृत होईल?'

भावेअण्णा तळमळून, तळमळून बोलत होते. हकिगत होती ठाण्यातली. आणि आरोपवजा विषय होता की 'स्वामिनी' नाटक फार अश्लील आहे. या आरोपावर भाव्यांसारखा जातिवंत, ज्वलंत साहित्यिक अंतर्बाह्य खवळून उठला नाही, तरच नवल नव्हतं का?

ज्ञानेश, भावेअण्णांचं वर्णन करताना मला फार मोठा प्रश्न पडला आहे. 'पंडितराज जगन्नाथ' नाटकामध्ये लवंगिकेबद्दल जगन्नाथ म्हणतो, 'हिचं वर्णन करायला, हिच्यासारखेच नाजूक, मुलायम शब्द मी कुठून आणू?' त्याप्रमाणे ज्ञानेश, भाव्यांबद्दल तुला आत्ता सांगताना मला असाच प्रश्न पडला आहे, की त्यांचं पोलादी व्यक्तिमत्त्व साकार करण्यासाठी, मीही पोलादी भाषा कुठून आणू? साहित्यात पेटून उठलेले, राजकारणात फार अस्वस्थ असलेले, निष्ठेत तर भलतेच कडवे, असे हे भावे 'माणूस' म्हणून जेव्हा समोर भेटतात, ते मात्र वत्सल ज्येष्ठ बंधूंच्या नात्याने! वीजप्रवाह खेळवल्या जाणाऱ्या काटेरी तारांप्रमाणे सर्वांना नेहमी सावध ठेवणारे, एखाद्या वडवानलाप्रमाणे अंतर्बाह्य

काशीचा विसर पडणं म्हणजे सुगंधाचा विसर पडणं!

पेटलेले भावे, मित्रासाठी मात्र एखाद्या शेकोटीप्रमाणे ऊब देणारे ठरतात. मात्र त्यांच्या निष्ठांना धक्का लागू नये म्हणून आपल्याला सावरून बसावं लागतं. त्यांच्याकडे पाहिलं की विचारावंसं वाटतं, की, 'कोण म्हणतो अग्नी आणि पाणी एकत्र राहू शकत नाही म्हणून?'

माझ्याशी परिचय झाल्यावर त्यांच्या 'मऊ मेणाहूनी' या स्वभावाचा अनुभव घेतलेला मी, त्यांचं 'वज्राला भेदून' टाकणारं वक्तृत्व ऐकत होतो–

'स्वामिनी' नाटकावर व्यक्त झालेल्या प्रतिक्रियेचा तो परामर्श होता. १९५६-५७ मध्ये आपण नवं नाटक रंगभूमीवर आणायचं ठरवलं. संस्थेचं नवं नाटक रंगभूमीवर आणल्याशिवाय संस्थेला स्थैर्य येणार नाही, असे विचार अनेक दिवस डोक्यात घोळत होते. पण मध्ये अडथळे होते, अडचणी होत्या. नवं नाटक रंगभूमीवर आणायचं म्हणजे पैसा हवा, स्वास्थ्य हवं, हातात दमदार नाटक हवं!

ज्ञानेश, हातात दमदार नाटक हवं, हे मला प्रकर्षानं कधी जाणवलं माहीत आहे का तुला? दिल्लीला जेव्हा 'नॅशनल ड्रामा फेस्टिव्हल' झाला तेव्हा. साहित्यसंघानं तेव्हा 'भाऊबंदकी' नाटकाचा प्रयोग दिल्लीत गाजवला.

तत्पूर्वी मुंबईत 'सत्तेचे गुलाम' आणि 'होनाजी बाळा' या नाटकांचे प्रयोग झाले. त्यात 'होनाजी बाळा' नाटकाचा प्रयोग उजवा ठरला. 'होनाजी बाळा' हे चिं. य. मराठे यांचं नाटक साहित्यसंघानं रंगभूमीवर आणलं. व्यावसायिकदृष्ट्या यशस्वी ठरलेलं साहित्यसंघाचं ते पहिलंच नाटक. माझे योग चांगले ज्ञानेश. कारण या नाटकात मला 'बाळा'ची भूमिका करायची संधी मिळाली. 'अमर भूपाळी' चित्रपटातही माझी बाळाचीच भूमिका होती, हे तुला मी एवढ्यातच सांगितलं. चित्रपटात केलेली तीच भूमिका रंगभूमीवर पण गाजवण्याची संधी मिळालेला मी एकमेव कलाकार होतो– असं मी बिनदिक्कतपणे म्हणू शकतो. अर्थात 'बाळा'ची ही भूमिका मला मिळाली, ती केवळ डॉ. भालेरावांमुळे.

डॉ. भालेरावांचा सर्व कलाकारांवर लोभ होता. त्यांचं कर्तृत्व किती म्हणून सांगू? माझे शब्द तर इथं पांगळेच ठरतात. अर्थात डॉ. भालेरावांच्या कर्तृत्वाबद्दल काही आवर्जून सांगण्याची गरजच नाही. 'साहित्य संघमंदिर' हे दोन शब्द नुसते उच्चारण्याचा अवकाश, या दोन शब्दांतच डॉक्टर सामावलेले आहेत.

एकूण 'डॉक्टर' मंडळींचं प्रेमच फार या व्यवसायावर! नाटक व्यवसायावर डॉक्टर मंडळींइतकं कुणीच प्रेम केलेलं नाही. डॉ. भालेराव, डॉ. फडके, डॉ. आजगावकर, डॉ. भडकमकर, डॉ. बापट, डॉ. सोमण... अशी किती नावं सांगू? डॉक्टर मंडळींनी रंगभूमीवर आणि आम्हा कलाकारांवर न फिटण्यासारखं ऋण करून ठेवलेलं आहे. आम्ही कलाकारांनी रंगभूमी जरी जगवली असली तरी आमच्यातल्या काही कलाकारांना डॉक्टरांनीच जगवलं आहे.

हां, तर काय सांगत होतो? आठवलं. डॉ. भालेरावांच्यामुळेच मला साहित्यसंघाच्या 'होनाजी बाळा'त बाळाची भूमिका मिळाली. त्या नाटकाचे दिग्दर्शक बाळासाहेब काळे. ते भालेरावांना नंतर म्हणाले,

"मला तुम्ही कसला माणूस दिलात?"

"कुणाबद्दल म्हणताय?" भालेरावांनी त्यांना विचारलं.

"पेंढारकरांबद्दल. मी तालमी घेतोय दोन दिवस. त्यांची जीभ जड आहे, कसं व्हायचं?"

डॉ. भालेराव आणि काळे यांच्यात हा संवाद झाला. त्या वेळी भालेरावांनी मला इतकंच सांगितलं, "पेंढारकर, काम कसून करा. काळ्यांकडून प्रशस्ती मिळवा; ते जरा नाराज वाटतात.'

मी म्हणालो, "काळ्यांना सांगा, की आणखी आठ दिवस तालमी घ्या आणि मग काय तो निर्णय घ्या."

आणि ज्ञानेश, आठ दिवसांनंतर बाळासाहेब काळ्यांना त्यांचं मत बदलावं लागलं. 'बाळासाहेबांची आता तक्रार राहिली नाही' हेही मला डॉ. भालेरावांनी सांगितलं. पण त्यानंतरची हकिगत म्हणजे, बाळासाहेब काळ्यांनी दाखवलेला त्यांच्या मनाचा मोठेपणा. ते आपण होऊन मला म्हणाले,

"पेंढारकर, तुमच्याबद्दल मी निष्कारण गैरसमज करून घेतला होता. तुम्ही मला माझं मत बदलायला लावलंत. भालेरावांकडे मी तुमच्याबद्दल नाराजी व्यक्त केली होती; पण डॉ. भालेरावांनी तुमच्यासाठीच हट्ट धरला होता. तुम्ही डॉ. भालेरावांचा आग्रह सार्थ होता हे पटवलंत, मी माझे शब्द मागे घेतो."

माझी बाळाची भूमिका कायम झाली. 'अमर भूपाळी'तल्या बाळाप्रमाणे, 'होनाजी बाळा'तला 'बाळा' पण गाजला. पण...पण...तुला काय सांगू ज्ञानेश त्या नाटकातले अनुभव! अमर भूपाळीत बाळाची भूमिका केल्यामुळे, त्या भूमिकेबद्दल माझ्य काही कल्पना होत्या. खुद्द चित्रपटातल्या काही काही गोष्टी मला खटकल्या होत्या. होनाजी आणि बाळा, हे एकमेकांसाठी जीव टाकणारे मित्र. मग होनाच्या जीवनाची अखेर जेव्हा होते, तेव्हा बाळा कुठे असतो? चित्रपटात होनाजीच्या जवळ बाळाऐवजी गुणवती असते. चित्रपट संपता संपता, लोकांनी माझा हा असला चेहरा त्यांच्या नजरेसमार ठेवण्याऐवजी, 'गुणवतीचा' चेहरा आठवीत घरी जावं यात वास्तवता नसली तरी कलात्मकता होती, नाही का ज्ञानेश? 'अमर भूपाळी'त खटकलेला हा शेवट, लेखकानं नाटकात सुधारला होता. नाटकात होनाजीच्या शेवटच्या क्षणी बाळाच असतो जवळ! तरीसुद्धा त्या शेवटाबद्दल माझ्या काही निराळ्या कल्पना होत्या. काही प्रयोगांत मी माझ्या कल्पनेप्रमाणे तो शेवट करू लागलो; पण दिग्दर्शकांच्या हक्कावर त्यामुळे अतिक्रमण होत असल्याचं ध्यानात आलं. त्याबाबत

बाळासाहेबांशी चर्चा पण झाली आणि शेवटी संस्थेची शिस्त व दिग्दर्शकांचा मान ठेवायचा म्हणून माझ्या कल्पना मी दूर ठेवल्या.

'सत्तेचे गुलाम'पेक्षा 'होनाजी बाळा' सरस ठरलं आणि दिल्लीला 'नॅशनल ड्रामा फेस्टिव्हल'साठी तेच नाटक पाठवायचंही पक्कं झालं. मला आनंद वाटला. कारण, रंगभूमीवर स्वतंत्रपणे वठवलेली माझी ती बाळाची पहिलीवहिली भूमिका होती; आणि ती भूमिका मी दिल्लीत करणार होतो. पण... त्यातही मध्येच मा... छे ज्ञानेश, 'माशी नव्हे' तर 'मामा' शिंकले. कोण मामा असं विचारूच नकोस. मामा वरेरकरांनी काही गोंधळ केला नाही असं कसं होईल? त्यांनी दिल्लीत सांगून टाकलं की, 'होनाजी बाळा' नाटक रूपांतरित आहे. तिथल्या इतर बिनडोक सरकारी अधिकाऱ्यांनी त्यांचं ते मत ग्राह्य मानलं आणि संघाला 'होनाजी बाळा' नाटक न पाठवण्याविषयी कळवलं. आणि मग होता होता 'भाऊबंदकी'चा क्रमांक लागला. 'भाऊबंदकी'सारखं दर्जेदार नाटक. नानासाहेब फाटक, दुर्गाबाई खोटे, दत्ताराम, मामा पेंडसे यांसारखे कसबी कलाकार! त्यांनी दिल्ली गाजवली नसती तरच नवल होतं. पण तरीही 'होनाजी बाळा' दिल्लीपर्यंत जायलाच हवं ही डॉ. भालेरावांची तीव्र इच्छा. तेव्हा 'होनाजी बाळा' पण दिल्लीला झालं! फेस्टिव्हलचं नाटक म्हणून नाही, इतकंच.

त्या वेळी प्रकर्षानं वाटलं की 'ललितकलादर्श'कडे भाऊबंदकीसारखं एखादं दणदणीत नाटक असतं तर...

...तेव्हापासून मी नव्या नाटकाच्या शोधात राहिलो. एकदा सहज वा. य. गाडगिळांनी मला पु. भा. भाव्यांची 'मादाम पिशी' नावाची कथा वाचून दाखवली व नाटकाच्या दृष्टिकोनातून कथानक कसं वाटतं म्हणून विचारलं. मी ती कथा वाचली आणि त्यावर खूष झालो. या कथेवर नाटक होऊ शकेल असं वाटलं; आणि मग एक दिवस गाडगिळांबरोबरच डोंबिवलीला भावेअण्णांकडे गेलो.

नाटकाबाबत गप्पा झाल्या आणि भावेअण्णांनी नाटक लिहायला घेतलं. भावेअण्णांचा मोठेपणा म्हणजे 'व्यवहाराबद्दल' त्यांनी एक अक्षरही तोंडातून काढलं नाही.

मला आठवतं ज्ञानेश, पहिल्या वाचनाच्या वेळी शंकर घाणेकर आणि केशवराव दाते उपस्थित होते. वाचन होताक्षणी घाणेकरांनी 'नाटक छान होणार' म्हणून तिथंच सांगितलं. दाते तेव्हा सविस्तर असं काही बोलले नाहीत. भाव्यांनी त्यांच्या अधीर अस्वस्थ मनःस्थितीप्रमाणेच नाटक अतिशय भरभर वाचलं. भाव्यांचा हा स्थायीभाव ज्ञानेश. ते अंतर्यामी सतत कोणत्यातरी अस्वस्थतेनं बेचैन झालेले असतात. त्यांच्या विचारांना, गप्पांना, जाहीर भाषणांना आणि लेखनालाही एक अनन्यसाधारण वेग आहे. दिवाळीत शोभेच्या दारूत, जमीनचक्र नावाचा एक प्रकार असतो बघ ज्ञानेश.

ते फिरायला लागलं की बघणाऱ्याला वाटतं की त्या चक्रानं स्वतःच विलक्षण वेग घेतलेला आहे, आणि तो वेग त्याचा स्वतःचा असूनही त्याला तो अनावर वाटत आहे. भाव्यांच्या व्यक्तिमत्त्वातही ज्ञानेश, सर्वत्र स्फुल्लिंग फेकणारं, प्रकाशमान झालेलं असं एक अनावर चक्र आहे. त्याप्रमाणेच भाव्यांनी वाचन केलं आणि मला वाटून गेलं की बहुतेक केशवराव दात्यांना यातले सगळे तपशील कळले नसावेत. पण गंमत अशी की आम्ही जेव्हा काही दिवसांनी पुन्हा दात्यांकडे नाटकाबाबत विचारविनिमय करायला गेलो तेव्हा मला आणि भाव्यांना, दात्यांनी नाटकातले एकूणएक बारकावे सांगितले. त्यांची ती ग्रहणशक्ती आणि स्मरणशक्ती पाहून आम्ही सर्व केवळ अवाक झालो.

एक गोष्ट मात्र मी नंतर भाव्यांना सांगितली ती अशी,

''भावेअण्णा, नाटक लेखकाच्या दृष्टिकोनातून परिपूर्ण झालेलं आहे. आता प्रेक्षकांपर्यंत हे नाटक जर नाही पोहचलं, तर तो दोष नटांचा; नाटककाराचा नाही.''

पण ज्ञानेश, नाटक प्रेक्षकांपर्यंत पोहोचणार नाही, असं कसं होईल? कलाकार साधेसुधे का होते?

पडदा वर गेला. उत्कृष्ट रीतीनं सजवलेल्या त्या हॉलमध्ये, पांढरे शुभ्र कपडे परिधान केलेली एक तरुण व्यक्ती वर्तमानपत्र वाचत बसली होती. पण ते वर्तमानपत्र तोंडासमोर असल्याने, ती व्यक्ती कोण, हे प्रेक्षकांना सुरुवातीला कळलं नाही. कोपऱ्यात रेडिओ वाजत होता. त्यावर एक मद्रासी पद्धतीची घागरेवाली बाहुली, कंबर हलवीत नाच करीत तो दिवाणखाना न्याहाळत होती. रेडिओवरचं गाणं संपलं. बातम्या सुरू झाल्या आणि रेडिओ बंद करण्यासाठी तो तरुण एकदम उभा राहिला. प्रेक्षकांना कळलं, हेच 'चित्तरंजन कोल्हटकर.'

ज्ञानेश, शंभरात जवळ जवळ साठ-सत्तर टक्के लोकांना, त्यांच्या बापाकडून केवळ जन्म मिळतो; बाकीच्यांना जन्माबरोबरच बापातले गुणही मिळतात. पण असे फार कमी. त्याच्याही पुढे विचार केला तर असं दिसतं की, रक्तातून मिळालेल्या गुणांची जाणीवच त्यातल्या कित्येकांना नसते. मिळालेल्या गुणांची जोपासना करणारे फार थोडे, आणि मिळालेल्या गुणांची जोपासना करून, त्यात हिमतीने भर घालून स्वतःचं आणि जन्मदात्याचं नाव उज्ज्वल करून घराण्याची परंपरा टिकवणारे तर फार फार विरळा. त्या विरळा लोकांतले 'चित्तरंजन कोल्हटकर' आणि ते होते 'स्वामिनी'चे आघाडीचे फलंदाज. त्यांनी रंगमंच व प्रेक्षागार जिंकून घेतलं. भावानुकूल मुद्रा, खणखणीत नाण्यासारखा आवाज, तरतरीत चेहरा, चपळ हालचाली, आणि भूमिकेला न्याय देता येईल अशी कुवत. चित्तरंजन यांनी तडफदार सुरुवात करून त्यांच्या नावाप्रमाणेच नाटकात रंजकता आणली आणि प्रेक्षकाचं चित्त नाटकाकडे खेचून घेतलं.

आणि नंतरचा प्रयोग अक्षरशः चढत गेला. लोक नाटकावर खूश झाले आणि रुसलेही. कुणी म्हणालं, 'हे नाटक अश्लील आहे,' कुणी म्हणालं, 'यात बायकांची टिंगल आहे.'

आणि त्या सर्व आक्षेपांना जाहीर उत्तर देण्यासाठी भाव्यांनी 'स्वामिनी' नाटकावर ठेवलेल्या चर्चेमध्ये त्यांची बाजू मांडली. मी मघाशी तुला सांगितलं तसं भाषण केलं!

काहीही असो, नाटकाचा मुद्दाम गाजावाजा न करता ते आपोआप गाजत होतं. काही परिचितांनी, हितचिंतकांनी प्रश्न केले की, 'बापूंनी हे असलं नाटक घेतलं असतं का? 'ललितकलादर्श'च्या परंपरेला हे नाटक शोभतं का?' मी त्या प्रश्नांची फारशी दखल घेतलीच नाही ज्ञानेश. आणि का घेतली नाही याची कारणंही कुणाला सांगत बसलो नाही. कशाला सांगायचं? कारण, कोणत्याही नाटककंपनीचा इतिहास घे. महाराष्ट्र, बलवंतसारख्या मोठ्या संस्थांचा पण हाच इतिहास आहे. समर्थ नाटककार लाभूनही प्रत्येक वेळी एकापेक्षा एक वरचढ कलाकृती कुणीच सादर केलेली नाही. ते शक्यही नसतं. 'तुरुंगाच्या दारात' बापूंनी सादर केलं तेव्हा सगळे असंच म्हणाले. गंधर्व कंपनीचा पण हाच अनुभव आहे. त्याला इलाज नसतो. काही काही संकेत अटळ असतात.

लेखन हा केवळ लेखकाचा प्रांत आहे. आणि काहीतरी 'सुचणं' ही प्रक्रिया मानवाधीन नसून दैवाधीन आहे. त्या दैवी प्रक्रियेलाच आपण 'प्रतिभा' म्हणतो. भाव्यांसारख्या प्रतिभासंपन्न लेखकाची ती कलाकृती होती. आणि ती सादर करण्यात 'ललितकलादर्श'ने कोणतीही तडजोड स्वीकारलेली नव्हती. एखाद्या संस्थेनं कुणाची कलाकृती स्वीकारली याला महत्त्व असू नये. संस्थेनं ती सादर कशी केली, याला संस्थेच्या दृष्टिकोनातून महत्त्व असावं. एखाद्या नाटककाराचं एखादं नाटक जगेल अथवा मरेल. त्या यशापयशावर लेखकाचा दर्जा ठरवू नये किंवा संस्थेची परंपरा आठवत बसू नये. प्रयोग सादर करणं हा एक महान जुगार आहे आणि त्या जुगारात लेखकापासून सर्वांचीच 'जिद्द' पणाला लागलेली असते. भले भले इथं चकले आणि एरंडासारखे वाढलेले 'इक्षुदंड' ठरले. आज जी नाटकं गर्दी खेचत आहेत, त्यातल्या प्रत्येक कलाकृतीनं लेखकाची व संस्थेची परंपरा टिकवली आहे, असं तू म्हणशील का ज्ञानेश? तेव्हा परंपरा मी मोडली असं मला वाटत नाही. ललितकलादर्श प्रयोग नीटनेटका करील, निर्मितीत उणेपणा भासू देणार नाही आणि सद्भिरुचीला विघातक असं काही सादर करणार नाही. ही तत्त्वं मी सांभाळली म्हणजेच मी परंपरा सांभाळली असं मानतो.

ज्ञानेश, अगदी अलीकडचं उदाहरण देतो या बाबतीत, 'बहुरूपी हा खेळ असा' या नाटकाचं! नाटक साफ पडलं हे सर्वांना माहीत आहे. पण तरीही त्याच्या

निर्मितीत काही कसूर होती का? नामवंत नटसंच होता, सर्वांचं पाठांतर चोख होतं, अण्णा काळ्यांच्या नेपथ्यानं तर टाळी घेतली होती. याचाच अर्थ, सादर करण्याची परंपरा मी संभाळली होती. तसंच नाट्यकृती लेखकाकडून ऐकल्यावर मी तिचा स्वीकार केला. लेखकाला नाटककार म्हणून नाव नाही, मग याचं नाटक मी घ्यावं का घेऊ नये याचा विचार मला करावासा वाटला नाही. माझी नाटक निवडण्याची आवड प्रेक्षकांना पटली नाही, पण ते नाटक सादर करण्यापूर्वी माझं मीच ते निवडलं होतं आणि नावं ठेवायला जागा उरणार नाही असं सादर केलं होतं, याबद्दल माझा शत्रूही माझ्याशी सहमत होईल.

'स्वामिनी'च्या बाबतीत असा काही प्रश्नच नव्हता. 'पुरुषोत्तम' हे नाव ज्यांना शोभतं आणि खऱ्या अर्थानं पेलतं, असे दोन 'पुरुषोत्तम' पाठीशी होते. एक 'पुरुषोत्तम भास्कर भावे' आणि नेपथ्यकार 'पुरुषोत्तम श्रीपत काळे.' चिंतामणराव कोल्हटकरांचा वारसा समर्थपणे चालवणारे चित्तरंजन 'शंकर'च्या भूमिकेत उभे होते. 'अवखळ' या शब्दातली सगळी 'खळखळ' व्यक्त करणाऱ्या लीला मेहता आणि नलिनी बोरकर 'शुभा' 'विभा'च्या भूमिकेत रंगमंचावर नाचत होत्या. रेडिओवर घागरा हलवीत नाचणारी बाहुली जर जिवंत झाली असती तर आपण 'शुभा' व्हावं की 'विभा' व्हावं असा संभ्रम पडून ती पुनः मूक होऊन रेडिओवर जाऊन बसली असती. अत्यंत कडवा, 'परिणामांची जिम्मेदारी नाकारू नकोस' असं ठणठणीत बजावणारा, जुन्या आचारविचारांचा भोक्ता असलेला काका पण त्याच वेळी, शेवटी 'जगन्नाथच्या काशीला' अष्टपुत्रा सौभाग्यवती भव हा आशीर्वाद देऊन 'आठ म्हणजे आठ हवीतच' असंही बजावणारा काका मामा पेंडशांनी रसरसून उभा केला होता.

आणि स्वतः पावसात भिजणारी पण हातातल्या फुलांना छत्रीत धरणारी, फुलासारखी कोमल, फुलासारखी पवित्र, स्वतःशीच डोलणारी स्वतःचा तोल स्वतःच संभाळणारी 'मार आपलं मन, काशी, मार आपलं मन' असं स्वतःला बजावणारी काशी उभी केली मंगलान. पण छे! ज्ञानेश, सांगायला चुकलोच मी. मंगलानं 'काशी' उभी केली म्हणणं म्हणजे काशीवर आणि मंगलेवर अन्याय होईल. मंगला काशीच झाली होती. 'काशीत' विरून गेली होती ती. म्हणूनच, 'अश्लील अश्लील' असा ओरडा करणारे प्रेक्षक आज शुभा-विभाला विसरले आहेत; पण काशीला ते विसरू शकणार नाहीत. कारण काशीचा विसर पडणं म्हणजे फुलांचा विसर पडणं, सुगंधाचा विसर पडणं, संस्कृतीचा विसर पडणं, मांगल्याचा विसर पडणं; आणि उत्कट प्रेमाचा विसर पडणं.

अशीही माणसं असतात!

'जे निर्भय नाही, निःस्वार्थी नाही, निष्कपट नाही, ते प्रेम कसलं? प्रामाणिक प्रेमाशी आमचं भांडण नाही. आमचं भांडण आहे ते प्रेमाच्या पोरखेळाशी.'

'तुळशीच्या मंजिरीवर कुणी पावडर का ओततात, तिला रंगरूप यावं म्हणून?'

'एकूण या जगात डालडाचं तुपाशी, रॉकेलचं अत्तराशी जे प्रमाण आहे तेच खोट्याचं खऱ्याशी आणि शब्दाचं कृतीशी आहे म्हणायचं!'

'बघ बघ शोभा, मी काडी ओढली. कशी छान पेटते आहे, एखाद्या प्रामाणिक माणसाच्या भावनेसारखी.'

ज्ञानेश, भाव्यांच्या 'स्वामिनी' नाटकातली काही काही वेचक वाक्यं मी जाता जाता आठवली म्हणून तुला सांगितली. अशी कितीतरी रोचक रंजक वाक्यं या नाटकात आहेत. भारतीय परंपरा जपणारा या नाटकातला काका. तो समर्थपणे उभा केला मामा पेंडशांनी.

पण ज्ञानेश या अशा नाटकाच्या संदर्भात, मामा वरेरकरांनी एका लेखात लिहिलं की मी प्रतिगामी नाटकं बसवली व सादर केली. त्यांच्या त्या आरोपाचा अर्थ मला तेव्हाच काय पण आजही समजलेला नाही. 'स्वामिनी' पासून अगदी 'जय जय गौरीशंकर'पर्यंत आपलं कोणतंही नाटक घे ज्ञानेश- भारतीय संस्कृती आणि उच्च संस्कारांची महती गाणारी नाटकंच मी रंगभूमीवर आणली, याचा मला अभिमान वाटतो. 'जिचा सहजासहजी हात धरता येईल अशी पोरगी मला नकोच आहे. जिचे आदरानं पाय धरावेसे वाटतील अशी मुलगी मी शोधतो आहे.' असं सांगणारा 'स्वामिनी'तला जगन्नाथ, 'सदू, हाच माणसाचा

धर्म आहे! दुसऱ्याच्या सुखासाठी वेळी स्वतःच्या सर्वस्वाचा नाश हाच धर्म, हेच सुख, हेच कर्तव्य!' असं 'दुरितांचे तिमीर जावो' मध्ये सांगणारा दिगू,–

निरनिराळ्या शास्त्रीय शोधांचा विनियोग विश्वसंहारासाठी न करता, विश्वशांतीसाठीच करायचा असतो, असा मानवतेचा संदेश देणारं 'आकाशगंगा' नाटक, मृत्यूची चाहूल लागताच विलासी आणि सुखलोलूप माणसाचं, उदात्ततेकडे आणि अध्यात्माकडे झालेलं परिवर्तन दाखवणारं 'पडछाया' नाटक, 'परमेश्वरी प्रासादाचा मार्ग प्रेयसीच्या मंदिरातून जातो' असं सांगणारा 'पंडितराज जगन्नाथ' मधला जमनलाल, 'जी व्यक्ती, त्याच्या व्यवसायाशी प्रामाणिक नाही ती प्रत्येक व्यक्ती बुवाबाजीच करते' असा सडेतोड विचार मांडणारं 'बहुरूपी हा खेळ असा,' आणि 'शिव आणि शक्ती यामध्ये जर भक्ती नसेल तर जगात सत्यं, शिवं, सुंदरम असं काही उरणारच नाही,' हे तत्त्व सांगणारं 'जय जय गौरीशंकर' सांग, सांग, ज्ञानेश या सर्व कलाकृती तू प्रतिगामी म्हणशील?

अर्थात मामा वरेरकरांचा राग मुख्यतः माझ्यावर या कारणासाठी नव्हताच. त्यांच्या म्हणण्याप्रमाणे, आपले बापू सहनशील आणि कुणालाही शब्दानं न दुखवणारे. याउलट मी बोलभांड. पण ज्ञानेश, बापू केवळ आयुष्यभर सहन करत बसले, म्हणूनच शेवटच्या दिवसांत त्यांचा असा प्रक्षोभ झाला. तो प्रक्षोभ इतका पराकोटीचा होता, की त्या वेळची हकिगत तुला सांगताना माझ्याही तोंडात अपशब्द आले. आपल्या परिचयाच्या कोणत्याही व्यक्तीला, माझ्या तोंडात कधी अपशब्द येतात का, हे तू विचार. पण तरीही मघाशी, ती हकिगत सांगताना आले. बापूंनी मूकपणानं अन्याय सहन केले आणि मी अन्यायांचा उच्चार करतो, म्हणून मी बोलभांड. यासाठी मामांचा माझ्यावर राग, आणि त्यांच्याकडे मी गोंडा घोळत गेलो नाही याचाही राग. पण ज्ञानेश, मामांसारख्या 'उलट्या काळजा'च्या नव्हे उलटं काळीज म्हणणं हाही त्यांचा गौरवच ठरेल- काळीजच नसलेल्या माणसाकडे मी कसा जाईन? 'मामा' हा शब्द उच्चारला की मला बापूंच्या अंतःकरणाची ती घालमेल आठवायची. बापूंची अखेर आठवायची. ज्ञानेश, कुणालाही म्हणजे तुलाही मी सांगू शकणार नाही अशा काही काही कटू आठवणी आहेत बापूंनी सांगितलेल्या. त्याचं प्रत्यंतर पण त्या काळापासून येऊ लागलं मला. बापू एवढे आजारी; पण मामांनी भेटायला येण्याचं तर सोडच, पण साधी चौकशी पत्रानेही केली नाही. बापू गेल्यावर त्यांना भेटायला यायला जमलं नाही. 'आपण प्लूरसीनं आजारी होतो बापू गेले तेव्हा' ही त्या वेळची मामांची थाप. आणि ज्ञानेश, गंमत अशी की बापूंच्या दुःखद निधनानंतर आठच दिवसांनी झालेल्या लोकसभेत मामा खणखणीत भाषण करू शकतात अस्खलितपणे. आधुनिक औषधं उपलब्ध नसलेल्या त्या तीस वर्षांपूर्वीच्या काळात, 'प्लूरसीचा पेशंट आठ दिवसांत भाषण करू शकतो जाहीर

सभेत. बसेल कुणाचा विश्वास? 'चंदूनं पत्र पाठवून मला बापूंची हकिगत का नाही कळवली?' असेही त्यांचे लेखी उद्गार आहेत.

त्यानंतर मामांनी प्रयोगाच्या वेळी मला वकिलातर्फे नोटिस पाठवली. अगदी बापूंच्या स्मृतिदिनालाच. वस्तुतः ज्या नाटकांचे हक्क 'ललितकलादर्श'कडेच होते, त्या नाटकांबद्दल मामांना नोटिस पाठवायचा काय अधिकार होता? कुठं गेली नीतिमत्ता? त्या वेळी मामांच्या त्या नोटिस प्रकरणात, माझ्या पाठीशी सर्व शक्तीनिशी उभे राहिले ते सॉलिसिटर दाभोळकर आणि विविधवृत्ताचे संपादक रामभाऊ तटणीस. दाभोळकरांनी तर तेव्हा हायकोर्टातून केशवरावांचं मृत्युपत्र पण मिळवलं. हे दोघं जण मग माझ्या वतीनं हात धुवून मामांच्या पाठीमागे लागले. त्या दोघांनी माझ्यासाठी घेतलेल्या त्या परिश्रमांचा मला कधीच विसर पडायचा नाही. त्याच वेळी या उभयतांनी, सत्तेचे गुलाम, हाच मुलाचा बाप, संन्याशाचा संसार, तुरुंगाच्या दारात या नाटकांचे मोनॉपोली हक्क माझ्याचकडे असल्याचं सिद्ध केलं.

मामांच्या हयातीत मी त्यांना अखेरपर्यंत विरोध दर्शवीत आलो, जाहीररीत्या आणि आजही वेगळ्या कारणासाठी तुला मामांची ही सगळी हकिगत सांगितली. मामांच्या मृत्यूनंतर हे जरी तुझ्याजवळ बोलायची वेळ आलेली असली तरी तुझ्यामाझ्या सुदैवानं, बापूंचे स्नेहीसोबती आजही तुला, मी खरं सांगितलं असंच सांगतील.

आणि हेच मामा जाहीर लेखात लिहितात की 'ललितकलादर्श' मी माझीच मानत होतो म्हणून! त्या भावनेनं मी 'ललितकलादर्श'चं कर्जही फेडण्यात बापूंना मदत केली आहे. पदरचे पैसे खर्च करून मी संस्थेवरचं कर्ज फेडलं आहे. त्याशिवाय वेळोवेळी संस्थेसाठी केलेली पदरमोड निराळीच. जाहीरपणे मामा ज्या लेखातून असं लिहू शकतात, त्याच लेखात मामा मखलाशी करून असंही लिहितात की, 'ज्यांना ज्यांना मी 'ललितकलादर्श'साठी स्वतःचे पैसे देऊन कर्ज फेडलं हे माहीत आहे, ती सर्व मंडळी आज दुर्दैवानं तशी साक्ष द्यायला हयात नाहीत.' मोठ्या चातुर्यानं मामांनी युक्तिवाद केला आहे. पण मी तर असंच म्हणेन, 'की त्या कोणा मंडळींच्या हयातीत तुम्ही ही विधानं केली नाहीत यात सगळं आलं.'

तुला याच संदर्भात सांगण्याजोगी गोष्ट आहे ती सांगतो. ती गोष्ट नाट्याचार्य काकासाहेब खाडिलकराची! गंधर्व नाटक मंडळीचे हे नाटककार. संस्था स्वतःची मानून, संस्थेवर पुत्रवत प्रेम करावं ते खाडिलकरांसारख्या समर्थ नाटककारांनीच; आणि त्यांच्यासारख्या मोठ्या मनाच्या माणसांनीच. बालगंधर्वांच्या अनेक गोष्टी केव्हा केव्हा काकासाहेबांनाही रुचल्या नसतील; पण त्यांनी बालगंधर्वांविरुद्ध कधी चकार शब्द उच्चारला नाही. याला म्हणतात प्रेम; आपुलकी. हे असलं प्रामाणिक प्रेम मामांनी आयुष्यात कुणावर केलं नाही. संस्थेवर निरपेक्ष प्रेम करण्याच्या

बाबतीत, काकासाहेब खाडिलकरांचं स्थान मामांना कधीच मिळायचं नाही.

ज्ञानेश, तू विचारशील की बापूंच्या या स्नेह्यांनी त्या त्या वेळी मामांच्या या असल्या विधानांचा परामर्श का नाही घेतला? तर मी सांगतो, केव्हा केव्हा घेतला; पण ज्या तऱ्हेनं तो कायम स्वरूपात राहील अशा तऱ्हेनं घ्यायला हवा होता त्या तऱ्हेनं घेतला नाही. मामांनी लिहून ठेवलेली पुस्तकं कायम स्वरूपात ग्रंथरूपाने राहणार आहेत, पण इतरांनी त्यांना केव्हा केव्हा दिलेली उत्तरं मात्र कालौघात नामशेष होणार आहेत. कारण इतरांनी वेळोवेळी घेतलेला परामर्श, पुस्तकरूपानं ग्रथित झाला नाही. मामांच्या हयातीत अनेकांनी मामांच्या मोठेपणाचा बुडबुडा फोडून टाकलेला आहे. मराठी रंगभूमीचे भूषण आचार्य अत्रे, भाषाप्रभू पु. भा. भावे यांनी वेळोवेळी मामांना संधी मिळताच गप्प बसवलं आहे. त्याशिवाय सुप्रसिद्ध नाट्यसमीक्षक, न्यायाधीशाच्या समतोल बुद्धीनं मला वेळोवेळी सल्ला देणारे, 'ललितकलादर्श'चे अभिमानी, रसिक, वसंत शांताराम देसाई त्यांनीही मामांच्यावर टीकेची झोड उठवली आहे. मामा वरेरकरांनी जेव्हा 'भूमिकन्या सीता' नाटक लिहिलं होतं, तेव्हा वसंतरावांनी, 'आधुनिक भार्गवरामांनी रामावर घेतलेला सूड' असा एक जळजळीत लेखही त्या नाटकावर लिहिला होता. मामांच्या 'नाटकी संसार' पुस्तकावरही, 'ललितकलेचे, मामा एकटेच शिल्पकार होते, असं मामांचं पुस्तक वाचून ग्रह होतो' असा सडेतोड अभिप्राय पण त्यांनी दिला होता. त्याशिवाय, आपले डॉ. शंकर कृष्ण देशभक्त, ऊर्फ बाबूराव देशभक्त. आपल्या बापूंचे स्नेही. आपल्या सर्व कुटुंबाचे, पुण्यातले आरोग्यरक्षक! आपल्यावर निःस्वार्थ प्रेम करणारे. 'लेखणीच्या लीला' लीलया दाखवणारे बाबूराव. त्यांच्यासारखे मार्मिक लेखक, हजरजबाबी, गोष्टीवेल्हाळ आणि वत्सल गृहस्थ पुनः पाहायला मिळणार नाहीत. लेखन हा त्यांचा व्यवसाय नव्हता, पण त्यांच्या लेखणीला भले साहित्यिकही वचकून होते. 'बातारामाची बत्तीशी' लिहून मामांचं तोंड गप्प करणारे आणखी एक बापूंचे स्नेही. अलीकडेच वारले बिचारे. अशी माणसं खरोखरच पुन्हा भेटायची नाहीत. या सर्वांनी वेळोवेळी मामांची विधानं खोडून काढली लेखातून, पण ती कालौघात नष्ट होणार आहेत. हे एक आणि त्याशिवाय, 'मामांच्या क्षुद्र विचारांचा काय परामर्श घ्यायचाय' असं म्हणत काही गप्प बसले. काही जण गप्प बसले ते स्वार्थ साधण्यासाठी. स्वार्थ साधणारी माणसं जेव्हा मामांबद्दल बोलू लागली तेव्हा त्यांनी काय बोलावं? तर हे, की मामा थापाडे नव्हते; त्यांच्या थापा निरुपद्रवी होत्या. कुठलाही माणूस सामान्यतः जेवढ्या थापा मारतो, तेवढ्याच थापा मामा मारत होते. मामा सज्जन होते; जिवाला जीव देणारे होते.

मामांच्याबद्दल बोलताना, लिहिताना जेव्हा नाना चापेकरसुद्धा गौरवानं बोलतात, तेव्हा नवल वाटतं. ज्ञानेश, बापूंमध्ये आणि चापेकरांमध्ये फूट पाडण्यात मामांचा

वाटा सिंहाचा होता. एके काळी मामांना शिव्या देणारे नाना जेव्हा मामांची स्तुती करू लागतात, तेव्हा 'समसमा संयोग' असं नाही म्हणायचं तर दुसरं काय म्हणायचं? नाना चापेकरांचं 'स्मृतिधन' नावाचं पुस्तकसुद्धा तुझ्या वाचनात येईल ज्ञानेश पुढे. आज तुला एवढं सांगतो की, मामांचं 'नाटकी संसार' पुस्तक एका पारड्यात ठेवलं आणि दुसऱ्या पारड्यात जर हे 'स्मृतिधन' पुस्तक ठेवलं, तर स्वतःकडे सगळं श्रेय घेण्याच्या बाबतीत आणि थापेबाजपणाच्या शर्यतीत, कोणतं पारडं खाली येईल, हे सांगता येणार नाही.

ज्ञानेश, वाईट याच गोष्टीचं वाटतं की 'स्मृतिधन'सारखं पुस्तक, केवळ पुस्तक आहे म्हणून राहणार आणि बापूंचे स्नेही मामांच्या बाबतीत, 'हाथी चाले अपनी चालसे, कुत्ता भुकत है, भुकवानू दे' या विचारानं गप्प बसले, म्हणूनच मामांसारख्या आणि चापेकरांसारख्यांचं फावणार.

दुर्जनांच्या दुष्टपणापेक्षा सज्जनांच्या सहनशीलतेमुळेच जगाचं जास्त नुकसान झालं आहे, हे अगदी खरं आहे. मला वाईट एकाच गोष्टीचं वाटतं की मामा वरेरकरांसारखे दुर्जन, जर जीवनातल्या प्रत्येक क्षेत्रात असेच उपद्रवी असते तर त्यांचं नाव मागं उरलंच नसतं. पण ते एक ख्यातनाम साहित्यिक. अत्यंत उच्च पदापर्यंत पोहोचत गेलेले. त्यात चांगले नाटककार! नाटकाच्या विषयानुरूप नाटकाच्या जातीप्रमाणे, नाटकातली भाषा बदलती ठेवण्याची ताकद लेखणीत असलेला नाटककार. मामांचं 'सत्तेचे गुलाम' नाटक वाच आणि मग 'संन्याशाचा संसार' हेही वाच. मामा भाषा किती बदलू शकत होते त्याचं प्रत्यंतर तुला येईल. असे त्या काळातले समर्थ नाटककार. मामांनी प्रचलित विषयावरची, ज्वलंत विषयावरची नाटकं लिहिली; पण तसे ज्वलंत विषय मिळूनही, त्या विषयात खोल जाऊन, शाश्वत स्वरूपाचे विचार मांडून, अस्वस्थ करून सोडण्याची ताकद त्यांच्या नाटकातून आढळत नाही. तात्कालिक घटनांवरची ती नाटकं असल्यानं ती केवळ त्या त्या काळातच यशस्वी ठरली. फक्त एक गोष्ट मी मान्य करीन की, बापूंना ज्याप्रमाणे नावीन्यची आवड होती, तशीच आवड मामांना पण होती. नवे नवे प्रयोग करताना त्यांनी बापूंना साथ दिली. पण सगळं श्रेय स्वतःकडे घेण्याच्या त्यांच्या वृत्तीचं काय? त्या वृत्तीचा राग येतो. वाद तिथं आहे. 'साहित्यिक मामा' या गुणांबद्दल वाद नव्हता. मामांनी आणखी एक कार्य केलं, ते म्हणजे बंगाली वाङ्मय मराठीत आणलं हे होय. त्यांचा बंगाली वाङ्मयाचा व्यासंग! त्यांनी शरदबाबूंच्या कादंबऱ्या मराठीत आणल्या व लोकांना त्या अनुवादाची, वाङ्मयाची चटक लावली, हे एक मोठं कार्य मामांनी केलं. साहित्यात एवढं पुण्य ज्याच्या गाठी आहे त्या महान साहित्यिकाचा 'माझा नाटकी संसार' देखील वाचकांना 'नाटकी' न वाटता 'खरा' वाटणार आहे, याचं फार दुःख आहे मला. असंही एक सुभाषित आहे ज्ञानेश, की

मोठ्या स्थानावरची माणसं जेव्हा त्यांचा मोठेपणा विसरतात, तेव्हा त्यांच्यासारखी जास्तीत जास्त उपद्रवकारक माणसं दुसरी होत नाहीत.

तुला मी मुद्दाम सविस्तरपणे हे सांगितलं; कारण ज्ञानेश, मोठेपणी तुझ्या वाचनात मामांचा 'नाटकी संसार' नक्की येईल, तेव्हा तुला मामांसारखा कृतज्ञ माणूस झालाच नाही असं वाटेल. पण ज्ञानेश 'कृतज्ञ' आणि 'कृतघ्न' या शब्दांतला फरक त्या महान 'सारस्वताला' जिंदगीत कळला नाही. नाहीतर ज्ञानेश, आपल्या काळ्यांना कृतघ्न म्हणायची त्यांची काय छाती होती?

ही घटना ज्ञानेश, 'सुवर्णमहोत्सव' झाला संस्थेचा, त्या वेळची. रंगमंचावर केशवराव दाते, आपले अण्णा काळे, बळवंतराव पेंडसे, गोविंददास शेटजी, श्रीधरपंत देशमुख, नानासाहेब फाटक, दत्तोपंत भोसले, यशवंतराव पिंगळे आणि केशवराव शितूत इतक्या मंडळींचा गौरव संस्थेनं केला होता. त्यावर मामांनी लिहिलं होतं, 'स्टेजवर एकटे गोविंददास वगळले तर सगळे कृतघ्न लोक बसलेले होते.' मामांच्या या बरळण्याला ज्ञानेश काय म्हणावं?

नानासाहेब फाटक कृतघ्न? अरे ज्यांनी माझ्या एका हाकेसरशी २८ नोव्हेंबर, ४२ रोजी 'सत्तेचे गुलाम' मध्ये काम केलं, ते कृतघ्न? मला उद्देशून तेव्हा ते म्हणाले होते, 'चंदूसाठी काहीही करावंसं वाटेल मला.' आणि त्याप्रमाणे ते तालमीला आले. एवढा महान कलाकार, पण तेवढाच मान तालमीच्या वेळी ते केशवराव दात्यांना पण देत होते. त्यांची त्या प्रयोगातली भूमिका मी तर नाहीच विसरायचा. 'ही पस्तीस लाखांची दौलत आता माझी झाली. खरंच, ही रेवा जर लग्न झाल्याबरोबर मरून गेली तर काय बहार होईल?' या वाक्याला ज्ञानेश, नानासाहेबांनी असा अभिनय केला, आणि 'बहार' हा शब्द खरोखरच अशा बहारीनं उच्चारला, की पहिल्याच रांगेत बसलेले केशवराव दाते, खुर्चीवरून अक्षरशः 'वा, वा,' म्हणत उठले. तसा अलौकिक अभिनय करणारे फाटक मोठे की त्या अभिनयाला उभं राहून दाद देणारे दाते मोठे, हा प्रश्न ज्ञानेश, सुटूच नये इतका लोभस आहे की नाही? असे काही प्रश्न न सुटण्यातच आनंद असतो, आणि काही प्रश्नांची उत्तरं न मिळण्यात प्रचंड दुःखही असतं. अशा थोर लोकांना मामांनी कृतघ्न का म्हणावं? हा दुःख देणारा व न सुटणारा प्रश्न. अण्णा काळ्यांच्या बाबतीत तर कृतघ्न शब्द वापरताना मामांनी हजार वेळा विचार करायला हवा होता. पण मामांना त्याची गरज वाटली नाही. कारण त्यांना हे नक्की माहीत होतं, की त्यांच्यावर तुटून पडणारी ही माणसं नाहीत. अण्णांचा गरीब स्वभाव त्यांनी चांगला जोखला होता. 'ललिकलादर्श'ची निंदा व त्याबाबतचा खोटा मजकूर अण्णांना सहन व्हायचा नाही आणि तरीही ते आपल्याविरुद्ध लेखणी सरसावणार नाहीत, हेही मामांनी ओळखलं होतं. अण्णांच्या सहनशीलतेच्या आधारावरच मामांनी असलं धाडस केलं होतं.

अण्णा काळे खरोखरच तसे. त्यांनी खूप अन्याय सहन केले आयुष्यात; अगदी परवापरवापर्यंत! खुर्चीचा स्पर्श हा एक ज्ञानेश महान घातकी स्पर्श आहे. स्त्रीस्पर्शापेक्षाही. स्त्रीस्पर्शानं फार तर एकाच जातीचा अधःपात होतो. स्त्रीस्पर्शाची चटक लागलेला माणूस, इतर प्रांतात माणुसकीनंही वागत असेल; कारण आपल्याला असलेल्या व्यसनाची त्याला एरवी खंत असते. पण खुर्चीचा स्पर्श झालेल्या माणसाला, आपल्याला काही बाधा झालेली आहे, याचाच पत्ता लागत नाही. तसा माणूस मग 'माणुसकीलाच' पारखा होतो. याचं अगदी अलीकडचं, अण्णांच्या आयुष्यातलं, मला माहीत असलेलं उदाहरण, स्कूल ऑफ आर्टच्या आडारकरांचं!

मी तुला मघाशी म्हणालो, की आई-वडिलांनी ठेवलेलं नाव सार्थ करणारी, त्या नावातलं वजन टिकवणारी माणसं फार दुर्मिळ असतात. 'पुरुषोत्तम' नाव पेलवणारे पु. भा. भावे, पु. श्री. काळे आणि पु. ल. देशपांडे. या तीन 'पुरुषोत्तमांनी,' स्वतःचं नाव पुरुषोत्तम ठेवण्यात आई-वडिलाचं काहीच चुकल नव्हतं हे सिद्ध केलं.

पण ज्ञानेश, हे आहे कलियुग. इथं या पुरुषोत्तमाची काय किंमत? ज्यांना चांगली खुर्ची लाभेल तो इथला पुरुषोत्तम. त्याच खुर्चीच्या जोरावर आडारकर माणुसकी विसरू शकले.

ज्ञानेश, तुला चित्रकार अण्णांबद्दल किती सांगू? त्यांचा 'ब्रश' बोलतो पण माझा 'शब्द' नाही बोलू शकत. अण्णांचा ब्रश बोलतो, त्यांचा हात बोलतो, त्यांचे डोळे बोलतात, त्यांचे पाय बोलतात. असा बघू नकोस ज्ञानेश बावचळून. मी बोलतोय ते अगदी बरोबर बोलतोय. अण्णांसारख्या अविश्रांत श्रम करणाऱ्या माणसाचे इतर अवयव जास्त बोलके असतात. 'आधी केले, मग सांगितले' या बाण्याची ही माणसं. प्रत्यक्ष कृती करणारी. कृती करायची म्हणजे तोंड मिटून इतर अवयवांना बोलकं करायचं. 'आधी केले मग सांगितले' असं मी म्हणालो; पण त्यातही दुरुस्ती करायला हवी. अण्णांसारखी माणसं न बोलता काम करतात आणि काम झाल्यावरदेखील सगळीकडे त्याबद्दल बोलत सुटत नाहीत. ते काम करून मोकळे होतात आणि बाकीचे सगळे मग त्यांच्या कामाबद्दल बोलतात.

अण्णा काळे असे आहेत. ते फक्त सुरुवातीला बोलायचे.

'मग काय, नवीन नाटकाचं काम कधी सुरू करायचंय?' बस हा एकच प्रश्न ते प्रथम विचारायचे. त्या प्रश्नाचं माझ्याकडून समाधानकारक उत्तर गेलं, की मग कोणतेही इतर प्रश्न मध्ये उभे राहतच नसत; एकदम रंगवलेला पडदाच उभा राहायचा.

आणि असं हे कार्य ज्ञानेश, 'ललितकलादर्श'कडे १९२१ सालापासून अण्णा करत आहेत. त्या वेळी त्यांना हा एकच व्यवसाय होता; पण १९४२ सालापासून

'राजकमल'मधली दगदगीची नोकरी दिवसभर करून त्यांनी आपल्या प्रत्येक नाटकाचं नेपथ्य संभाळलं. आकाशगंगा, पंडितराज जगन्नाथ, बहुरूपी हा खेळ असा या नाटकांतल्या पडद्याला टाळ्या घेतल्या. इतर व्यक्तींचा आशावाद आणि उत्साह, त्यांच्या वाढत्या वयाशी व्यस्त प्रमाणात राहून वयोमानानुसार कमीकमी होत जातो; पण अण्णांच्या बाबतीत मात्र, ८० आकड्याजवळ पोहोचताना त्यांचा उत्साह व आशावाद सम प्रमाणात वाढतो आहे. पण हे सगळं समजायला समोरचा माणूसदेखील तेवढ्याच कुवतीचा लागतो. ती कुवत आडारकर काय किंवा त्यांचे असिस्टंट दामू केंकरे काय यांना नव्हतीच, त्याला कोण काय करणार?

रवींद्र नाट्यमंदिर सुरू होणार होतं त्या काळातली गोष्ट! नेपथ्याचं काम आपल्या अण्णांकडे सोपवण्यात आलं. आडारकर त्या कमिटीवर होते. पडदे कशा तऱ्हेचे हवेत याचे नमुने आडारकरांकडून पास करून घ्यायचे हाते. रस्त्याचा आणि जंगलाचा देखावा पसंत पडला आणि अण्णांनी त्याप्रमाणे पडदे पण बनवले. महालाच्या पडद्याच्या वेळी गाडं अडलं. महाराष्ट्रातलं वास्तुशिल्प वाटेल असा पडदा हवा होता. म्हणजे नक्की कसा हे कुणालाही माहीत नव्हतं. अण्णांनी राबराबून केलेले नमुने कोणी पसंत करू शकत नव्हतं, आणि नक्की त्याऐवजी काय हवंय, हे सांगू शकत नव्हतं. शेवटी चित्रकार गोडसे आणि चित्रकार एम. आर. आचरेकर यांना नमुना बनवायला सांगण्यात आलं. अण्णांसारख्या थोर चित्रकाराला नमुना देणारे आपण कोण? असा मनाचा मोठेपणा आणि निर्भीडपणा दाखवून गोडशांनी ते काम नाकारलं. आचरेकरांनी हवा तसा देखावा दिला; पण तो सिनेमाच्या दृष्टिकोनातून दिला. एक चित्र म्हणून ते अप्रतिम होतं; पण नाटकाला त्याचा काही उपयोग नव्हता.

आणि हे सगळं होत असताना, अण्णा काय करत होते? तर आडारकर देतील त्या वेळेला दादरहून उन्हातान्हात बोरीबंदरला स्कूल ऑफ आर्टमध्ये जात होते. आडारकर त्यांच्या आगमनाची दखल न घेता त्यांना बाहेर बसवून ठेवत होते, आणि कंटाळून कंटाळून अण्णा त्यांना न भेटता घरी परतत होते. 'आडारकर' आता आत बोलावतील, मग बोलावतील असा विचार करीत ओळीनं दोन-तीन दिवस अण्णा बाहेर बसून असायचे आणि आडारकर त्याच वेळी त्यांच्याच खात्यातल्या दामू केंकरेंशी बोलत बसायचे.

ज्ञानेश, एखाद्या माणसाला दुसऱ्या माणसाच्या ज्ञानाला, तपस्येला, कलासाधनेला मान नसेल द्यायचा तर न देऊ दे. पण कमीत कमी वयापुढे तरी तुम्ही वाकाल की नाही? आडारकरांना काळे माहीत नाहीत हे शक्य आहे का? बरं, त्यांना एक वेळ नसेल स्वतःपुढे इतरांची ओळख; पण दामू केंकऱ्यांनी आडारकरांना जाणीव द्यायला हवी होती. बरं एवढं करून, अण्णांना खेपा घालायला लावून, ज्या दिवशी त्या

आडारकरांनी अण्णांची भेट घेतली, त्या दिवशी त्यांनी अण्णांना काय सांगावं? आडारकरांनी एकच वाक्य सांगितलं ते असं,

"तुम्ही आचरेकरांना भेटा, ते तुम्हाला काय ते सांगणार आहेत." बस. एवढा एकच, एकाच वाक्याचा निरोप. पण त्या निरोपासाठी त्या माणसानं अण्णांना एवढ्या खेपा करायला लावल्या.

यावर ज्ञानेश तू काय म्हणशील? म्हणण्यासारखं काही नाही म्हणा. मोठ्या पदावर दैववशात पोहोचलेली ही छोटी माणसं. आपण यांना सोडून देऊ; कारण समाजात कसं वागू नये याचा धडा ही माणसं आपल्याला देतात, हे त्यांचे उपकारच म्हणायचे.

हे काहीच नाही पण ज्ञानेश! सर्वांत शेवटी अण्णांना, त्यांनी केलेल्या कामाचे पैसे देताना, कमिटीनं छळून घेतलं. कमिटीवर तसे सगळेच जण ओळखीचे; समाजात फार मानमान्यता मिळवलेले. कर्तबगारीत एकेक जण 'बाजीप्रभू'च्या तोडीचे; पण निष्ठेच्या गोष्टी फक्त तोंडापुरते बोलणारे. अशी माणसं समोर गोड बोलतात. पाठ वळली की चेष्टा करतात. यांना ओळखायचं कसं? त्यापेक्षा मामा वरेरकरांसारखी, आडारकरांसारखी माणसं परवडली; त्यांच्यापासून किती अंतरावर राहायचं हे तरी कळतं!

तुला मी मामांबद्दल सांगायला सुरुवात केली, 'स्वामिनी' नाटकाच्या संदर्भात. त्यावरून आडारकर आठवले म्हणून मामांच्यावरून आलो ते आडारकरांवर! अगदी पोटतिडिकेनं मी हे सांगितलं तुला, कारण अण्णांसारखी माणसं असा मानसिक क्लेश सहन करतात. त्यांची दुःख ते बोलून दाखवणाऱ्या स्वभावाचे नाहीत, म्हणून मी बोललो. यांची दुःख कुणीतरी बोललीच पाहिजेत. म्हणून मी बोललो.

नाटकाचा प्रयोग संपवून आपण घरी आलो, आणि तेव्हापासून आपण बोलतोच आहोत. ज्या ज्या व्यक्तींबद्दल मी बोललो, त्यांच्याबद्दल माझ्या मनात वैरभावना मुळीच नाही. कलाकार म्हणून प्रत्येक माणसाचं महत्त्व मी जाणतो. ज्यांनी ज्यांनी मला आजवर अनमोल साथ दिली त्यांचं मला आयुष्यात विस्मरण झालं तर मलाही 'कृतज्ञ' आणि 'कृतघ्न' यातला फरक कळला नाही असं तू म्हणशील.

माणूस हा अगतिक असतो. परिस्थितीनं जखडलेला असतो. हर्ष, खेद, मत्सर, हेवा इत्यादी रिपूंच्या हातातलं केव्हा केव्हा बाहुलं होतो आणि वृत्तीत मूलतः नसलेल्या गोष्टी करून मोकळा होतो, याचं मला स्मरण आहे. दिवसातले चोवीस तास माणूस दुष्ट नसतो, तसाच तो प्रेमळही नसतो, हेही मी जाणून आहे. पण या सर्व गोष्टींची, मानवी स्वभावातल्या विविधतेची जरी अंतर्यामी जाणीव असली, तरी त्यापासून दुःख किंवा सुख या भावनाही आपल्याला होतातच ना? त्याचं काय?

बापूंच्या आजारपणात, भीमराव काळे, पैशासाठी बापूंच्या अंगावर मारायला

धावून आले. त्यानंतर ग्वाल्हेरहून मुंबईला परतल्यावर 'माज'ला ग्वाल्हेरची हकिगत त्यांच्यापैकीच कुणीतरी पुरवली असणार! मौजमध्ये बापूंच्याविरुद्ध मजकूर म्हणूनच आला. आता ज्ञानेश, खरं म्हणजे बापूंचा भीमरावांना एवढा अभिमान, की बापूंबाबत कुणी वाकडा शब्द उच्चारला तर त्याला मारायला धावणारे भीमराव! ते भीमराव शेवटी बापूंच्याच अंगावर धावून गेले.

पण ज्ञानेश, अगदी अलीकडची हकिगत सांगतो. परवा परवा भीमराव मला भेटायला आले. 'बापूंच्या शेवटच्या दिवसात अमानुषपणानं वागलो आपण' या जाणिवेनं ते आतल्या आत जळत होते. डोळ्यांत पाणी आणून त्यांनी मला ते सांगितलं.

आता सांग ज्ञानेश, माणसाच्या स्वभावातली कोणती छटा खरी मानायची? माणूस अगतिक असतो हेच खरं! त्या वेळी मैत्री विसरणाऱ्या भीमरावांची समजूत घालण्याची ताकद माझ्या अंगात नव्हती एवढा मी लहान होतो; आणि परवा देखील, त्यांचं सांत्वन करण्याची ताकद माझ्या अंगात नव्हती. एक मात्र मला जाणवलं, की भीमरावांचा त्या वेळचा राग जेवढा खरा होता, तितकाच परवाचा पश्चात्तापही खरा होता. त्या वेळेला त्यांना आवरणं एक वेळ शक्य होतं; पण हे आत्ताचं शल्य कसं दूर करायचं?

या सर्व मनुष्यस्वभावावरून मी एकच खूणगाठ बांधली ती ही, की एखाद्यावर अन्याय होतो आहे असं नक्की वाटलं, की या अन्यायावर आपल्या शक्तीनुसार हल्ला करायचा. त्याकरता झगडायचं. मग तो अन्याय राज्यकर्त्यांनी, रंगभूमीवर कर लादून केलेला असो किंवा अण्णांसारख्या थोर कलाकारावर एखाद्या व्यक्तीनं केलेला असो. त्यासाठी मग, यात नसलेल्या व्यक्तीबाबत बोलू नये, या संकेताचा औचित्यभंग झाला तरी पत्करला. यावरून भविष्यकाळात घडणारे संभाव्य अन्याय अंशतः कमी व्हावेत, हा एकच उद्देश!

तू ससा झालास

ज्ञानेश, हा समाज नाना रंगी फुलांप्रमाणे आहे. यात सज्जन आहेत, दुर्जन आहेत, संगीतप्रेमी लोक आहेत, संगीतद्वेष्टे पण आहेत. एक दिवसाआड थिएटर्सवर गर्दी करणारे आहेत, तर थिएटर्सकडे बारा बारा वर्षांत न फिरकणारे महात्मे पण आहेत. मितभाषी-बहुभाषी-कटुभाषी-दुटप्पी-दुहेरी-विरक्त-आसक्त, त्यागी-भोगी अशा किती जाती सांगू? वाणी थकेल, लेखणी थकेल! म्हणूनच यांपैकी कुठल्याही जातीवर नाटक म्हण किंवा कोणतीही एखादी कलाकृती सादर केली तरी ती यशस्वी ठरते. अर्थात जी कोणती 'जात' 'वृत्ती' रंगवायची असेल तिचं उत्कटतेनं दर्शन व्हायला हवं, तरच ती कलाकृती तरते!

संशय हा स्थायीभाव मानून त्यांचा विनोदी आविष्कार 'संशयकल्लोळ'च्या स्वरूपात झाला आणि दुःखद आविष्कार 'झुंझारराव'च्या रूपाने अवतरला. अशी अनेक उदाहरणे देता येतील.

आपल्या कारकिर्दीत मला दोन नाटकांचं कौतुक वाटतं. दोन्ही नाटकं एकाच वेळी रंगभूमीवर आली.

एका नाटकात थोरवी गायली होती ती रसिल्या वृत्तीची. जीवनातल्या प्रत्येक गोष्टीचा डोळसपणे व मनमुरादपणे उपभोग घ्यावा, अख्खा निसर्ग दाद मागून राहिलाय. पाप हे केवळ सक्तीत असतं; परिणामांची जिम्मेदारी नाकारण्यात असतं! अशी वृत्ती, अशा दृष्टिकोनाची महती सांगणारं एक नाटक आणि दुसरं नाटक शाश्वत, चिरंतन मानवतेच्या मूल्यांची महती गाणारं! पण ही दोन्ही नाटकं अमाप लोकप्रिय झाली, कारण आपापल्या

परीनं ती उत्कृष्ट होती, उत्कट होती.

दोन्ही नाटककार समर्थ; आणि त्यांच्या कलाकृती सादर करणाऱ्या संस्थाही मातब्बर; परंपरा असलेल्या!

ती दोन नाटकं म्हणजे, साहित्यसंघाचं 'तुझं आहे तुजपाशी.' आणि ललितकलादर्शचं 'दुरितांचे तिमिर जावो.'

बाळ कोल्हटकरांचं हे नाटक! जयराम शिलेदारांच्या संस्थेत त्यांचा व माझा परिचय झालेला होताच. त्या नाटकाच्या यशाबद्दल तुला काही सांगायची गरजच नाही. प्रत्येक संस्थेला जसा एकेक नाटककार लाभतो व प्रत्येकाच्या कारकिर्दीत जशी एखादी कलाकृती त्याला कीर्तिशिखरावर नेऊन बसवते, त्याप्रमाणे माझ्या कारकिर्दीत 'दुरितांचे तिमिर जावो'ने मला कीर्तिशिखरावर नेलं आणि बाळ कोल्हटकरांसारखे नाटककार मला लाभले. माझ्या इतर नाटकांबद्दल निरनिराळ्या लोकांत गावोगावी निरनिराळी मतं व प्रतिक्रिया मी अनुभवल्या. पण ज्या नाटकाबद्दल, कोणत्याही गावी दुमत झालंच नाही असं एकमुखानं नावाजलं गेलेलं एकच नाटक. ते म्हणजे 'दुरितांचे तिमिर जावो.' आर्थिकदृष्ट्या जे नाटक अत्यंत यशस्वी ठरेल ते निर्मात्याला फार आवडतं यात वादच नाही. पण खऱ्या कलाकाराला, ज्या नाटकाने, त्यातल्या भूमिकेचं आणि कलाकाराचं समीकरण मांडलं जातं, असंच नाटक आवडतं. या नाटकाने 'भालचंद्र पेंढारकर' म्हणजे 'दिगू' हे समीकरण मांडलं! माझ्या इतर भूमिका म्हणजे मी, असं झालं नाही. 'स्वामिनी'तला नायक व्यायामांचा शौकीन आणि खेळाडू दाखवलाय भाव्यांना; पण ते नाटक रंगभूमीवर आलं तेव्हा माझं वजन संपूर्ण १०० पौंडसुद्धा नव्हतं. त्यामुळे 'जगन्नाथ' म्हणजे 'पेंढारकर' असं झालं नाही. नेत्रदीपक नेपथ्य असलेलं वैभवशाली 'पंडितराज जगन्नाथ' नाटक. ज्या नाटकाच्या निर्मितीनंतर, नेपथ्यावर अवाढव्य खर्च करून नाटक सादर करण्याची इतर संस्थांतून स्पर्धा सुरू झाली, असं नाटक. पण 'जगन्नाथ पंडित' म्हणजे पेंढारकर असंही घडलं नाही. दिगू म्हणजे पेंढारकर यात मात्र दुमत नाही. याच ओघात ज्ञानेश, सहज आठवलं म्हणून सांगतो, की बापूंचं अत्यंत गाजलेलं गाणं 'बा रे पांडुरंगा' आणि माझ्या बाबतीतही, दिगूचं गाणं लोकप्रिय झालं ते 'आई तुझी आठवण येते.' 'न मातुः परदैवतम्' म्हणतात, त्याप्रमाणे, एकाच भावनेचा आविष्कार करणारी ही दोन्ही गाणी लोकप्रिय व्हावीत, हा आणखी एक योग.

साहित्यसंघाने सादर केलेल्या 'तुझं आहे तुजपाशी' नाटकाची पण हीच गंमत! 'काकाजी' म्हणजे 'दाजी भाटवडेकर' हे समीकरण तिकडेही तयार झालं. आपल्या 'दुरितांचे तिमिर जावो' नाटकात तर प्रत्येक कलाकार त्या त्या भूमिका करण्यासाठीच जन्माला आलाय असं वाटतं. मामा पेंडसे म्हणजे 'पंत, शंकर घाणेकर म्हणजे बाबूराव गुरव, चित्तरंजन कोल्हटकर म्हणजे 'सदू' असं प्रत्येक रसिकानं, टीकाकारानं

मान्य केलं. मुळात नाट्यवस्तू उत्कट आणि लाभलेले कलाकार पण तसेच! या नाटकानं ज्ञानेश माझ्यातल्या निर्मात्याला आणि कलाकाराला खरं समाधान दिलं, आणि पुढची 'पंडितराज जगन्नाथ'सारखी वैभवशाली, दरबारी ऐश्वर्य दाखवणारी नाटकं सादर करण्याची कंपनीला ऐपत दिली.

सबंध भारतदौरा, साठ हजारांचा खर्च गृहित धरून मी काढला तो सगळ्या गुणी कलाकारांच्या आधारावर आणि 'दिगू'च्या जोरावर. दिगूच्या घागरीतलं पाणी गावोगावी, भारतभर गेलं. दिगूची ती घागर म्हणजे पावित्र्याचा वारसा. पुंडलिकाच्या कावडीशी जिची तुलना करावी एवढ्या वैचारिक, भावनोत्कट तोलामोलाची ती घागर. महाराष्ट्रातल्या संतमहंतांचं त्यागाचं तत्त्वज्ञान गावोगावी पोहचवणारी ती दिगूची घागर! आत्मार्पणाची महती कृतीनं सिद्ध करणारी ती दिगूची घागर! या नश्वर जगातल्या शाश्वत मूल्यांचा प्रचार करणारी ती दिगूची घागर. रामकृष्ण परमहंसांची तत्त्वप्रणाली कलात्मक रीतीनं बहुजनसमाजापर्यंत पोहचवणारी ती दिगूची घागर! एक नाहीसं होतं तेव्हा अनंत उरतं हे सांगणारी दिगूची घागर! जगावं कसं आणि मरावं तेही कसं, याचा आदर्श दिगूच्या मरणानं व जगण्यानं घालून देणारी दिगूची घागर! मरावं कसं, तर इतरांच्या कल्याणासाठी. आणि जगावं कसं, तर व्यवहार शिकत जगावं, त्याच नाटकातला तुला एक संवाद सांगतो ज्ञानेश, पंतांचा आणि दिगूचा.

पंत : या! कुठं गेला होतात?
दिगू : फाटक लावायला
पंत : असं जाऊ नये बाहेर! कुणी आलं आणि कसली चोरी करून गेलं तर? सगळ्या गोष्टी उघड्यावर असतात. पैसे असतात.
दिगू : पैसे चोरतात? कशाला?
पंत : अक्कल विकत घ्यायला
दिगू : कुठे मिळते?
पंत : अनुभवाच्या पेढीवर
दिगू : कोण विकतं?
पंत : व्यवहार
दिगू : ठाऊक नाही
पंत : मी शिकवतो ना

पंतांनी दिगूला व्यवहार कसा शिकवला हे ज्ञानेश, तू पाहिलंस नाटकात. मला मात्र आत्ता खरोखरच प्रश्न पडला आहे, की व्यवहार खरंच, कसा असतो?

अनुभवाच्या पेढीवर मी हजार वेळा, लाख वेळा जाऊन आलो; पण व्यवहाराने मला तेव्हा अक्कलच विकली, का मला काही कळत नाही, याचा फायदा घेऊन अकलेच्या ऐवजी दुसरंच काही गळ्यात बांधलं, हे मला आजही कळत नाही. जत्रेत, अपघात होऊन दिगूचं डोकं दगडावर आपटून तो व्यवहाराला नालायक ठरला. तसाच मीही या नाट्य क्षेत्रातल्या जत्रेत, अपघात होऊन, व्यवहाराच्या दगडावर आपटल्यानं तसाच ठरलो आहे.

ज्ञानेश, अक्षरशः जत्राच झाली आहे या क्षेत्रात आज. 'क्षेत्र' या शब्दाचा वापर वारंवार झाल्यानं त्यातलं पावित्र्य नष्ट झालं आहे. जिथे शब्दाला वजन राहिलं नाही, तत्त्वनिष्ठा वैयक्तिक सोयीसाठी वापरण्याचं साधन ठरत आहे, त्या बाजाराला 'क्षेत्र' हा शब्द मी चुकून वापरला. नाट्यदेवतेपेक्षा कंत्राटदार बडव्यांना जास्त महत्त्व आलं आहे, त्याला कारण आम्ही नाटकवालेच आहोत आणि तरीही ते कळून घेण्यावाचून आज कुणाचं अडलेलं नाही.

ही दाणादाण, अर्थव्यवस्था बिघडली म्हणून झाली आहे, हे मला मान्य आहे; पण ज्ञानेश, असं जरी असलं तरी कोणत्या काळात एकूण एक गरजा भागू शकतील आणि ऐषआरामात राहता येईल, एवढा पैसा उपलब्ध होता? आर्थिक टंचाई किंवा अपेक्षेइतका पैसा न मिळणं ही रड कायमच होती. तरीही पूर्वी जे स्थैर्य वाटायचं ते हल्ली वाटत नाही. आणि त्याचं कारण ज्ञानेश, माझ्या बुद्धीप्रमाणे मला वाटतं, की पूर्वीच्या लोकांनी 'लक्ष्मी चंचल असते' हे अगदी अंतरीच्या गाभ्यपासून ओळखलेलं होतं. म्हणूनच त्यांनी अशाश्वत समजल्या गेलेल्या लक्ष्मीवर प्रेम केलं, पण हव्यास धरला नाही. 'धनसंचय' करतानाही त्यांनी इतर जी काही मूल्ये जपली ती शाश्वत स्वरूपाची जोपासली. त्यामुळेच केवळ त्यांना वैचारिक, मानसिक, स्वास्थ्य मिळालं. पूर्वीच्या काही लोकांनी 'मैत्री' शाश्वत मानली. स्वतःचा शब्द शाश्वत मानला. अशांनी अर्थातच धन फार जोडलं नाही, पण तो त्यांचा दृष्टिकोनही नव्हता. मैत्री, शब्द, निष्ठा ही मूल्यं जपताना त्यांनी हालअपेष्टा भोगल्या. त्यांच्यावर अवलंबून असणाऱ्यांनाही त्या भोगायला लावल्या; पण ते मागे हटले नाहीत.

आज ही जीवननिष्ठा उरलेली नाही. दुसऱ्यावरची निष्ठा तर सोडच, पण स्वतःवरही निष्ठा नाही. जो व्यवसाय आपला चरितार्थ चालवतो, त्या व्यवसायाशीच व्यभिचार करण्याची यांची प्रवृत्ती! तुला माझा हा शब्द कदाचित भडक वाटला असेल, पण इलाज नाही. अनेक वर्षे, मी त्या दिगूसारखा गप्प बसलो होतो. तो जेव्हा बोलायला लागला तेव्हा इतरांना, दिगूनं बोलू नये असं वाटायला लागलं. तसंच मी आता जे बोलणार आहे ते इतरांना नकोसं वाटणार. 'दुरितांचे तिमिर जावो' नाटकात पंत म्हणतात 'आपण केलेले गुन्हे दुसऱ्याच्या माथी मारून, तिसऱ्याला माणुसकीचे धडे शिकवणं, हीच आजच्या जगातली माणुसकी आहे.' पंतांचं

नाटकातलं हे वाक्य. पण नाट्यसृष्टीत हे असंच हल्ली घडू लागलं आहे, आता हे सहन होत नाही म्हणून मी बोलणार.

एवढी वर्षं मी हा व्यवसाय करतोय, पण आत्ता या घटकेला मी कुठं आहे? असा विचार केला तर माझ्याजवळ उत्तर नाही. ज्या तऱ्हेनं हा सध्याचा व्यवसाय चालला आहे त्याला काही पद्धतच राहिलेली नाही. जत्रेलाही जत्रेचं म्हणून काही रूप असतं, गंध असतो, पण या क्षेत्रात काही तसा हिशेबच राहिलेला नाही.

कंपनी सुरू केली तेव्हा कायम पगारी कलाकार ठेवावेत अशी ऐपत नव्हती. सगळा प्रपंच एकट्याचा होता. पाठीशी तसे सगळे उभे होते. पण अपयशाचा धनी मी एकटाच होतो. त्यामुळे ते अपयश पचवण्याची जवळ ताकद नव्हती. पगारी कलाकार ठेवण्यासाठी एकापेक्षा एक सरस नाटकं जवळ असावी लागतात. ती माझ्याजवळ नव्हती. त्यानंतर खुद्द स्वतःजवळच अनन्यसाधारण शक्ती असावी लागते. ती पण माझ्याजवळ नाही. असामान्य रूप आहे का? नाही. लोकांनी बेभान व्हावं असा गळा आहे का? नाही. 'नाहीचाच' पाढा मोठा. मग काय करणार? मला, माझ्यातल्या उणिवा भरून काढून संस्थेची परंपरा उज्ज्वल ठेवण्यासाठी एकच मार्ग होता, तो म्हणजे सतत गुणी नटसंचाचं साहाय्य मिळवायचं. ज्यात मी थोडा कमी पडलो तरी सगळी कलाकृती इतरांच्या पुण्याईवर, कलागुणांवर तारली जाईल अशी नित्य योजना करावी लागली. माझ्याजवळ असामान्य असं काहीही नसताना मी सादर केलेल्या नाटकांचे प्रयोग निर्दोष होते. जिवाचा आटापिटा करून प्रेक्षकांच्या पदरात माप टाकताना, तसा मागे हटलो नाही. माझ्या त्या प्रयत्नात अनेकांचे कष्ट होते.

नानासाहेब फाटक, मामा पेंडसे, नंदू खोटे, चित्तरंजन कोल्हटकर, मा. दत्ताराम, सुकुमार नागोटकर, परशुराम सामंत, मा. दामले, भार्गवराम आचरेकर, राम मराठे, सुरेश हळदणकर, नाना लिमये, रामचंद्र वर्दे, श्रीधरपंत देशमुख, चंद्रकांत गोखले, जयराम शिलेदार, श्री. जोगळेकर, शंकर घाणेकर, नानू संझगिरी, मा. नरेश, वसंत शेणई, आ. दे. पाटील, प्रसाद सावकार, यांच्यासारखे कलाकार आणि रत्नावली कोरगावकर, कुसुम चव्हाण, सुमन मराठे, कमल आरोंदेकर, सुशीलाबाई, मंगला संझगिरी, विमल घैसास, विजया देसाई, ललिता केंकरे, सुहासिनी कोल्हापुरे, ललिता जोगळेकर, विमल कर्नाटकी, लीला मेहता, नलिनी बोरकर, मालती, लीलावती गडकर, जयश्री शेजवाडकर यांनी अमोल साथ देऊन कायम ऋणी केलं आहे. ज्ञानेश, ही सर्व झाली रंगभूमीवर दिसणारी कलाकार मंडळी. आता काही कलाकार मंडळी अशीही आहेत की जी प्रेक्षकांसमोर येत नाहीत, पण ज्यांच्याशिवाय कलाकृती सादरही करता येत नाही. अशांची किती नावं सांगू? आपले शंकर पेडणेकर, दत्तोपंत तारदाळकर, प्रभाकर भालेकर, गोविंद

पटवर्धन, चेड्या मंगेशकर, दामू पार्सेकर, वसंत आचरेकर, मधुकर बर्वे आणि म्हापसेकर ही सर्व साथ करणारी मंडळी, रंगभूमी व्यवस्था पाहणारे विनायक बेहेरे, शंकरराव बुधे, गद्रे आणि नार्वेकर, त्याशिवाय रंगपट व कपडेपट विभागाचे साखरे, नाना जोगळेकर, बाबा वर्दम, शांताराम विचारे, काळूराम आणि जगन ननावरे आणि व्यवस्थापक म्हणून ओळकर, भार्गवराम पांगे, व्ही. आर. सावंत, श्याम किर्लोस्कर आणि प्रकाश योजना करणारे वझे यांचं सहकार्य मी विसरू शकणार नाही.

अण्णा काळ्यांबद्दल तर तुला मी सांगितलंच; पण त्यांच्याइतकेच वात्सल्याने संस्थेकडे बघणारे फोटोग्राफर राजाध्यक्ष! यांच्याबद्दल मी तुला अजून काहीच सांगितलं नाही. खरोखरच फोटोग्राफीतलं त्यांचं कौशल्य आजच्या काळातदेखील कुणीही मान्य करावं इतकी त्यांची छायाचित्रं बोलकी आहेत. सोन्याचा कळस नाटकातील विठू कृष्णा आणि बिजली यांच्या न्याहरीच्या देखाव्याचं छायाचित्र पाहिलंस तर हे छायाचित्र पस्तीस वर्षांपूर्वी काढलंय हे खरं वाटत नाही. स्वीकारलेला व्यवसाय सगळेच करतात; पण जिव्हाळ्यानं व्यवसाय करणारी माणसं थोडी. त्यांच्याच आडनावाशी साम्य असलेले माझे आजचे छायाचित्रकार म्हणून मी राजदत्त यांचं नाव घेईन. राजाध्यक्षांसारखीच यांची पण व्यवसायावर निष्ठा आणि त्यांच्यासारखंच कौशल्यही! त्यांनी काढलेल्या छायाचित्रात केवळ समोरची पात्रं व देखावे नसतात तर त्यात ते स्वतःही असतात. ज्ञानेश, या झाल्या व्यक्ती!

त्याशिवाय अशा काही संस्था आहेत की ज्यांनी 'ललितकलादर्श'वर बंधुवत प्रेम केलंय. ग्वाल्हेरच्या आर्टिस्ट्स कंबाइन्ड ग्रुप, सहकारी मनोरंजन मंडळ, दादरचं शिवाजी मंदिर व अमरहिंद मंडळ, तसंच नाट्यकलोपासक मंडळ, सोशल सर्व्हिस लीग आणि आपलं साहित्य संघमंदिर अशा कितीतरी संस्था आहेत.

पण असं असलं तरी जमाना बदलला आहे. मध्यंतरीच्या बदलत्या काळात नाईटवर कामं करण्याची प्रथा सर्रास सुरू झाली आणि सगळे कलाकार सगळ्या संस्थांतून कामं करायला मोकळे झाले. काळाची बदलती पावलं ओळखून नाट्य व्यवसायाला हा बदल रूढ करून घ्यावाच लागला. पण यातून असा अनुभव आला की संस्थेबद्दल वाटायला हवा तेवढा जिव्हाळा वाटत नाही कलाकारांना. केवळ व्यवहार माणसाला फार काळ बांधून ठेवू शकणार नाही हे जाणून मी अशी प्रथा पाडली की, जी कलाकार मंडळी पहिल्या प्रयोगात असतील तीच प्रत्येक प्रयोगात असतील. एखादा कलाकार येऊ शकत नसला तर प्रयोग स्थगित ठेवायचा; पण एकाऐवजी दुसरा कलाकार उभा करायचा नाही. असं केल्याने त्यांना संस्थेबद्दल ओढ राहील, जिव्हाळा राहील, प्रेम राहील ही माझी अपेक्षा होती. याव्यतिरिक्त माझा आणखी एक उद्देश होता, तो म्हणजे, प्रेक्षकांनाही सगळे गुणी कलाकार सातत्यानं एका संस्थेत दिसतील, हा होय. पूर्वी एकत्र कुटुंबपद्धती अस्तित्वात होती.

त्याप्रमाणे नाट्य संस्था ही कुटुंबासारखी राहत होती. बदलत्या काळात जशी कुटुंब संस्था मोडकळीला आली तशीच नाट्य संस्थाही त्या तऱ्हेनं राहिली नाही. यावर मला हा उपाय बरा वाटला. त्याप्रमाणे काही काळ ते चांगलं चाललं! पण त्यात मग तुलना सुरू झाली. 'एकासाठी प्रयोग बंद ठेवला तर, पाहू मग आपल्यासाठीही प्रयोग बंद ठेवतात का,' असला प्रकार सुरू झाला.

एकत्र कुटुंबपद्धतीत सर्वांची पंगत एकदम बसायची. एखादा उशिरा आला तर इतर थांबत. पण 'आज आपल्याकरिता कुणी थांबतं का पाहू,' असा आडमुठेपणा कुणी करत होतं का मुद्दाम?

पण, दुर्दैवानं तशी घातक स्पर्धा सुरू झाली. विशेषतः मंगलाबाईंसाठी पंडितराजचा प्रयोग एक वर्ष बंद ठेवला तेव्हा तर ही कटुता फार वाढली. त्याला काय करणार पण? बाळंतपणाचा त्रास फक्त बायकांनाच असतो. आपल्याही वाट्याला तो असता तरीही मी तेच केलं असतं. वर्षभर प्रयोग नाही म्हणून कलाकारांची नक्कीच गैरसोय झाली होती. आर्थिक गैरसोय जास्त जाणवणारी. पण ती शिक्षा, सर्वांबरोबर मी पण नाही का भोगली? कुणीही म्हणेल, 'या निष्ठेत काही अर्थ नव्हता.' कसली निष्ठाच नसावी असं म्हणणाऱ्यांच्या दृष्टिकोनातून, त्याचं हे म्हणणं बरोबर ठरेल. माझी मूळ भूमिका कुणाला समजली नाही. किंवा, समजली पण खासगी रागलोभ मोठे ठरले. कलाकारांचं मानधन मी वाढवल, असा माझ्यावर आज आरोपवजा राग आहे. ही गोष्ट ज्ञानेश खरी आहे. पण आज एक गोष्ट मी अगदी अभिमानानं सांगतो, की मानधनाबाबत मला एकाही कलाकारानं आजवर त्रास दिला नाही. एकूण राहणीमानच इतकं अफाट वाढलेलं मी पाहत होतो, की मानधन वाढवणं आवश्यकच आहे, असं माझं मला जेव्हा वाटलं तेव्हाच मी ते वाढवलं

आज मात्र जास्त नाईट कबूल करून कलाकारांना फोडणं, ही एक साधी बाब झालेली आहे. आणि या गोष्टी जी माणसं करतात ती मात्र असं म्हणतात की ही प्रथा पेंढारकरांनी पाडली; म्हणून आम्हाला हे करावं लागत आहे.

अर्थात पैसेवाल्यांबद्दल कुणी बोलावं? पैसा हे शस्त्र आहे. आणि ज्यांच्या हातात आज ते शस्त्र धरण्याची ताकद आहे, ते लोक त्या शस्त्राचा सर्रास वापर करीत आहेत. नाट्यसृष्टीतल्या काही काही कलाकारांना, त्यांच्या जुन्या संस्था सोडून नव्या संस्थेत जाऊन फायदा झाला, पण काही काही कलाकारांची फसगत पण मोठी झाली. पैशापरी पैसा गेला. द्रव्यार्जनाव्यतिरिक्त दुसऱ्या कोणत्याही निष्ठा न मानल्यामुळे मनःशांती पण गेली.

सध्याच्या धकाधकीच्या आणि महागाईच्या काळात जेवढा पैसा मिळेल तेवढा कमीच पडतो, याची मला जाणीव आहे. कलाकाराचा लोकप्रियतेचा काळदेखील ठराविक असतो. तो लहान असतो, तेव्हा कमी कालखंडात भविष्यकाळची तरतूद

त्याला वेगानं करावी लागते, हेही त्याचं म्हणणं मला मान्य आहे. जिथं मी स्वतः एक कलाकार आहे, तिथं हे असले संकेत मी खोटे मानणर नाही. मग ज्ञानेश, तू विचारशील की, 'सर्वांचंच जर बरोबर असेल तर मग चुकलं कुणाचं? बदलत्या काळाबरोबर बदलण्याचं तुमचं सामर्थ्य नसेल तर इतरांनी तुमच्यासाठी काय करायला हवं होतं?' तुझा प्रश्न अगदी योग्य आहे. माझी अशी एक साधी अपेक्षा होती, की ज्यांनी मला एवढे वर्षं मनोभावानं साथ दिली, त्यांनी इतर संस्थांतून कामं करण्यापूर्वी, महिन्यातला एखादा शनिवार-रविवार तरी माझ्यासाठी ठेवायला हवा होता. ही माझी किमान अपेक्षा होती. या अपेक्षेचा मी कधी प्रत्यक्ष उच्चार केला नाही, कारण कलाकारांकडून ती आपोआप पुरी होईल अशा भ्रमात मी होतो. अर्थात ज्याप्रमाणे मी इतरांबाबत काही अपेक्षा बाळगून होतो, त्याप्रमाणे इतरही माझ्याबद्दल अपेक्षा बाळगून असणार. कदाचित तशा अपेक्षा बाळगल्यानं त्यांचाही माझ्याबाबत भ्रमनिरास झाला असणार! काय कारणं असतील ती असो- मीही काही असंतोष निर्माण होण्यास कारणीभूत असेन; पण तरीदेखील समस्या त्या समस्याच! त्या समस्या मला हतबल करणार नाहीत असं कसं होईल?

पण ज्ञानेश, समस्यांनी मी कधीच फारसा बिथरलो नाही. मला माणसात निष्ठेचा अभाव दिसला की मग मला पार शिथिलता येते. अगोदरच चांगल्या नाटककारांची वाण, थिएटर्सची वाण. इतर संस्थांची वाढ आणि त्यापायी चांगले कलाकार सर्वत्र विखुरलेले. त्यात भर म्हणजे काही काही कलाकारांची त्यांच्या व्यवसायावरच निष्ठा नाही.

नटाचा व्यवसाय म्हटल्यावर रंगभूमीशी तुम्ही निष्ठा ठेवलीच पाहिजे. रंगभूमीवर तुम्ही एकदा प्रवेश केलात की इतर सर्व गोष्टींचा तुम्हाला विसर पडायला हवा. ज्ञानेश, ही महत्त्वाची गोष्ट तू लक्षात ठेव. जिथं दोन माणसं आहेत, तिथं दोन मतं आहेत. भांड्याला भांडं हे लागणारच. त्याप्रमाणे मतभेद हे होत राहणारच. पण हे मतभेद तुम्ही जेव्हा तुमचे असता तेव्हा. मखमलीचा पडदा वर जाऊन, प्रेक्षकांच्या नजरा, फुटलाइट्सबरोबर तुमच्यावर खिळल्या, की तुम्ही तुमचे नाहीत. तुम्ही प्रेक्षकांचे! स्टेजवर तुम्ही प्रवेश केलात की ज्या पात्राची भूमिका वठवता ते तुमचं जीवन. नाटककारानं जे तुमचं तेवढ्यापुरतं एकमेकात नातं ठेवलं असेल, तेच तुमचं नातं. वैयक्तिक हेवेदावे तुम्ही विसरलेच पाहिजेत. ते न विसरता, प्रेक्षकांसमोर तुम्ही नाटकाचा खेळखंडोबा करायला लागलात तर तुम्हाला क्षमा कोण करणार?

मी तर नाहीच करणार. आणि त्याप्रमाणे नाही केली! तुला मी म्हणालो तेच सांगतो. मतभेद हे अटळ असतात. मतभेद परोकोटीला पोहोचले की बेबनाव आला. याच तऱ्हेचे प्रकार घडले. प्रत्येकाला त्याची स्वतःची अशी बाजू असते. एका हाताने टाळी वाजत नाही. प्रत्येकाची काही ना काही तरी चूक असते. मीही स्वतःला

हरिश्चंद्राचा अवतार मानत नाही. पण हे जरी सगळं असलं तरी नाटकात काम करताना या सर्वांचं काय? पदराला खार लावून, नाटकावर वेड्यासारखे तुटून पडणारे प्रेक्षक, हे नटाच्या अभिनयासाठी येतात. नटावर लट्टू होऊन ते येतात. तुमच्या वैयक्तिक हेव्यादाव्याचं उट्टं तुम्ही जेव्हा नाटकात दुसऱ्या पात्रावर काढता, तेव्हा तुम्ही निर्मात्यावर, दिग्दर्शकावर, दुसऱ्या कलाकारावर, नाटककारावर, प्रेक्षकांवर, फार काय, स्वतःवरही आणि पर्यायानं रंगभूमीवरसुद्धा अन्याय करता. प्रत्येक प्रयोगापूर्वी रंगदेवतेची पूजा करून झाल्यावर तिचीच तुम्ही प्रत्यक्ष प्रयोगात अवहेलना करता. या अशा गोष्टी ज्या कलाकारांकडून होतात, त्यांच्याकडे पाहिलं म्हणजे वाटतं, की यांची निष्ठा आहे तरी कशावर? ही माणसं काय मानतात? कशासमोर वाकतात? नतमस्तक कुठे होतात?

विचार करून माझं मस्तक बधिर होतं ते इथं. अशी मला बधिरता तरी का येते, तर या माणसातला 'कलाकार' केवढ्या उंचीला पोहोचला आहे मला आठवत राहतं म्हणून. उच्च कोटीला पोहोचलेल्या, त्यांच्यातल्याच 'कलाकारा'ची गळचेपी त्यांच्यातला 'माणूस' करतो ती कलाकाराची हत्या मला बघवत नाही, म्हणून मला बधिरता येते. 'माणूस' म्हणून ही माणसं अशी, पण कलाकार म्हणून किती मोठी?

आपले शंकर घाणेकरच पहा. कोणतंही नाटक स्वतःच्या अभिनयाच्या जोरावर खेचत नेण्याची ताकद असलेला हा आजचा एकमेव विनोदी कलाकार! त्यांचा अभिनय, वाक्याचं वजन जाणून ते प्रेक्षकांवर अचूक अर्थासह फेकण्याची त्यांची किमया, आणि स्वतःचा ठसा भूमिकेवर हमखास उठवण्याची त्यांची कुवत, याबद्दल किती सांगू? शंकर घाणेकरांनी वाक्य फेकलं आणि ज्या तऱ्हेने ते प्रेक्षकांकडून उचललं जावं अशी नाटककाराची निश्चित अपेक्षा आहे, अंदाज आहे, त्या तऱ्हेनेच ते वाक्य, प्रेक्षकांनी उचललं नाही, असं आजवर घडलेलं उदाहरण नाही. विनोदी व्यक्तिचित्र हे प्रेक्षकांच्या जवळ पटकन जातं. उदात्त धीरगंभीर नायक, सत्त्वशील नायिका, प्रेमळ बाप, मामा, काका, ही असली पात्रं प्रेक्षकांना आवडतात. खलनायकापासून, नाटकातल्या पात्राप्रमाणे प्रेक्षकही जरा आवरून-सावरून असतात. पण त्यातला विनोदी माणूस हा प्रेक्षकांचा मित्रच होऊन बसतो. कारण नाटकातल्या सर्व पात्रांवर, गुणावगुणांवर, सुखदुःखावर, गंभीर किंवा विनोदी घटनांवर जे प्रेक्षकांना बोललं जावं असं वाटत, ते कार्य नाटकात राहूनही, विनोदी माणूस ते काम करतो; म्हणूनच ते पात्र जरी रंगभूमीवर वावरत असलं तरी प्रेक्षकांना त्यांच्या शेजारच्याच खुर्चीवर बसल्यासारखं वाटतं. शंकर घाणेकरांनी हे यश मिळवलं.

ज्ञानेश, 'दुरितांचे तिमिर जावो' यातला बाबूराव गुरव आठवतो ना? पण हा प्रश्न निरर्थक आहे. बाबूराव गुरवला कोण विसरेल? त्याच्यासारखा बेरकी, हिकमती, इरसाल, गावरान माणूस, हा जसा जन्मावा लागतो, त्याप्रमाणेच तशी भूमिका

वठवणारा कलाकारही जन्मावाच लागतो. शंकर घाणेकरांचं बोलणं, चालणं, बघणं, येणं-जाणं, हे सर्व इतकं उत्स्फूर्त, स्वयंभू होतं की याला उपमा नाही. 'राम-रावणाचं युद्ध कसं?' तर 'रामरावणाच्या युद्दासारखंच' एवृंच म्हणावं लागतं, त्याप्रमाणे 'शंकर घाणेकरांचं' काम कसं? तर शंकर घाणेकरांसारखंच एवढंच म्हणता येईल.

इतका हा मोठा कलाकार, स्वतःच्या हिमतीवर नाटक खेचून नेणारा पण अशा कलाकाराकडून जेव्हा तुला मघाशी सांगितलेली जगावेगळी खेचाखेच घडू लागते तेव्हा प्रश्न पडतो ज्ञानेश, की काय मानायचं जगात?

ज्ञानेश 'ही एक वृत्ती आहे.' इतर कलाकारांचे व माझे खूपदा मतभेद झाले. पण त्या इतरांनी प्रेक्षकांसमोर कधी त्याचं प्रदर्शन केलं नाही. 'नट' या धर्माशी ते तत्त्वानं चिकटून राहिले. ज्यांनी ज्यांनी हे तत्त्व निग्रहानं सांभाळलं त्या सर्वांचे बाकीचे दोष मी विसरलो. त्यांना सांभाळण्यासाठी वैयक्तिक क्लेश सहन केले. शारीरिक, मानसिक, आर्थिकही! मोठेपणा सांगत नाही मी माझा. सत्यवस्तू सांगतोय. त्या कलाकारांनी पण तितक्याच मोठेपणानं, त्यांना माझ्यातल्या खटकत असणाऱ्या गोष्टी सहन केल्या व संस्थेला साथ दिली. इतर अनेक संस्थांमधून मी कामं केली. तिथंही एकमेकातल्या खासगी जीवनातले मतभेद काय कमी होते का? खूप होते. पण रंगभूमीशी व स्वतःच्या व्यवसायाशी इमान राखणारी माणसं होती ती! संस्था आणि नाटक चालू राहिलंच पाहिजे ही त्यांची जिद्द होती. तेवढ्यासाठी, कोणताही गुन्हा नसताना, एका कलाकारानं दुसऱ्या कलाकाराची माफीसुद्धा मागितली आहे. सर्रास सगळ्या कंपन्यांमधून हे प्रकार चालत आलेले आहेत. 'अमुक अमुक 'क्ष' कलाकारानं माझी आत्ता माफी मागितली तरच मी पुढच्या नाटकात काम करीन' असं नाटक अर्ध राहिलेलं असताना सांगून अडवणारे कलाकार आहेत. आणि केवळ नाटकासाठी, अधीर झालेल्या प्रेक्षकांसाठी, संस्थेच्या चालकांसाठी, तो 'क्ष' कलाकार त्याचा अपराध नसतानाही त्या दुसऱ्या कलाकाराची माफी मागतो. यात नट आहेत, नट्यासुद्धा आहेत.

हे सगळं पाहिलं की वाटतं, तुम्ही रंगभूमीवर कामं करायला येता का स्वतःचे हेवेदावे संभाळण्याकरता येता? खरंच ज्ञानेश, एरवी रंगमंचावर कोणत्याही नाटकाचा प्रयोग चाललेला असला तरी वैयक्तिक जीवनाच्या मंचावर या कलाकारांचे सतत दोन नाट्यप्रयोग चालू असतात. 'मानापमान' आणि 'खडाष्टक', 'पराचा कावळा' हा हा म्हणता हे कलाकार करतात आणि मग त्यातून निर्माण होणारी 'वादळं' ही निव्वळ 'पेल्यातली' उरत नाहीत. 'अमुक अमुक नटाशी मी बोलत नाही,' ही भाषा तर नेहमी ऐकू येते. आणि त्याहीपेक्षा ज्ञानेश, एकमेकांशी बोलत नाही, असं म्हणणारे हे कलाकार, त्यांच्यातल्या काही व्यवहारासाठी पुन्हा कधी एक होतील

हे सांगताही येणार नाही. या ठिकाणी, जर तू मध्यस्थी करायला गेलास, तर कोणत्याही क्षणी ते दोघे एक होतील आणि तुझी पंचाईत करून सोडतील. यात तू अव्यवहारी ठरशील आणि ते व्यवहारी ठरतील. मी हे सगळं पाहतो आणि मला प्रश्न पडतो की यात मी चुकतो का इतर चुकतात?

पण नाही ज्ञानेश, आता तोही संदेह फारसा राहिलेला नाही. मीच चुकलो. बदलणाऱ्या जमान्याचे पवित्रे मला समजले नाहीत. अगदी कालपरवापर्यंत मी त्याच त्याच चुका करत आलो. सबंध भारतदौरा मी काढला. त्या वेळी करार करून, रेल्वेचा अख्खा डबाच एकदम अकरा हजार रुपये भरून ताब्यात घेतला. प्रयोग संपल्यावर, गावोगावी, पुढच्या गाडीला तो आमचा डबा जोडला जाईल, असं वेळापत्रक आखलं. सर्व कलाकारांना एकत्र प्रवास करता यावा आणि त्याहीपेक्षा आपण एका कुटुंबात आहोत ही भावना राहावी, हा मूळ उद्देश होता. आपापलं घर, चांगलं जेवण, बायको-मुलं सोडून सगळी कलाकार मंडळी दौऱ्यावर येतात, याची जाणीव माझ्या मनात नित्य होती. मी स्वतः नट असल्यामुळे, या व्यवसायातल्या माणसाची सुखदुःखं काय असतात, किमान अपेक्षा काय असते, याची मला पूर्ण कल्पना होती. एवढ्या सर्व दृष्टिकोनातून मी भारतदौरा काढला तेव्हा 'ललितकलादर्श'साठी स्वतंत्र डबा मिळवला.

या भारतदौऱ्याचा अभिमान जेवढा मला वाटत होता तेवढाच अभिमान त्या दौऱ्यात सहकार्य देणाऱ्या सर्व कलाकारांना वाटत होता. बारीकसारीक मतभेद नेहमीच सोडून द्यायचे असतात; कौतुक सर्वांना होतं यात संशय नाही. तेव्हा आम्हा सर्वांना असं वाटत होतं की मुंबईला परतल्यावर, आमचे समव्यवसायी स्टेशनवर स्वागतासाठी शुभेच्छेसह येतील. ज्ञानेश, कुणीच आलं नव्हतं. अपवाद फक्त नाट्यकलोपासक संस्थेचा. मी तशी अपेक्षा करणं चुकीचं होतं. हा व्यवसाय आहे. व्यवहार आहे. धंदा आहे असाच दृष्टिकोन सर्वांचा, आपल्या या दौऱ्याकडे पाहण्याचा होता. 'चांगली जाहिरात झाली' असंही कुणी म्हणालं. ज्ञानेश, केवळ जाहिरात म्हणून का मी साठ हजार रुपयांचं बजेट आखून हा दौरा केला? जाहिरातबाजी हा हेतू माझ्या गावीही नव्हता. नुकताच आपल्या संस्थेचा सुवर्ण महोत्सव साजरा झाला होता. परप्रांतातल्या रहिवाशांना, मराठी रंगभूमी आहे त्या स्वरूपात दिसावी या उद्देशानं मी तो दौरा आखला. आहे त्या स्वरूपात हे त्यातल्या त्यात जास्त महत्त्वाचं. कारण तो उद्देश साधण्यासाठी मी सेटिंग्जसहित प्रवास केला. गावोगावी मिळतील त्या सेट्सवर मी एरवी हे प्रयोग करू शकलो असतो. पण तसं केल्यानं, आपली केवळ नाटकंच गावोगावी पोहोचली असती. मराठी रंगभूमीचं सर्वार्थानं दर्शन त्यातून घडलं नसतं. माझा हा हेतू समजून न घेता, जेव्हा त्या दौऱ्याला निव्वळ जाहिरातबाजीचं स्वरूप इतरांकडून दिलं गेलं, तेव्हा मला फार दुःख झालं.

भारतदौरा यशस्वी झाला तरीही मला त्यात यायचे ते कटू अनुभव आलेच, आणि वाटलं शेवटी प्रत्येक कलाकाराला भाड्याचे पैसे देऊन प्रयोग असलेल्या गावी कसेही या असं कलाकारांना सांगणाऱ्या इतर संस्थाच शहाण्या आहेत.

मी वैयक्तिक लागेबांधे जोडायला गेलो; आणि फसलो. अव्यवहारी ठरलो. ज्ञानेश, तू व्यवसाय करशील तेव्हा ही बंधनं पाळू नकोस. हा शुद्ध व्यवहार आहे. कलाकाराच्या कलाकृतीचं मोल एकदा उभयपक्षी ठरलं की त्या कलाकृतीचं पुरेपूर माप पदरात पडत आहे की नाही, संस्थेच्या आणि पर्यायानं प्रेक्षांच्या, हे पाहा आणि तिथंच थांब.

एखाद्याच्या कलाकृतीचं मोल किती करावं आणि त्यासाठी त्याला 'नाईट' किती द्यावी याबद्दल मी काही सांगणार नाही. कारण हा खरोखरच संस्थेच्या आर्थिक ताकदीचा प्रश्न आहे. कलाकार आणि निर्माता या उभयतांचा तो प्रश्न आहे. तेव्हा हे सर्व जाणून तू सावध राहा व संस्था चालवायची म्हणूनच केवळ, व्यवहारी हो. एकेकाळी मी जे करू शकलो ते आज इतर निर्माते करीत आहेत. तू हे जाणून घे आणि व्यवहारापलीकडे, इतर बाबतीत अलिप्त राहा.

प्रत्येक व्यक्तीकडे जिव्हाळ्यानं नातं जोडू नकोस. कारण जिव्हाळ्यानं बांधून घ्यायला आज समाजाला सवड नाही. मी चूक केली ती चूक तू करू नकोस. मी मात्र या चुका सुधारण्याच्या पलीकडे आता पोहोचलो आहे. तेव्हा तुला हे करू नको सांगताना, मी मात्र तेच करत राहणार आहे. शेवटी जो तो बरोबर घेऊन आलेल्या चक्रातच फिरत राहतो. वैयक्तिक लागेबंधे मी संभाळण्याचा प्रयत्न केला. व्यक्तीसाठी प्रयोग बंद ठेवले. आजच्या व्यवहारी जगात, निर्माता व मालक या स्थानावर राहून मी व्यवसायिकाच्या दृष्टिकोनातून ही मोठी चूक केली. तू असा व्यक्तीसाठी अडून बसू नकोस. संस्था चालू ठेवण्याच्या तत्त्वात भावनात्मक संकेत येत नाही. 'आधी प्रयोग' हाच या तत्त्वातला पहिला नियम आहे. निर्माता व मालक म्हणून तुला असं सांगतो ज्ञानेश, की, 'खेळ हा झालाच पाहिजे.' आणि ज्ञानेश, माणूस म्हणून त्याचवेळी हेही सांगतो की कोणत्याही प्रसंगी माणुसकी ासेडू नकोस. 'खेळ झालाच पाहिजे, A show must go on' या तवापेक्षाही एखादं मोठं तत्त्व, एखाद्या कलाकारासाठी संभाळऱ्याची वेळ आली तर या तत्त्वाकडे तुझी थोडी पाठ फिरली तरी चालेल. 'माणुसकीचं महत्त्व अबाधित ठेवणाऱ्या तत्त्वाहून कोणतंही तत्त्व महान नसतं' ही माझी श्रद्धा आहे. पण ज्ञानेश, याचं पालन करता करता मी या चक्रात ज्या तऱ्हेनं सापडलो, त्या तऱ्हेनं तू सापडू नकोस.

जाहीर केलेल्या वेळेला नाटक सुरू करण्याचं तत्त्व मी सांभाळलं. त्यापायी आर्थिक झळ अनेकदा सोसली. भारत दौऱ्यात केवळ रेल्वेच्या हलगर्जीपणापायी हव्या त्या गाडीला आपला डबा जोडला गेला नाही. तरीही, नाटक वेळेवर सुरू

झालंच पाहिजे या तत्त्वासाठी, काही कलाकारांना घेऊन मी विमानानं प्रवास केला आणि नाटक वेळेवर सुरू केलं. दुसऱ्याही तऱ्हेची झळ या तत्त्वातून सहन केली. बाहेरगावी जेव्हा कंत्राटदार खेळ लावतात, तेव्हा कराराप्रमाणे, प्रयोग सुरू होण्यापूर्वी ठरलेले पैसे कधीच देत नाहीत. 'पहिला अंक संपेपर्यंत पैसे देतो, हिशोब चालू आहे' अशा थापा सुरू होतात. माझ्या तत्त्वासाठी मी ठरलेल्या वेळेला नाटक, कुणीही न सांगता सुरू करतो. कंत्राटदारानं प्रयोग लावलाय की संस्थेनं लावलाय याच्याशी प्रेक्षकांना कर्तव्य नसतं. त्यांना कर्तव्य असतं ते नाटकाशी आणि त्यांनी रोख पैसे भरून काढलेल्या तिकिटाशी! प्रेक्षकांना तिष्ठत ठेवायचं नाही, म्हणून मी नाटक सुरू करतो. आणि पुष्कळदा, पहिलाच अंक नाही, तर सगळं नाटक संपेपर्यंतही कंत्राटदाराचा हिशोब संपत नाही. ते पैसे शेवटी बुडतातच. आला तर, एखादा चेक येतो कंत्राटदाराचा; पण तो बँकेत वटेलच याची खात्री नसते.

ज्याप्रमाणे प्रेक्षकांकडेच केवळ लक्ष ठेवून, कंत्राटदाराचा व माझा व्यवहार पुरा होण्याची वाट न बघता मी प्रयोग वेळेवर सुरू करत आलो, त्याचप्रमाणे कलाकारांचं मानधन, त्या त्या प्रयोगापुरतं देतानाही मी सबबी सांगितल्या नाहीत. कंत्राटदारांचा अनुभव गृहित धरून, कलाकारांच्या बिदागीइतकी रक्कम, स्वतःच्या पदरची मी नेहमी जवळ बाळगीत राहिलो; व ऐन वेळी ती स्वतःची रक्कम पुढे करून, तेही तत्त्व सांभाळत राहिलो. कंत्राटदाराचा ज्याप्रमाणे प्रेक्षकांशी संबंध नाही, तसाच तो कलाकारांशी पण नाही नाईटसाठी त्रास देणारा एकही कलाकार मला भेटला नाही हे जसं सत्य आहे, तसं हे सत्य आहे. ते कटू आहे, पण कटू आहे या अवगुणासाठी सत्याचं स्वरूप बदलणार नाही.

हे सत्य ज्ञानेश, तुला पचवावंच लागेल. प्रयोगाची वेळ तू सांभाळलीच पाहिजेस. ज्याप्रमाणे नाटक चालू असताना, त्यातली वाक्यं, प्रत्येक हालचाल पार्श्वसंगीत, प्रकाश योजना हे सर्व जसं त्या त्या वेळीच होणं आवश्यक असतं, त्याचप्रमाणे नाटकाची सुरुवातही दिलेल्या वेळेलाच होणं आवश्यक असतं. नाटकाचा 'तोल' सांभाळण्याची सुरुवात पहिल्या घंटेपासून होते. लोकांनी खरोखर त्यांची केवळ घड्याळंच त्या घंटेवर लावून थांबता कामा नये, तर नाटकाच्या त्या सबंध दिवसाचं वेळापत्रकच त्यांनी लावलं पाहिजे. यात अतिशयोक्ती नाही ज्ञानेश. ज्या संस्था नाटक वेळेवर सुरू करण्याचं बंधन पाळतात, त्या संस्थांच्या नाटकांना जाताना, आपणही वेळेवरच गेलं पाहिजे हे बंधन प्रेक्षकांनी पाळायला हवं. अर्थात आपण प्रेक्षकांना शिकवू शकत नाही, तेव्हा आपण आपल्यापुरतंच बोलायचं झालं तर, वेळेवर नाटक सुरू करणं हे तू सांभाळायला हवंस.

मला ज्ञानेश जाणीव आहे माझ्या मर्यादांची. मी मोठा माणूस नाही कुणी; लहानच आहे. भूतकाळात केलेल्या चुका मी विसरलेलो नाही. पण तरीही ज्ञानेश,

माझ्या व्यवसायाशी मी प्रामाणिक आहे. य. गो. जोश्यांनी 'वहिनीच्या बांगड्या' चित्रपटात एक वाक्य लिहिलं होतं, त्या वाक्याची मला नेहमी आठवण होते.

'वाघाची डरकाळी, हरणाचं चापल्य पाहायला जगाला नेहमीच आवडतं; पण एवढासा ससा बिळाच्या तोंडाशी बसून स्वतःतच दंग असतो. मला ससा का केलं ते देवाला विचारा; पण माझ्या आयुष्याशी मी प्रामाणिक आहे की नाही हे मला विचारा.'

तसंच मीही म्हणू शकेन. माझ्यात जेवढी शक्ती होती, तेवढी मी माझ्या व्यवसायासाठीच खर्च केली. बापू ३७ मध्य गेले. तीस वर्षं लोटली. काळ वेड्यासारखा पळतोय. ४०-४२ सालापासून जरी मी रंगभूमीवर वावरतोय तरी माझी कारकीर्द अशी 'स्वामिनी' नाटकापासून सुरू झाली. म्हणजे १९५६ पासून. गेल्या अकरा वर्षांत मी सात नाटकं सादर केली. 'स्वामिनी','दुरितांचे तिमिर जावो', 'आकाशगंगा', 'पडछाया', 'पंडितराज जगन्नाथ', 'बहुरूपी हा खेळ असा' आणि 'जय जय गौरीशंकर' ही नाटकं मी सादर केली. त्यांपैकी ज्ञानेश, 'स्वामिनी', 'आकाशगंगेची' शंभरापर्यंत दौड झाली. 'पंडितराज'चे ३००च्या वर प्रयोग झाले. 'जय जय गौरीशंकर' शंभराच्या मार्गावर आहे. आणि 'दुरितांचे तिमिर जावो' पाचशेच्या घरात आहे. 'पडछाया' आणि 'बहुरूपी' ही नाटकं मात्र साफ पडली. त्या शिवाय जुन्या नाटकांपैकी, 'हाच मुलाचा बाप', 'स्वयंसेवक', 'सत्तेचे गुलाम', 'कृष्णार्जुनयुद्ध', 'श्री', 'संन्याशाचा संसार', 'वधूपरीक्षा' ही नाटकं अधूनमधून केली. इतरत्र अवांतर भूमिका केल्या त्या 'शारदा' नाटकात 'श्रीमंत', 'होनाजी बाळा'त 'बाळा'. बारीकसारीक भूमिका नाही सांगत. या महत्त्वाच्या अशा दोन. पण त्यातही, 'शारदा'मध्ये 'श्रीमंता'ची भूमिका करताना मी स्वत:पुरता दंडक घालून घेतला की, रंगभूमीवरच्या कलाकारासाठीच, किंवा रंगभूमीबाबतच्या काही चांगल्या हेतूसाठीच केवळ 'श्रीमंताची' भूमिका करायची. एरवी कधीही नाही. वारंवार एखादी भूमिका, केवळ फार लोकप्रिय झाली म्हणूनच करायची हे मला पटलं नाही. माझा नियम आणि मत मी सांभाळू शकलो; कारण माझ्यामागे माझी संस्था आणि इतर नाटकं होती. हे जरी खरं असलं तरीही, व्यवहार साधण्यासाठी, मागणीप्रमाणे पुरवठा मीही करू शकलो असतो. पण तत्त्व म्हणून मला वाटत आलंय, की माणसांनं व्यवहार करतानाही काही संकेत संभाळावेत. तसं जर साधता आलं, तर त्या संकेतामागे काही भावना आपोआप तयार होतात. तशी भावना 'श्रीमंता'च्या भूमिकेबाबत निश्चित तयार झाली आहे.

अशा काही छोट्या छोट्या गोष्टी सांभाळण्याचा मी प्रयत्न केला. आणि आता येत्या चार जानेवारीला, ६८सालात हीरक महोत्सव करायचा आहे. धावाधाव आत्तापासून करतो आहे. कलाकारांना तारखा तर कधीच दिलेल्या आहेत. असं

आश्चर्य वाटून घेऊ नकोस. जमाना बदललाय म्हणालो तो त्यालाच. नवीन नाटक संस्थेला मिळा न मिळो, जुन्या व हातात असलेल्या नाटकांची लोकप्रियता वाढत राहो नाहीतर कमी होवो, संस्थेची ताकदही असो वा नसो, सध्याच्या दिवसांत प्रथम थिएटर मिळवणं व नटांना वर्षावर्षाच्या तारखा देऊन नट अडकवणं, असा धंदा झालाय. कोणताही उपटसुंभ ठेकेदार म्हणून या क्षेत्रात घुसतोय. ज्याला नाट्य व्यवसायाबद्दल प्रेम नाही, साहित्यिकांबद्दल आदर नाही, अभिनय, कलाकारांची कदर नाही, अशी माणसं नाटकं लावतात व पैसा मिळवतात. तांबा-पितळ भांड्यांची दुकानं चालवणारे दुकानदारही नाटकांचे प्रयोग लावतात. सिनेनट पण चित्रपट व्यवसायातून मधूनच बाजूला होऊन एखादा संयुक्त प्रयोग ठोकतात. एवढ्यावरच ते थांबते तर ठीक होतं. पण 'रंगभूमी' व 'स्वतःची नाटकातली भूमिका' असल्या विषयावर तत्त्व मांडून भाषणंही ठोकतात. मला अशा वेळी प्रेक्षकांचं पण कळत नाही. केवळ सिनेमातली माणसं नाटकात पाहायला मिळतात म्हणून त्यांचा सगळा धिंगाणा प्रेक्षक सहन करतात व त्यांचं कौतुकही करतात. काही कलाकारांच्या व्यवसायाचं कौतुक होतं. नाटक दिलेल्या वेळेपेक्षा तास-तास उशिरा सुरू होतं, तेही लोक निमूटपणे सहन करतात. 'शूटिंग संपल्याशिवाय अमुक एक कलाकार कोल्हापूरहून कसा वेळेवर पोहोचणार?' असल्या गोष्टी चवीनं ऐकवल्या जातात. अशा प्रेक्षकांना खरोखर काय म्हणावं? त्यातल्या काही सिनेकलावंतांचे धड शब्द कळत नाहीत, पाठांतर नावाची काही गोष्ट आवश्यक असते हेही काहींच्या गावी नसतं. 'सहज वेळ मारून नेईन प्रॉम्प्टिंगवर' असं दिमाखात सांगितलं जातं आणि त्याचं इतरांकडून कौतुक होतं, ही तर केवढी लज्जास्पद गोष्ट आहे, याचंही कुणाला तारतम्य राहिलेलं नाही. त्यांच्या व्यसनाचं कौतुक चालतं. 'माणूस व माणुसकी' या दोन गोष्टींत तर त्यांतल्या काही सिनेकलाकारांचा एवढा अधःपात झाला आहे, की विचारूच नकोस. जवळच्या स्टेशनपर्यंत रेल्वेने प्रवास करायचा, कोपऱ्यावरच टॅक्सी करून फर्लांगाच्या आत राहणाऱ्या निर्मात्याच्या घराजवळ टॅक्सी थांबवायची आणि ऐंशी पैसे भाड्याच्या ठिकाणी, स्वतःच्या घरापासूनचं टॅक्सीचं भाडं आठ-दहा रुपये झालं असं सांगून, निर्मात्याला लुटायचं, असले हीन प्रकार चालतात. यापेक्षा ज्ञानेश, गणिका जास्त प्रामाणिक!

इकडे हे चित्र आणि इकडे एक निराळाच प्रकार. 'हौशी आणि व्यावसायिक' हा एक शब्दांचा घोळ! या दोघांत कलाकार म्हणून काय फरक आहे, हे मला समजलेलं नाही. हौशी लोक फार तर व्यावसायिक लोकांप्रमाणे 'नाइट्स' घेत नसतील. पण केवळ या एकाच कारणासाठी हा फरक करायचा का? ते नाईट घेत नाहीत पण 'स्मोक मनी'च्या नावाखाली जे काय घेतात त्याचं काय? बाहेरगावी ही मंडळी जातात तेव्हा काय करतात माहीत आहे का? नाटकाचा विचार सोडून आधी

गावात हिंडून 'अवांतर' सोयी कुठं होतील हे पाहत हिंडतात. यात 'पिण्यापर्यंत'च्या सगळ्या गोष्टी आल्या. आणि या असल्या गोष्टीचं कौतुक करून त्याला उत्तेजन देण्याचं कार्य जेव्हा स्त्री कलाकाराकडून झालेलं दिसतं, तेव्हा अंगावर शहारे येतात. या प्रकारांना ज्ञानेश, निष्ठाच म्हणायची नाही?

हो, निष्ठाच ही! आम्ही थोडीशी जुनी म्हणजेच बाद झालेली कलाकार मंडळी. आम्ही निष्ठावंत होतो; पण तरीही आम्ही कमकुवतच. कारण एका वेळी आम्ही एकाच व्यवसायावर लक्ष केंद्रित करून, एकाच ध्येयावर निष्ठा केली. आमचा हाच कमकुवतपणा आम्हाला नडला. पण हल्लीच्या या हौशी मंडळींचं किंवा सरसकट नव्या पिढीचं तसं नाही. एकाच वेळी अनेक गोष्टींवर ते निष्ठा ठेवू शकतात. मोठी ताकदवान पिढी आहे ही. त्यामुळे अर्थातच त्यांची एके ठिकाणची निष्ठा फसली तर दुसऱ्या ठिकाणची निष्ठा त्यांना तारून नेते, पण आम्हा जुन्या लोकांचं तसं नाही. आमच्या निष्ठेला शह बसवणाऱ्या गोष्टी जेव्हा घडतात तेव्हा आम्हाला सगळं संपल्यासारखं वाटतं!

आज माझी ती अवस्था झाली आहे. जुन्या संकेतांना व निष्ठांना मी चिकटून राहिलो आणि आज स्वतःलाच हरवून बसलो. पण तरी ज्ञानेश, मी हरवतो आहे याचीही मला अंतर्यामी जाग होती. त्याला एकच पुरावा.

काळ बदललाय याची मला केव्हाच जाणीव झालेली आहे. त्या दृष्टीनं मी एक विचार केला. केवळ संस्थेसाठी आणि संस्थेबद्दलच तो विचार होता. एकदम नवा विचार होता असं मुळीच नाही. जुन्याचाच आदर्श होता तो. इतिहासाची पुनरावृत्ती व्हावी असं वाटलं म्हणून मी तोच निर्णय घेतला.

केशवराव भोसल्यांनी 'ललितकलादर्श संगीत कंपनी' चालू राहायला हवी म्हणून कायदेशीर वारसाहाती कंपनी न देता ती आपल्या बापूंना आणि चापेकरांना दिली. मी त्याच तऱ्हेचा निर्णय घेऊन एका श्रेष्ठ गायक कलाकाराला माझा बेत सांगितला. संगीत संस्थेची परंपरा जोपासली जायला हवी असेल तर संस्थेच्या दृष्टिकोनातून माझा निर्णय योग्य होता. माझ्यापेक्षा ज्याच्या गाण्याची तयारी जोरकस, आवाज गोड, रूप सुंदर आणि अभिनयाची पण जाण असलेला तो कलाकार.

'ललितकलादर्शची धुरा तू आता संभाळायची आहेस, तुझ्याकडे मी त्या नजरेनं पाहतो आहे,' असं मी त्या कलाकाराला सांगितलं. बापूंनी जेव्हा संस्था आव्हानपूर्वक सांभाळली, तेव्हा केशवरावांचा लौकिक संस्थेच्या नावामागे होता. मी ज्या कलाकाराजवळ माझं मनोगत व्यक्त केलं, त्या कलाकाराच्या मागे ललितकलेचा ६० वर्षांचा लौकिक उभा होता. पण ज्ञानेश, काय झालं? एखाद्याला एखाद्या सम्राटानं अख्खं राज्य बहाल करायला निघावं आणि त्या माणसानं म्हणावं, 'राज्य वगैरे नको, पण माझी राहती खोली माझ्या मालकीची करून द्या म्हणजे झालं,' तसा प्रकार झाला.

त्या कलाकाराला मी संस्थाच चालवायला देणार होतो ते पाहून, त्याच्यावरचा माझा लोभ जाणून, त्यानं फक्त जास्त 'नाइट'ची अपेक्षा व्यक्त केली! तीही मी पूर्ण केली. माझ्या स्वभावधर्माप्रमाणे.

ज्ञानेश, याचा मला फार फार धक्का बसला आहे. इथं म्हणावंसं वाटतं की जिद्द करावी ती जुन्या माणसांनी. आव्हान स्वीकारावं ते जुन्यांनी! आणि निष्ठावंत म्हणून तरफदारी करावी ती जुन्यांचीच. जुन्या जमान्यात, हव्या तेवढ्या सोयी नव्हत्या. एवढी सुबत्ता नव्हती. प्रवास दगदगीचे होते! परिस्थिती प्रतिकूल होती, पण माणसं पर्वतासारखी अफाट व कणखर होती. आता सुबत्ता आली. सुखसोयी आल्या. नवेनवे पर्वतासारखे अवाढव्य शोध लागले. रंगभूमी पण विराट स्वरूप धारण करू लागली. नव्या नव्या शोधांचा ती आधार घेत घेत, मोठमोठे आविष्कार दाखवू लागली; आणि इकडे 'माणूस' मात्र छोटा छोटा होत चालला. ज्ञानेश, 'मला ससा का केलंस म्हणून परमेश्वराला विचारा' असं नाही रे म्हणता येत. परेश्वरानं तुला नरकेसरी बनवायचं ठरवलं होतं; पण तू आपण होऊन ससा झालास. आणि तरीही, सशाएवढाही ससा म्हणून प्रामाणिक राहिला नाहीस, दुःख त्याचं आहे, वेदना ती आहे!

ज्ञानेश, तो तानपुरा घे

ज्ञानेश, पु. ल. देशपांड्यांनी त्यांच्या एका नाटकात असं वाक्य लिहिलं आहे, की 'जगात वेदना फार सुंदर बोलते.'

मी पण माझी वेदनाच इतका वेळ बोललो. का बोललो? सहन करणं अशक्य झालं म्हणून बोललो. ही बोलायची वेळ नाही असं सगळे म्हणणार आहेत. तुला मी जे काही इथवर सांगितलं ते आणखी जर कुणाच्या कानावर गेलं, तर तोही त्या 'सदू'सारखाच मला म्हणेल, 'बोलायला लागलात पण वेड्यासारखं बोललात.' पण ज्ञानेश, तू तसं म्हणू नकोस. माणूस माणसासारखा वागला नाही की मला क्लेश होतात. तो माणूस मग कोणत्याही व्यवसायातला असो.

मी मात्र या व्यवसायात राहूनच तुला त्यातली फसवी वळणं दाखवणार आहे. या व्यवसायातून मी पूर्णतः निवृत्त होईन, त्या वेळी मी आणखी स्पष्ट बोलू शकेन याची मला जाणीव आहे. पण ज्ञानेश, आणखीन काही फारसं मला सांगायचंही नाही. मी व्यवसाय कसा केला, त्यासाठी काय प्रयत्न केले, ते तुला सांगण्याचा प्रयत्न केला. मी ज्या तऱ्हेनं व्यवसाय केला त्यात अनेक चुका केल्या असतील. तू त्या सुधारून दाखव. मला निव्वळ मूर्ख ठरवून तिथंच थांबू नकोस. कृती करून दाखव. मी माझ्याकडून यथाशक्ती यत्न करीत आलो. पळवाटा शोधण्याची माझी वृत्ती नव्हती व अजून नाही. त्यामुळे अनेक बाबतीत मी वाईटपणा पत्करला. पुराणकालात ज्याप्रमाणे देवादिकांनी जेव्हा जेव्हा दैत्यांशी संघर्ष करून विजय मिळविला, त्या त्या वेळी नारदालाच

मध्ये ढकलले होते. त्याप्रमाणे नारदाची तशीही भूमिका मला पत्करावी लागली, पण तरीही मी पळवाटा शोधल्या नाहीत. आजही या व्यवसायात असताना मी तुला त्यातल्या हकिगती सांगितल्या. या आणखीन कुणाच्या कानावर गेल्या तर त्यांना माझं हे बोलणं आवडणार नाही. पण ज्ञानेश, तरीही आज या घटकेला माझ्या मनात कटू आठवणींपेक्षा सुखद आठवणीच जास्त आहेत; आणि जपणूक करायची असते ती चांगल्या गोष्टींचीच! संस्थेसाठी गेल्या पंचवीस वर्षांत किती लोकांनी किती कार्य केलं, माझ्या आमंत्रणासरशी किती कलाकारांनी धाव घेतली, याच्या स्मृतींनी मी आता हेलावून गेलोय.

दोन तपं मी हा संसार सांभाळला असं सगळे म्हणतात व मला मानतात. पण ज्ञानेश, हा संसार म्हणजे एकपात्री प्रयोग कधीच नव्हता. मामा पेंडसे, चित्तरंजन, दत्ताराम आणि शंकर घाणेकर ही चार मंडळी आणि पाचवा मी. माझ्या नाट्यसंसारातल्या, गेल्या पंचवीस वर्षांतल्या कडू आणि गोड आठवणी यांच्या भोवतीच फिरत राहतात. या पलीकडे नाट्यविश्वच नाही का, असं तू विचारशील मला!

त्याचं उत्तर मी हेच देईन की, माझ्यापुरतं हेच माझं विश्व होतं; नव्हे अजून आहे. आणि यामुळेच केवळ, कुटुंबातल्या या चौघांपैकी एखादा जरी अस्वस्थ असला की माझं विश्व डळमळल्याप्रमाणे मला वाटतं. पण ज्ञानेश, महत्त्व त्याला नाही. ज्याप्रमाणे कडू आणि गोड घटना मी पचवल्या, तशाच त्या त्यांनीही पचवल्या आणि मला ते साथ देत आहेत!

यांच्यासारखी कलाकार मंडळी मला मिळणं म्हणजे ती नियतीचीच देणगी म्हणतो मी! या प्रांतात मी वाटचाल करावी ही तिची इच्छा. पेंढारकर घराण्याकडून रंगदेवतेची सेवा व्हावी हा तिचा संकल्प. बापूंना पण तिने असंच या व्यवसायात खेचून आणलं. तीच माझी बाब! आणि मला संसारातली साथीदारही नाट्यवेडीच मिळणं, ही पण तिचीच योजना.

ज्ञानेश, तुझी आई पण नाटकात काम करते. माझा हा संसार तर ती जबाबदारीनं करतच आहे; पण नाट्यसंसारातदेखील तिची साथ आहे. या व्यवसायाची तिला जर अभिरुची नसती तर माझी फार कुचंबणा झाली असती. आता तू आणि गिरिजा या क्षेत्रात उतरत आहात. काळ कसा वेड्यासारखा धावतोय. तुम्ही दोघं 'हा हा' म्हणता मोठे व्हाल; व माझ्या पाठीशी उभे राहाल. मी जेव्हा कधी कधी 'शारदा' नाटकात 'श्रीमंता'ची भूमिका करतो, तेव्हा मुद्दाम म्हाताऱ्याचा मेकअप करतो. पण त्या वेळेला मी खऱ्याखुऱ्या श्रीमंताच्या वयाचा असेन आणि ज्ञानेश, समोर कोदंड म्हणून तू उभा राहशील.

ज्ञानेश, लवकर मोठा हो आणि माझ्यावरचा भार तू घे. हा 'रथ' चालू ठेव. हा 'रथ' आपल्याला चालू ठेवायला हवा. केशवराव भोसल्यांची ही ठेव या श्रद्धेनं

मी ही संस्था सांभाळण्याचा प्रयत्न केला. संस्था चालविण्यासाठी जे 'ॲडमिनिस्ट्रेशन' जवळ असावं लागतं ते माझ्याजवळ नाही. त्या बाबतीत माझा फार गोंधळ उडतो. सगळ्यांचा घोळ होतो. पण तरीही या व्यवसायाव्यतिरिक्त मी दुसरं जीवन मानलं नाही.

केशवराव भोसल्यांइतकी दूरदृष्टी व तेवढी कुवत माझ्यात नव्हती व नाही पण! पण ही संस्था त्यांची ठेव आहे या भावनेनं मी तिला जपली. आणि पुढं तिचं असंच जतन व्हावं म्हणून एका देखण्या, मधुर गळा लाभलेल्या कलाकाराला संस्थेचा वारसा देऊ केला. ज्याप्रमाणे नाट्य व्यवसायाची परंपरा आपल्याकडे सुरू झाली तशीच ती त्या कलाकाराच्या बाबतीतही त्याच्या वडिलांपासूनच सुरू झाली होती. ज्या कलाकाराच्या घराण्याला 'रंगदेवते'नेच 'प्रसाद' दिला, असा तो कलाकार माझ्या इच्छेचा स्वीकार करील, ही मला फार मोठी आशा.

पण त्या बाबतीत तेवढीच निराशा पत्करावी लागली. जाऊ दे ज्ञानेश, इतरांना नावं ठेवण्याचा मला अधिकार नाही. 'वेदना सुंदर बोलते' यात वादच नाही; पण ज्ञानेश, वेदना एकदा बोलायला लागली की तिला काय बोलावं आणि काय बोलू नये, याचा विवेकही राहत नाही.

रात्रभर आपण बोलत आहोत. बापूंच्या पहिल्या जाहीर पुण्यतिथीच्या प्रयोगाला पडदा, प्रयोग होण्यापूर्वी खाली आला, ही माझी पहिली वेदना मला आठवली आणि मी बोलत सुटलो. त्या भरात मी नको नको त्या आठवणी सांगितल्या. मी ही शल्यं विसरायला हवीत. केवळ तुझ्याजवळच मी हे बोललो, कारण हा व्यवसाय तुला करायचा आहे. या व्यवसायात, जीवनात काय काय सहन करावं लागतं, कसे प्रसंग येतात याची कल्पना यावी म्हणून बोललो. बोलायला सुरुवात केली आणि मग भान राहिलं नाही. नानासाहेब फाटक, मामा पेंडसे यांच्यासारखी गुरुस्थानी असलेली माणसं, ज्योत्स्नाबाई, रांगणेकरांसारख्या समव्यवसायी माणसांच्या हकिगती, मी या वेदनेत बोलून गेलो. पण ज्ञानेश, हे सगळं विसर. या प्रांतात या व्यक्तींचे अधिकार व स्थान मोठं आहे. यांच्यासारख्यांच्याच आशीर्वादावर मी ही वाटचाल केली व इथून पुढे करणार आहे. माझ्याबरोबर तुलाही आता पावलं टाकायला हवीत. अजून तू लहान आहेस, पण हरकत नाही. मी आहे अजून. आपल्याला आता पुन्हा एकवार कंबर कसायची आहे. खूप खूप नव्या नव्या गोष्टी करायच्या आहेत. माझी उमेद संपलेली नाही, आणि संपणार पण नाही.

नियतीनं इतकी वर्षं मला तिच्या इच्छेप्रमाणे राबवलं; आता मी तिला मला हवं तसं वळवून घेईन. पण तसं हट्टाला पेटायची वेळ येणारच नाही. न मागता तिनं मला आजवर खूप दिलं. ज्याप्रमाणे शिवाजी महाराज म्हणायचे, 'हे राज्य व्हावं ही 'श्रीं'ची इच्छा आहे' त्याप्रमाणे मी सांगतो 'रंगभूमी जगावी ही नियतीची इच्छा आहे.'

मी कोण? कुणीच नाही. 'यदा यदाहि धर्मस्य ग्लानिर्भवति भारत' या श्रीकृष्णांच्या वचनाप्रमाणे, रंगभूमीवरही जेव्हा जेव्हा ग्लानी पसरली तेव्हा तेव्हा रंगदेवतेनं अवतार घेतलेला आहे. १९३३ मध्ये आचार्य अत्र्यांची लेखणी झंझावात सुटावा त्याप्रमाणे दौडत राहिली. 'साष्टांग नमस्कार', 'लग्नाची बेडी' यांसारखी विनोदी आणि 'घराबाहेर', 'उद्याचा संसार' यांसारखी तेजस्वी नाटकं रंगभूमीवर आली आणि रंगभूमी उजळून निघाली. त्यानंतर पुन्हा मरगळ आली व्यवसायावर. तर मो. ग. रांगणेकर सरसावले. आजच्यासारखीच काहीशी बेशिस्त अंदाधुंदी माजली असताना, रांगणेकरांच्या नाट्यनिकेतननं त्या काळात नीटनेटके आणि शिस्तबद्ध प्रयोग केले. व्यवसायाला नवं वळण लावलं. मध्यमवर्गीयांच्या सुखदुःखांवर रांगणेकरांची कुशल लेखणी अचूक स्थिरावली आणि रंगभूमीलाही स्थैर्य प्राप्त झालं! १९४२ पासून, जवळजवळ 'स्वामिनी' रंगभूमीवर येईतो, नियतीनं माझी परीक्षाच घेतली. आणि त्यात मला उत्तीर्णही तिनंच करून घेतलं आणि यशाचं माप पदरात टाकायला सुरुवात केली.

तुला हे सगळं सांगताना आज अनेक, अनेक मंडळींची आठवण होत आहे. वेळोवेळी किती जणांनी साथ दिली, याला तर गणतीच नाही. १९४२ पासूनचे ललितकलेचे एकूण एक कलाकार, डॉ. भालेराव, डॉ. आजगावकर, बाबूराव देसाई, बुवा, अण्णा काळे, पांगे, ...छे छे, ज्ञानेश, खरोखरच माझ्या उपकारकर्त्यांची आणि सहकाऱ्यांची नावं सांगायची ठरवलं तर दिवस पुरणार नाहीत.

...बापू गेले तेव्हा सर्वत्र अंधार होता. अधूनमधूनही अजून कधी कधी, अंधारून आल्यासारखं वाटतं. पण अशा मनाच्या कातर अवस्थेत, भूतकाळात भेटलेल्या थोर व्यक्ती आठवतात. अजूनही आपल्या हाकेसरशी सगळे जुने-नवे कलाकार, पत्रकार, मित्रमंडळी धाव घेतात, ते आठवतं आणि मग पुनः प्रकाशाचा प्रत्यय येतो. आत्तासारखा पहाटेचा थंड वारा सुखावून जातो, जुन्या आठवणी आल्या की!

थंड वाऱ्याची पहिली झुळूक येते ती गोविंददास शेटजींच्या औदार्याचा सुगंध घेऊन.

गोविंददास शेटजी, ताराबाई आणि पेंढारकर कुटुंब यांचे लागेबांधे या जन्मीचे नक्कीच नाहीत. पूर्वजन्माशीच त्यांचं नातं जोडावं लागेल. त्याचं ऋण मी कुठल्या जन्मी फेडायचं, याचं उत्तर कुणीही देऊ शकणार नाही. त्यांनी जर माझा सांभाळ नसता केला तर ज्ञानेश, मी दिसलोच नसतो.

मला आता सुवर्ण महोत्सवाच्या वेळचा प्रसंग आठवतो. आम्हा सर्व कलाकारांना गोविंददास शेटजींनी छोटीसी मेजवानी दिली. आणि नंतर बापूंना जेवढी सुवर्णपदकं आणि चांदीची पदकं मिळाली होती ती सर्व त्यांनी माझ्या स्वाधीन केली. आपल्या बापूंना गोविंददासांनी वेळोवेळी आर्थिक साहाय्य केलं होतं. त्याची एक कृतज्ञतापूर्वक

जाणीव म्हणून बापूंनी, त्यांना मिळालेली सगळी पदकं गोविंददासांच्याजवळ ठेवायला दिली होती. गोविंददासांचं ऋण न फेडताच, बापू गेले. ती खंत उराशी बाळगून गेले. पण गोविंददास एवढ्या विशाल अंतःकरणाचे, की त्यांनी त्या पदकांचं जतन केलं. माझ्या ओढग्रस्तीच्या काळात, कदाचित ती पदकं विकण्याची पाळी माझ्यावर आली असती, ही संभाव्यता गृहित धरून त्यांनी ती पदकं त्यांच्याचजवळ ठेवली; आणि सुवर्ण महोत्सवानंतर जेव्हा ती मेजवानी दिली, त्या वेळी, बापूंच्या जीवनातल्या त्या विजयपताका त्यांनी माझ्या स्वाधीन केल्या.

...नंतरची ही झुळूक! चिरूटाचा मंद वास आहे त्यात. भारदस्त पण सुगंधी.

बाबूराव देसाई! एके काळचे रिझर्व्ह बँकेचे मॅनेजर. सध्या निवृत्त झाले आहेत, खूप मोठ्या पदावर नोकरी करून. त्या पदापेक्षाही मोठ्या मनाचे असलेले बाबूराव, गोविंददास आणि आपले वझेबुवा या तिघांनी मला जणू त्यांच्या मुलासारखंच वागवलं. फार प्रेमळ आणि श्रद्धावंत माणसं ही. आता बाबूराव एवढे ऑफिसर, पण फार श्रद्धावंत! ज्योतिषाचं वेड व स्वतःचाही व्यासंग त्या विषयात. त्यांची एक गंमत म्हणजे ज्ञानेश, नाटकाच्या प्रत्येक प्रयोगाला ते सुमुहूर्त शोधायला लागले. बरं या बाबतीत त्यांना वेगळं सांगण्याची सोय नव्हता; कारण ते स्वतःच ते शास्त्र व्यवस्थित जाणत होते. अशा भावनाप्रधान, श्रद्धावंत आणि आपल्यावर प्रेम करणाऱ्या माणसाचं मन मोडू नये म्हणून केवढी जागरुकता ठेवावी लागते नाही? पण ती झुंजही मोठी लोभस असते. मला तेव्हा असाच प्रश्न पडायचा की, एक वेळ कलाकार हुकमी मिळवता येईल, थिएटर पण मिळवता येईल, एखादा चांगला नाटककार गाठता येईल, पण 'सुमुहूर्त' कसा काय निर्माण करायचा? पण अंतःकरणानं थोर असलेल्या व त्याशिवाय बुद्धिवान असलेल्या माणसाला काही सांगण्याची आवश्यकता निर्माण होत नाही. त्याप्रमाणे बाबूरावांचा प्रत्येक नाट्यप्रयोगाला सुमुहूर्त किंवा शुभदिन पाहण्याचा प्रेमळ हट्ट मलाही दूर करायची वेळ आली नाही. या तऱ्हेने व्यवसाय होणार नाही, हे त्यांच्याच ध्यानात आलं.

नियतीनं तिचा हट्ट पुरा केला तो बाबूरावांच्या रूपानं, आणि या हट्टाला साथ देऊन, ज्यांनी प्रेमळपणानं पहिलंवहिलं दिग्दर्शन केलं ते केशवराव दाते.

यांचाही माझ्यावर आजपर्यंत अकृत्रिम लोभ. या माणसांच्या मनाचा मोठेपणा आणि त्यांनी माझ्यासारख्या छोट्या माणसाचा धरलेला स्नेह, वात्सल्य भावना याबद्दल किती सांगावं? एकदा अमर हिंद मंडळात आपल्या नाटकाचा प्रयोग होता. मेकअप वगैरे झाला होता, पण एकाएकी माझी प्रकृती कल्पनेबाहेर ढासळली. प्रयोग न करताच मी घरी परतलो. नानांना ही वार्ता त्याच दिवशी समजली. आणि दुसऱ्या दिवशी उजाडताच नाना, माझी चौकशी करण्यासाठी आपल्या घरी आले. असे काही प्रसंग घडत असले म्हणजे वाटतं, आपण एकटे नाही; पोरके तर नाहीच नाही.

अशी एकेक माणसं ज्ञानेश. ही वस्तुतः माणसं नव्हतीच. माझ्या खडतर जीवनाच्या वाटेवरच्या नियतीनं विखुरलेल्या या सावल्याच होत्या. या सावल्यांनी माझ्या थकलेल्या गात्रांना विश्रांती दिली. मरगळलेल्या मनाला स्फूर्ती दिली आणि पुढच्या प्रवासासाठी चेतना दिली.

माझा प्रवास सुरू झाला आणि मग वाटेत जागोजागी झाडं भेटत राहिली. छोटी, मोठी, निरनिराळ्या रंगांची, निरनिराळ्या आकारांची, निरनिराळ्या ताकदीची. पण त्या सर्व झाडांचा स्थायीभाव एकच होत- तो म्हणजे शीतलता.

आपले अण्णा काळे असंच एक झाड! या झाडाला दर वर्षी पालवी फुटतच आहे. हे पालवी फुटणं पुन्हा कोणत्याही ऋतूवर अवलंबून नाही. नवं काम मिळणं हाच मोसम पालवीचा. कुणाचंही काम त्यांच्याकडे निघालं की ते काम हसतमुखानं करायला हे झाड नवी पालवी बहरून तयार. ही पालवी येताजाता फुटण्यासाठी या झाडानं नव्या नव्या कामांचं खत रिचवलं. ६२ मध्ये हे झाड अंथरुणाला खिळून होतं. ते पुन्हा फोफावलं; पण कमरेपासून पाठीपर्यंत पट्टा बांधून; पण ज्ञानेश, थोड्याच दिवसांत या पट्ट्यालाच अण्णांच्या पाठीचा आधार वाटू लागला. अण्णांनी पट्टा टाकला. आणि पट्ट्याबरोबर कातही! नवा जोम घेऊन ते उभे राहिले. हातात ब्रश आला. पुन्हा एकवार रंगाच्या पेटीतले रंग, त्राता भेटला म्हणून जास्त खुलले. पु. ल. देशपांडे एकदा बालगंधर्वांच्या गाण्याबद्दल म्हणाले होते की, 'स्वर बालगंधर्वांच्या तोंडून येण्याकरता त्यांची विनवणी करत समोर हात जोडून उभे असतात.' त्याचप्रमाणे ज्ञानेश, रंगाच्या पेटीतले ते रंग पण अण्णांच्या ब्रशची वाट पाहत पेटीत व पॅलेटवर थांबलेले असतात.

त्या आजारातून हे झाड पुन्हा फोफावलं आणि त्याच झाडाच्या छायेत ज्ञानेश, आपलं 'जय जय गौरीशंकर' शंभराव्या प्रयोगाची दौड करू लागलं. अण्णांचं छायाचित्र उद्या मला कुणी लावायला सांगितलं, तर 'जय जय गौरीशंकर' मधला, हिमालयाच्या देखाव्याचा पडदाच लावीन मी. अण्णा तसेच 'शीतल' आहेत, हिमालयासारखे भव्य आहेत, आणि त्यातल्या हिरव्या वनराईप्रमाणे प्रसन्न, टवटवीत व स्वतः उन्हाचा ताप सोसून इतरांना सावली देणारे आहेत. 'अनंत आमुची ध्येयासक्ती, अनंत अन् आशा, किनारा तुला पामराला' हे असे चरण म्हणतच जन्माला आलेली ही माणसं. अंगीकारलेल्या कार्यापुढे त्यांनी सगळंच तुच्छ मानलं.

याच संदर्भात मला काकांची म्हणजे चिंतामणराव कोल्हटकरांची पण आठवण येते. त्यांच्या तालमीचा पण मला लाभ मिळाला आहे. तालमीच्या वेळी चर्चा होऊ द्यायची नाही हा दंडक आणि तालमी कशा द्याव्यात आणि नटाला कसं शिकवावं, हे मी त्यांच्याकडून शिकलो. ते आजारी होते तेव्हाची गोष्ट. चित्तरंजन त्यांच्या जवळ बसून होते. काकांनी त्याला विचारलं, 'तुझं नाटक आहे ना?' चित्तरंजन 'हो'

म्हणाले. काका लगेच म्हणाले, ''मग जा पाहू थिएटरवर. माझ्या उशाशी बसून राहिलास आणि तिकडे नाटक बंद झालं तर माझा आजार आणखीन वाढेल. कुठल्याही परिस्थितीत नाटक चालू राहिलंच पाहिजे. जा. इथं बसू नकोस.''

आणि त्या दिवशी, अशांत मनःस्थितीत चित्तरंजननी 'दुरितांचे तिमिर जावो' मध्ये काम केलं. आणि त्याहीपुढची गोष्ट म्हणजे, काका वारले तेव्हाची. त्याच्या दुसऱ्या की तिसऱ्याच दिवशी परत आपला प्रयोग होता, त्यालाही चित्तरंजन आले. 'मी तसाच बसलो तर काकांच्या आत्म्याला दुःख होईल, मी काम करणार आहे,' असं म्हणून त्यांनी त्याही दिवशी काम केलं. ज्ञानेश, याला म्हणतात वारसा! हाच जपायचा असतो. चित्तरंजननी तो समर्थपणे जपलाय. खरंच ज्ञानेश, चित्तरंजननी मला आजवर जी साथ दिली आहे ती शब्दांनी सांगता येणार नाही. ही निष्ठा मानलीच पाहिजे. इतरांनी निष्ठेचं पालन करावं म्हणून आपण खुद्द काही निष्ठा जोपासल्या पाहिजेत. 'दिलेल्या वेळेत नाटक सुरू व्हायलाच हवं' हे तत्त्व समोर ठेवून मी ते निष्ठेनं पाळलं. अर्थात माझ्या संस्थेतल्या प्रत्येक कलाकारानं मला अजोड साथ दिली म्हणूनच या तत्त्वाचं पालन 'ललितकलादर्श' करू शकली हे निर्विवाद. ज्या वेळी सगळा भारतदौरा केला, तेव्हा रेल्वेकडून खोटी झाल्यावर एकदा विमानानं प्रवास करावा लागला, हे तत्त्व संभाळण्यासाठी. कलाकारांना घेऊन विमानानं प्रवास केला तेव्हा, वेळेवर नाटक सुरू करण्यासाठी कलाकारांनी जे साहाय्य दिलं त्याला उपमा नाहीत. ज्ञानेश, स्वतःचा दर्जा बाजूला ठेवून, नुकतीच पोटावर शस्त्रक्रिया झालेली असताना, मामा पेंडशांसारखे, सर्व बाबतींत मला वडील असलेले थोर गृहस्थ, सेट लावू लागले. दत्तारामबापू, शंकर घाणेकर, चित्तरंजन यांच्यासारख्या गुणवंत श्रेष्ठ कलाकारांनीही अशा वेळी मागंपुढं पाहिलं नाही. कुणी मंडपीवर चढलं, कुणी इतर व्यवस्था करू लागलं. आणि दिलेल्या वेळेला नाटक सुरू केल्याचा आनंद प्रत्येकानं माझ्याइतकाच त्या दिवशी लुटला!

त्याचप्रमाणे, नेकीने व्यवसाय करणारे मा. दत्ताराम. यांनाही अजून पालवी फुटत आहे रोज. 'मत्स्यगंधा' नाटकात भीष्माच्या भूमिकेत ते किती तडफेनं काम करतात, हे पाहाच एकदा ज्ञानेश. 'आधि मृगया' असं म्हणत ते जेव्हा धनुष्य सावरीत विंगमध्ये धावत जातात, तेव्हा त्यांच्यावर नजर ठरत नाही. हीच तडफ शिवाजी महाराजांच्या भूमिकेतही! 'आकाशाला गवसणी घालण्यासाठीच आमचा जन्म झाला आहे,' असं ते जेव्हा शिवाजी महाराजांच्या भूमिकेत म्हणतात, तेव्हा साठीकडे झुकलेल्या त्यांच्या वयाची आठवण होऊन, ते वाक्य महाराजांचं नसून खुद्द दत्ताराम जेव्हा मन्सूरखां होऊन लाचारीनं, 'लाख टुकडे हो गये' करत लवंगिकेच्या मेहेरबानीसाठी जमिनीला लवून कुर्निसात करतात, तेव्हा शहाण्णव कुळीचा रायगडचा शिवबा उभा करणारे दत्ताराम ते हेच का, असा संभ्रम पडतो.

मा. दत्ताराम 'माणूस' म्हणूनही, त्यांच्यातल्या कलाकाराएवढेच मोठे आहेत. 'मा. दत्ताराम' म्हणजे इतर खुशाल म्हणोत 'मास्टर दत्ताराम' म्हणून; मी मात्र त्यांना 'माणूस दत्ताराम' असंच म्हणत आलोय. म्हणूनच तुला आज सांगतो, की या व्यवसायात, सर्व बाबतींत जर आदर्श ठेवायचा असला, तर 'माणूस दत्ताराम' यांचाच ठेव. 'नट' हा व्यवसाय पत्करल्यावर त्याला जरूर त्या सगळ्या गोष्टींचं जतन या कलावंतानं केलं आहे. अनिश्चित समजल्या जाणाऱ्या नाट्य व्यवसायात जिंदगी घालवूनही या कलाकारानं समर्थांच्या आदेशाप्रमाणे 'नेटका प्रपंच' करून दाखवला आहे. सध्या वसईत त्यांनी एक घर घेतलं आहे. तत्पूर्वी ते लालबागला राहत होते. श्रीकृष्ण भोजनालय किंवा श्रीकृष्ण दुग्धालयाच्या आसपास अगदी साध्या कपड्यात ते तेव्हा दिसायचे. आणि अजूनही ते तसेच आहेत.

'श्रीकृष्ण दुग्धालय' म्हणालो ना आत्ता? त्याच्या मालकांबद्दल मला तुला सांगायचं होतंच. त्यावरून ज्या विभागात हमखास मारामाऱ्या, दंगली एक दिवसाआड व्हायच्या, अशा धकाधकीच्या वस्तीत हे गोड गोड मेवामिठाईचं दुकान टिकून राहिलं आहे. इथपासूनच आश्चर्याला सुरुवात होते. बरं हे दुग्धालय नुसतंच टिकलेलं नाही तर चांगलं जोरात चाललंय. आता कसं चाललं? तर याचं कारण मला विचार. बर्फी, पेढे, दुधी हलवा, पियूष असल्या खाद्य पदार्थात साखरेचा समावेश मोठा; पण इथं साखरेचा खर्च नाही. ते पैसे सतत वाचतात. म्हणून दुकान जोरात चाललंय. पाहू नकोस असा. या थापा नाहीत. या दुग्धालयाचे मालक द. ग. फणसे यांना तू पाहिलं नाहीस? स्वतःच्या गुबगुबीत दोन हातांच्या तळव्यात त्यांनी तुझा हात कधी दाबून धरला नाही का? आलं ना लक्षात? मग हेच कारण साखर न लागण्याचं! फणसे ही व्यक्ती खरोखरच त्यांच्या आडनावासारखी. दुग्धालयाच्या स्वयंपाकघरातून सकाळी चक्कर टाकून येतात नुसती की पेढे, बर्फी तयार! याच गोड स्वभावामुळे हा अजातशत्रू, लालबागसारख्या धोकादायक मोहल्ल्यात टिकून राहिलाय. फणसे हे खरोखरच स्पर्शानं बोलतात. ते नुसते हातात हात घेतात आणि सगळं सांगतात. बसमधून जाताना जिथं नाटकांचे चार-पाच बोर्ड नेहमी दिसतात ते दुकान द. ग. फणसे यांचं! इथली मेवामिठाई संपेल एक वेळ; पण नाटकाच्या गप्पा संपायच्या नाहीत. त्या एवढ्याशा दुकानात काऊंटरजवळ गिऱ्हाइकाला उभं राहिला जागा मिळत नाही, पण नाटकांचे बोर्ड मात्र दाटीवाटीनं राहू शकतात.

...अशी ज्ञानेश एकापेक्षा एक चांगली माणसं! अशा सावल्या. आपल्याजवळ शून्य होतं, 'वसंत' आणि 'गुलाब' यांना एकच कोट होता. पहिला प्रयोग झाला आणि बाबूरावांनी स्वरांची पेटी प्रथम घ्यायला लावली. ललितकलादर्श संस्थेचा स्वर संभाळायचा किती तरी लोकांनी प्रयत्न केला. 'संगीत' संस्थेची परंपरा सर्वांनी सांभाळली.

ती परंपरा सांभाळण्यात सिंहाचा वाटा वसंतराव देसाईंचा. 'पंडितराज जगन्नाथ' नाटकापासून ही परंपरा जोरात सुरू झाली. आपल्या वसंतरावांनी त्या नाटकाचं संगीत दिग्दर्शन केलं. पंडितराज जगन्नाथची गंगाभक्ती थोर खरी; पण त्या गंगाभक्तीला स्वरांचं लेणं चढवून ती सालंकृत केली ती वसंतरावांनीच!

पांचट गाण्यांच्या जमान्यात त्यांनी 'जय गंगे, भागीरथी'चे स्वर घरोघरी पोहोचवले. ज्याप्रमाणे त्यांची 'घनश्याम सुंदरा' ही भूपाळी घराघरातून पोहोचली, त्याप्रमाणे त्या त्या ठिकाणी 'जय गंगेचे' स्वर पोहोचले. 'मंगल प्रभात'मध्ये सकाळी ही गाणी ऐकली की वसंतरावांची, विद्याधर गोखल्यांची आणि प्रसाद सावकारांची आठवण येते. मंगल काव्य, मधुर स्वर आणि गोड गळा या तीन गोष्टी हातात हात घालून एकदम भेटतात. त्याचप्रमाणे विद्याधर गोखले! संगीत नाटकाची परंपरा त्यांनीच 'पंडितराज'पासून सुरू केली, जोपासली व अभिरुचीनं वाढवली, यात शंकाच नाही. 'संगीतानं नाटक मारलं'- 'नाटकात संगीत असावं की नसावं' या असल्या चर्चांना, आक्षेपांना गोखल्यांनी कृतींनी उत्तर दिलं आहे. 'पंडितराज' रंगभूमीवर आलं आणि सर्वत्र संगीत नाटकं सुरू झाली. बैजू, तानसेन, मत्स्यगंधा, मंदारमाला, सुवर्णतुला, गौरीशंकर, ययाती-देवयानी, ही संगीत नाटकांची यादीच बघ. एक-दोन नाटकांचा अपवाद वगळता, आजदेखील ही नाटकं जोरात चालली आहेत; आणि ही लाट 'पंडितराज'पासून सुरू झाली आणि आज 'गौरीशंकर'पर्यंत येऊन थांबलेली आहे, याचा मला अभिमान वाटतो. 'गौरीशंकर'मध्ये प्रसाद सावकार, मी, जयश्री शेजवाडकर ही मंडळी आहोतच; पण या 'गौरीशंकर'मध्ये जसा शंकर आहे, तसाच; किंबहुना त्याहून मोठा 'राम' आहे. होय, ज्ञानेश रामभाऊ मराठे यांच्याबद्दल बोलतोय मी. श्रीशंकराची भूमिका रामभाऊ समरसतेनं करतात. त्यांच्या जोरकस आणि आवेशपूर्ण गायकीबद्दल बोलायलाच नको. ज्याप्रमाणे पु. भा. भाव्यांच्या ज्वलंत लेखणीचं वर्णन करताना मी तसे शब्द कुठून आणू हा जसा मला प्रश्न पडला होता, तसाच प्रश्न आता पुन्हा पडला आहे. रामभाऊंच्या दमदार तानेची फेक मी शब्दबद्ध कशी करू? 'ललितकलादर्श'चा स्वर त्यांनी चालू ठेवला आहे यात शंका नाही. यांचा आणि माझा या नाटकामुळे परिचय जास्त झाला आणि यामुळेच त्यांच्यातला 'माणूसही किती मोठ्या मनाचा आहे याचा मला प्रत्यवाय आला.

'ललितकलादश'चा स्वर, विद्याधरजींनी, वसंतरावजींनी आणि आमच्या सर्व गायक कलाकारांनी जपला यात संदेह नाही.

या तिघांप्रमाणेच आणखी एका त्रिमूर्तीला कधीही विसरता येणार नाही. मखमलीचा पडदा टिकतो तो त्याला लावलेल्या सॅटीनच्या अस्तरामुळे. त्याप्रमाणे स्वरांच्या मखमलीला ही त्रिमूर्ती अस्तराप्रमाणे बिलगून उभी आहे. स्वराचं वजन या

त्रिमूर्तीनं पेललेलं आहे. सत्तावीस नक्षत्रांतून नऊ नक्षत्र पावसाची वगळली तर खाली 'शून्य' राहील असं बिरबलानं बादशहाला उत्तर दिलं होतं. मी असं म्हणेन सप्तकातले हे तिघे जण जर वगळले तर स्वरच राहणार नाही. ही अतिशयोक्ती नाही ज्ञानेश! संगीतशास्त्रात, सप्तकाचे स्वर असतील सातच, पण माझ्यापुरतं मी असं मानतो की माझ्या शास्त्रात सप्तक नसून दशक आहे.

हे जास्तीचे तीन स्वर म्हणजे गोविंदराव पटवर्धन, दामुअण्णा पार्सेकर आणि मधुकर बर्वे.

या तिघांनी संस्थेचा स्वर आणि ताल संभाळला. साथ सगळेच करतात ज्ञानेश. ते सगळेच महान आहेत. पण मला वाटतं, हे तिघे जण नाटकातल्या संगीतालाच केवळ साथ करत नाहीत, तर त्यातल्या संवादाला पण साथ करतात. मुख्य म्हणजे या तिघांचे चेहरे इतके प्रसन्न असतात, की त्या चेहऱ्यांकडे पाहूनच हुरूप येतो. प्रेक्षकांनी दिलेली 'दाद' प्रेक्षकांकडे त्यांची पाठ असूनही, आम्हाला प्रथम ती या तिघांच्या चेहऱ्यांवर दिसते. यांची साथ सुरू झाली की स्वर केवळ ऐकायला येत नाहीत, तर समोर दिसतात. यांपैकी मधुकर बर्वे हे व्हायोलिनची साथ करतात. संगीताचा वारसा यांना त्यांच्या पिताजीकडून मिळाला. मास्टर मनोहर बर्व्यांचे हे चिरंजीव, एवढं सांगितलं की आणखीन काहीच सांगण्याची गरज नाही. गोविंदरावांसारखा ऑर्गनपटू शेजारी असताना स्वतःचं अस्तित्व ध्यानात येईल अशा तऱ्हेनं व्हायोलिन वाजवायचं म्हणजे खायचं काम नाही. पण असं असूनही केवळ आपलं अस्तित्व दाखवायचं म्हणून ते साथ नाही करत. उत्कृष्ट भोजनप्रबंधात जे मिठाचं स्थान ते स्थान त्यांच्या साथीचं. जेवढं असायला हवं तेवढंच, पण अजिबात नसलं तर चवच राहणार नाही, असं!

दामुअण्णा पार्सेकर हे आपले बजवय्ये! प्रेक्षकांकडे नेहमी पाठ करून बसणारे दामुअण्णा, 'पंडितराज जगन्नाथ'मध्ये पहिल्या अंकात ते रंगमंचावर बसतात. दरबारच्या प्रवेशात ते आपल्या तबल्याच्या प्रावीण्याची चुणूक रंगमंचावरून दाखवतात. पंडितराज जगन्नाथने मृदंग : अवदत् हे शब्द उच्चारताच तसेच बोल मृदंगातून काढून ते प्रेक्षकांकडून दाद घेतात. तबल्यावर प्रभुत्व अनेक वादकांचं आहे; पण बैठकीच्या गाण्यातला तबला निराळा असतो; ज्याला 'लाईट म्युझिक' म्हणजे सुगमसंगीत म्हणतात, त्याचा बाज निराळा असतो, आणि नाट्यसंगीतासाठी आवश्यक असलेला ढंग हा निराळा असतो. जसे गाण्यात काही खटके असतात, तसेच तबल्याचे खटके असतात. गाण्यातल्या आणि तालातल्या त्या खास जागा जमाव्या लागतात, आणि त्यासाठी नाटक रक्तात मुरावं लागतं. दामुअण्णांच्या अंगात नाट्य मुरलं आहे.

आणि गोविंदरावांबद्दल तर विचारूच नकोस. त्यांची बोटं ऑर्गनवरून फिरायला

लागली की स्वरांचा धबधबा सुरू होतो. बाहेर जेव्हा 'हाऊस फुल्ल'चा बोर्ड लागतो, तेव्हा प्रेक्षक फक्त खुर्च्याच अडवतात; पण आख्खं थिएटर 'हाऊसफुल्ल' वाटतं ते गोविंदरावांचा ऑर्गन सुरू झाला म्हणजे. प्रेक्षकांनी व्यापून उरलेल्या जागेचा कण न् कण व्यापून 'खऱ्या अर्थानं 'हाऊसफुल्ल' करण्याची ताकद इथं दोन हातांत आली आहे. त्या 'वामना'नं बळीला पाताळात ढकललं, गोविंदराव इथं आपल्याला स्वरात ढकलतात इतकंच! एकच स्वर ज्या क्षणी आमच्या गळ्यात असतो, त्याच क्षणी तो गोविंदरावांच्या हातात असतो. हे पाहिलं की 'सर्वांभूती आत्मा' स्वर एकच, याचंच प्रत्यंतर येतं. 'चांगल्या हाती पडलेल्या त्या स्वरांचा हेवा वाटतो ज्ञानेश.'

अभिनयाला टाळ्या घेणारे अनेक कलाकार आहेत. हुकमी तान मारून टाळ्या घेणारे गायक आहेत. नेपथ्याला टाळी घेणारे 'पुरुषोत्तम' पण आहेत, पण ऑर्गनच्या साथीला टाळी मिळवणारे गोविंदराव मात्र एकमेव आहेत, एखाद्या गाण्याप्रमाणे त्यांच्या ऑर्गनच्या भरदार स्वरांचा 'चटका' लागून जातो.

ज्ञानेश, चटका शब्दावरून आठवण झाली. 'पंडितराज'चा प्रयोग चालला होता. सावकारांचं 'हर गंगे, जय गंगे' भजन म्हणायचा प्रसंग. आणि पाहतात तो काय, गोविंदरावांचा पत्ता नाही जाग्यावर. नाटक थांबवून चालत नाही. मग मी आतून स्वर दिला पेटीचा आणि सावकारांनी तसंच गाणं सुरू केलं.

सावकारांचं गाणं संपलं आणि गोविंदराव धावत धावत परतले. अंक संपल्यावर मी त्यांना विचारलं. तेव्हा ते म्हणाले, "अण्णा, साफ चुकलं. माझा वेळेचा अंदाज चुकला. वामनराव धावत धावत बाहेर सांगायला आले, आणि मी हादरलोच. पण अण्णा, आता पुन्हा असं घडायचं नाही. या चुकीची शिक्षा मी स्वतःलाच करून घेतली. वामनराव जेव्हा धावत आले तेव्हा माझ्या हातात सिगारेट होती. ती सिगारेट मी हातावर दाबून विझवली. आता असं व्हायचं नाही."

गोविंदरावांनी हात पुढे केला. ज्या ठिकाणी त्यांनी सिगारेट विझवली तो तेवढा वर्तुळाकार भाग लाल-लाल दिसत होता.

ज्ञानेश, तोच चटका त्या स्वरात उतरला आहे. ही निष्ठा ज्ञानेश. मोठमोठ्या कलाकृती सादर करण्याची शक्ती नियतीनं दिलेली असते; तिचं जतन या अशा निष्ठावंतांशिवाय होत नाही. मखमलीच्या पड्याजवळ बसण्याची त्यांची निश्चित पात्रता आहे.

अशा काही सुखद, स्फूर्तिदायक क्षणांसाठी, व्यक्तींसाठी आपण जगतो. संसारातली सुखदुःखं विसरण्यासाठी नाटकाला येणाऱ्या प्रेक्षकांच्या आनंदासाठी आपण जगतो. तास न् तास रांगेत उभं राहून तिकिटं काढणाऱ्या रसिकांसाठी आपण आपले घाव विसरायचे असतात. एखादा कंट्रोलर, कलाकारासाठी जादा गाडी

सोडतो आणि ड्रायव्हरही बेफाट वेगानं गाडी चालवतो. कलाकाराला नाटकाच्या वेळेत गावी पोहोचल्याचा आनंद मिळवतो. दौऱ्यावर निघालेल्या 'गोवा हिंदू असोसिएशन'च्या नावाचा फलक रेल्वेच्या डब्यावर दिसताच 'रायगडला जेव्हा जाग येते' या नाटकाची आठवण होऊन, कोण्या एका स्टेशनवरचा वर्तमानपत्रवाला पोऱ्या हातातले सगळे अंक, पैसे न घेता कलाकारांना वाटून टाकतो व स्वतःवरच खूष होऊन प्लॅटफॉर्मवरून पळत जातो. या शुद्ध आनंदासाठी, निरपेक्ष प्रेमासाठी ज्ञानेश, हाच व्यवसाय करायचा असं मी तुला सांगतो.

कलाकारांचं जीवन ही निव्वळ सुळावरची पोळी नाही. शब्दांत व्यक्त करता येणार नाही असा तो एक सुखद सोहळा आहे. कलाविष्कारात स्वतःला हरवायचं आणि तो कलाविष्कार पाहायला आलेल्या रसिकांना पण त्याचं दुःख विसरायला लावायचं, हा केवढा महान सोहळा आहे, हे नाही सांगता येणार शब्दांत. ज्ञानेश, फुलासारखी कोमल वस्तू पारड्यात टाकली, तर व्यवहाराच्या सोयीसाठी त्या फुलाचं वजन हे मोजावंच लागतं; पण ज्ञानेश, विकणारा माणूस जरी फुलांचं वजन विकत असला तरी विकत घेणारा मात्र वजन स्वीकारीत नसून, त्या फुलांचा सुगंध घेत असतो. त्यामुळे वजनापेक्षा एक-दोन फुलं कमीच देण्याचा जरी विकणाऱ्याचा हेतू असला, तरी सुगंधवेडा माणूस रुपयात किती फुलं आली, हा आकडा मोजत नाही. जो मोजताच येणार नाही असा सुगंध त्याच्या अंतःकरणाला भिडला की तो प्रसन्न असतो, तृप्त असतो.

म्हणजेच ज्ञानेश, या जगात आपल्याला काय विकत हवं आहे, हे नक्की कळलं पाहिजे. आपल्याला भूक लागली आहे की नाही हे कळणं जरी आवश्यक असलं तरीसुद्धा, त्याच्या कितीतरी पट अधिक, ती भूक नक्की कशाची लागणं आवश्यक आहे, हे कळणं जास्त जरुरीचं आहे.

माणसाला भूक लागावी ती माणुसकीची, सदभिरुचीची, संस्कारांची. नाट्य संस्था चालवणाऱ्या माणसाला त्या सर्वांबरोबरच आणखी एका गोष्टीची भूक लागावी लागते; आणि ती म्हणजे उत्कृष्ट कलाविष्कार प्रकट करू शकणाऱ्या कलाकाराची.

मला ती भूक होती, आणि ती माझी भूक नियतीनं पुरवलीही. पण तरीही मी दुःखी राहिलो; असंतुष्ट राहिलो. याला कोण जबाबदार?

मीच ज्ञानेश, मीच जबाबदार.

मी माझं मन मोठं करू शकलो नाही. माझी भूक मला बदलता आली नाही. मी फार छोटा राहिलो, आणि स्वतःला दुःखी करून बसलो. मला चांगली चांगली माणसं भेटली. पण मला त्याचं मन पूर्णांशानं जाणता आलं नाही. मला वाटेवर अनेक सावल्या भेटल्या. पण त्या सावल्यांची शीतलता व विशालता एकीकडे

उपभोगत असतानाही, मी आपला खुळ्यासारखा त्या झाडाची पानंच मोजत बसलो. त्या पानांवरचे डागच पाहत राहिलो. मला शीतलता देणारं ते पान आहे; त्याच्यावरचा डाग नव्हे, हे मला कळलं नाही. तसंच, मला मोठमोठे कलाकार भेटले, अजून भेटतात; पण मी त्यांच्यातल्या कटू आठवणीच सांभाळत बसलो; आणि दुःखी झालो.

इतका वेळ मी तुला अनेक कलाकारांबाबत अनेक गोष्टी सांगितल्या- सांगायला नको त्याही. थोरामोठ्या कलाकारांच्या व्यसनाबद्दल बोललो, गैरवर्तणुकीबद्दल बोललो, थापेबाजीबद्दल बोललो, त्यांनी जे काही डावपेच लढवले त्याबद्दल बोललो. या गोष्टी इतकी वर्षे माझ्या ध्यानात राहिल्या. काही सुखद, पवित्र आठवणी जशा चिरंजीव ठरल्या तशाच या कटू आठवणी पण शिल्लक राहिल्या. या कटू आठवणी जर मी विसरलो असतो तर माझं मन आणखीन विशाल होऊन, चांगल्या आठवणींना जास्त जागा राहिली असती नाही?

तेव्हा ज्ञानेश, तुला इतकंच तळमळून सांगतो, मन विशाल कर. संस्थेचा चालक म्हणून तर हे फार आवश्यक आहे. 'ललितकलादर्श' या संस्थेच्या मालकानं, संस्थेच्या नावाप्रमाणे, कलाकारांच्या 'ललितकला'च फक्त मनाच्या गाभ्यात, आदर्शवत मानून जपल्या पाहिजेत. ज्ञानेश, माझ्यासारखा क्षुद्र मनाचा राहिलास तर माझ्यासारखेच क्लेश तुला होत राहतील. माणसातला कलाकार तुला दिसणार नाही. तू फक्त माणसाला 'माणूस'च पाहत राहशील. तो केवढा महान कलाकार आहे याचा तुला विसर पडेल, आणि नको त्या आठवणी मागे राहून तू दुःखी होशील.

'लहान मूल म्हणजे मातीचा गोळा' असं म्हणतात. तू लहान आहेस, म्हणून तू तुझं मन कसं ठेव ते सांगतो. जे मला जमलं नाही ते तू करून दाखव; माझ्याही पुढे एक पाऊल टाक.

माणसातला कलाकार ओळख. त्याला वंदन कर. नतमस्तक हो. कलाकाराची उंची मोज. बाकी कशाचीही आपल्याला गरज नाही. रंगभूमीवर कलाकार एकदा उभा राहिला, की त्याच्या इतर गोष्टींचा तो आपल्याला विसर पाडतो ना, इथं सगळं द्वैत संपलं.

असे क्षण ज्ञानेश, मी अनुभवले आहेत. ज्या क्षणी मला माझं नावगाव आठवेना, तहानभुकेचा विसर पडला, श्वासोच्छ्वास हा केवळ आपोआप होतो म्हणून होत राहिला असे क्षण आहेत, त्या तसल्या क्षणी मी त्या कलाकारांसमोर अक्षरशः किडा होतो. दात्यांचा 'मनोहर', कोल्हटकरांचा 'घनश्याम', फाटकांचा 'वृंदावन', बालगंधर्वांची 'सिंधू', लोंढ्यांचा 'सुधाकर', नरेशची 'कालिंदी', दिनकर ढेरेंचा 'कामण्णा', मामा पेंडशांचा वैजयंतीमधला 'विश्वपाल', दत्तारामांचा 'सवाई माधवराव', अशा अनेक भूमिका आठवतात; आणि वाटतं, आपण म्हणजे कुणीच नव्हेत.

आपण किती छोटे आहोत हे, जे क्षण आपल्याला दाखवून देतात, ते आपले मोठ्यातले मोठे गुरू असतात. त्या तशा क्षणांचा प्रत्यय येण्यासाठी हाच व्यवसाय कर! फार मोठमोठी कलाकार मंडळी आहेत. मी त्यांच्यातल्या बारीकसारीक गोष्टीच पाहत राहिलो.

माझं मन असं का व्हावं?

त्यालाही कारणं आहेत ज्ञानेश.

बापूंनी मला त्यांच्यापासून, कंपनीपासून दूर ठेवलं होतं, हे मी सांगितलं तुला. मी बापूंच्या जेव्हा निकट पोहोचलो, तेव्हा बापू आता थोड्याच दिवसांचे सोबती आहेत, हे मला माहीत नव्हतं. त्याच काळात ते जप्ती प्रकरण, बापूंचा आजार, त्यांच्यावर बिथरलेली त्यांचीच जवळची माणसं, या सगळ्याचा मनावर नको तो परिणाम झाला. 'कलाकार' म्हणून एखाद्याची योग्यता मनावर ठसायच्या अगोदर माणूस हा किती उलट्या काळजाचा असतो, हेच मला अगोदर बघावं लागलं. त्यात त्या माणसांची पण चूक नव्हती. परिस्थितीनं गांजलेली, गोंधळलेली माणसं ती. अशी माणसं प्रथम भेटली आणि मी बिथरलो. कमकुवत झालो. त्यातच या व्यवसायात खेचलो गेलो. मनाची घडण मग तशीच घडत गेली.

इथवर वाटचाल झाली ती अनेक कलाकारांची, वडीलधाऱ्या माणसांची साथ मिळाली म्हणून. हे सगळं ऐकून ज्ञानेश, असं समजू नकोस की मी 'अगोदर पाय लावला आणि मग नमस्कार केला' म्हणून. कमकुवत मनाचा माणूस कोणत्या गोष्टी उगीचच लक्षात ठेवतो ते तुला कळावं म्हणून एवढं बोललो.

पण बेटा, हे विसर सगळं. यातल्या फक्त चांगल्याच गोष्टी आठव. गोविंददास व ताराबाईंचा उदार स्वभाव आठव. बुवांचे कष्ट आठव. पहिल्या हाकेसरशी 'सत्तेचे गुलाम' मध्ये काम करायला धावलेले नानासाहेब आठव. वाय. सदाशिव लक्षात ठेव.

मनात साठवाव्यात त्या बेभान करणाऱ्या गोष्टी. प्रेक्षकांनी कलाकारांवर केलेलं प्रेम आठवावं.

आपला सुवर्णमहोत्सवाचा प्रसंग! पोटावर शस्त्रक्रिया झाली होती म्हणून मामा पेंडसे त्या महोत्सवात प्रेक्षकांना दिसले नाहीत. मामांना पण त्या गोष्टीचं वाईट वाटत होतं. त्यांच्यातला कलाकार त्यांना स्वस्थ बसून देईना. 'स्वामिनी'तलं छोटंसं काम, त्यांच्या तशा स्थितीत त्यांना पेलवू शकेल असं होतं. मामांनी त्यांची इच्छा व्यक्त केली. आदल्या दिवशीच्या रात्री मी त्याप्रमाणे, 'उद्या मामा पेंडसे 'स्वामिनी'मध्ये काम करणार आहेत' म्हणून जाहीर केलं आणि टाळ्यांचा कडकडाट करून लोकांनी त्यांचा आनंद व्यक्त केला. मामांना मानाचा मुजरा केला.

पंडितराज जगन्नाथमध्ये शंकर घाणेकरांनी असाच उत्स्फूर्त विनोद केला.

'इष्कके गहिरे खतरे में 'या गाण्यात, विंगेकडे येता येता, 'कलंदर खायेगा शक्कर' एवढं ते म्हणाले. क्षणभर विंगेजवळ थांबले. आणि स्वतःचे शब्द वाढवून, परत म्हणाले, 'अगर मिली तो, खायेगा शक्कर!' साखरेचं दुर्भिक्ष सर्वश्रुत आहे. लोकांनी केलेल्या टाळ्यांच्या गजरात घाणेकर आत आले.

नानासाहेब फाटक आणि मंगला संझगिरी यांच्या 'श्री' नाटकातल्या अभिनयावर खूष होऊन एका प्रेक्षकाने, तिथल्या तिथे दोघांना शंभर शंभर रुपये देऊन आपला आनंद व्यक्त केला.

'दूरचे दिवे' या नाटकात मालतीनं- तुझ्या आईनं भूमिका केली, तेव्हा नटसम्राट केशवराव दात्यांसारख्या मार्मिक दिग्दर्शकांनीदेखील तिची नावाजणी केली. मला स्वतःला तिचं आवडलेलं व लक्षात राहिलेलं काम 'सवाई माधवरावाचा मृत्यू' मधलं. त्यातल्या त्यात, त्यातला 'शालीचा' प्रसंग!

चित्तरंजन कोल्हटकरांची घनश्यामची भूमिका अशीच माझ्या ध्यानात आहे. चिंतामणरावांची म्हणजे काकांची ती हातखंडा असलेली भूमिका. घनश्याम म्हणजे काका, असं समीकरण झालेली ती भूमिका. चित्तरंजन, घनश्याम तेवढ्याच समर्थपणे उभा करतात.

असे दुर्मिळ क्षण आठवावेत आणि अशा क्षणांसाठीच जगावं; बाकी सगळं विसरावं!

एखाद्या रागदारीमध्ये काही स्वर वर्ज्य असतात. त्याप्रमाणे या व्यवसायाच्या रागदारीमध्ये 'वर्ज्य' काय हे जाणून घे.

मी, मला ज्या रागदारीची उपमा योग्य वाटते ती देतो. मालकंस हा तो राग! रिषभ-पंचम वर्ज्य असलेला हा राग श्रीविष्णूपासून निर्माण झाला असं मानतात. या रागाचा स्थायीभाव शृंगार, विनोद, लालित्य, मानला जातो. नाटकात हे रस हवेतच.

ब्रह्मा-विष्णू-महेश ही त्रिमूर्ती म्हणजे उत्पत्ती-स्थिती-लय. मालकंस राग हा श्रीविष्णूचा राग. म्हणजे हा राग 'स्थिती' दाखवतो. आपल्या जीवनात मात्र ज्ञानेश, हा क्रम जरा बदलला. 'लय' होतो की काय अशी परिस्थिती निर्माण झाली होती. पण नियतीनं वाचवलं.

मालकंसमधला मध्यम हा वादी स्वर. याला जीवनस्वर म्हणतात. तुझी पट्टी काळी पाच. आज तू भजन म्हणालास ते याच पट्टीत. मी ब्लँक झालो होतो. माझी पट्टी काळी दोन याची मला तू आठवण दिलीस. काळी दोन, हा काळी पाचचा मध्यम. हा मध्यम, म्हणजे मालकंस रागातला जीवनस्वर तू सांभाळ.

हा जीवनस्वर सांभाळला जावा म्हणून भार्गवरामांनी व दामल्यांनी तंबोरे आमच्या मालकीचे आहेत म्हणून थाप मारली; आणि आपल्या संस्थेचा जीवनस्वर वाचवला. या दोघांनी बापूंची गायकी पण त्याबरोबर जोपासली. मा. दामल्यांना

'नूतन पेंढारकर' ही पदवी मिळाली यात सगळं सगळं आलं! दुसऱ्या महायुद्धात ज्याच्या युद्धनेतृत्वामुळे इंग्लंडला विजय मिळाला त्या चर्चिलना काय दिलं म्हणजे त्यांचा यथोचित गौरव होईल असा राज्यकर्त्यांपुढे प्रश्न पडला. शेवटी 'अर्ल'ही पदवी देऊन 'चर्चिलचा' गौरव करण्यात आला. 'अर्ल' या पदवीचा लाभ राजघराण्यातल्या पुरुषालाच फक्त होऊ शकतो असा संकेत आहे. त्याप्रमाणे 'चर्चिलचा' हा गौरव आणखी कुणाला करता आला नसता.

आपल्याकडेही, संस्थेवर प्रेम करणाऱ्या मा. दामल्यांनी 'नूतन पेंढारकर' ही पदवी मिळवली. आपल्या नात्यातलेच ते असावेत, एवढं त्याचं अजून संस्थेवर प्रेम आहे.

त्याचप्रमाणे मा. भार्गवराम. यांच्यासाठी मात्र मी कोणता शब्द वापरला म्हणजे त्यांचा गौरव होईल हे कळत नाही. या व्यवसायातले ते 'चारुदत्त' आहेत असं म्हणता येईल. तसेच धीरोदात्त, निगर्वी, सरळ अंतःकरणाचे. ज्याला पूर्वीचं नाट्यसंगीत म्हणता येईल ते नाट्यसंगीत, ती ढब, तो बाज, आता भार्गवरामांच्या रूपानेच मागे राहिला आहे. केवळ गाणंच नाही, तर त्या पद्धतीचा अभिनयसुद्धा.

भार्गवराम अद्यापि अशा तडफेनं गातात की विचारूच नकोस. बापूंच्या मागच्या पुण्यतिथीला त्यांनी केवळ दोनच पदं म्हटली; पण, प्रेक्षागार दणाणून टाकलं. अजून तीच तडफ, तीच उभारी. त्यांची तान, तारसप्तकातला षड्ज ऐकला की बिजलीचीच आठवण व्हावी. तानेची फेक बिजलीसारखीच.

बिजली! भार्गवरामांची गाजलेली भूमिका सोन्याचा कळस नाटकातली! पु. ल. देशपांडे म्हणाले होते, 'बिजलीच्या स्पर्शानं एरवी कळस कोसळतात, पण या बिजलीच्या स्पर्शानं 'सोन्याचा कळस' उभा राहिला.' होय ज्ञानेश, 'था एक जमाना' असंच आता म्हणावं लागतं. राजाध्यक्षांनी काढलेला तो 'सोन्याचा कळस' नाटकातला, न्याहारीच्या वेळचा फोटो बघ. राजाध्यक्षांचं कसब जसं त्या फोटोत दिसतं तसंच या भार्गवरामाचंसुद्धा.

'हे तंबोरे आमचे आहेत' अशी यांनी थाप मारली.

संस्थेला रसातळाला नेणाऱ्या त्या 'भार्गवरामा'च्या थापा कुठे आणि संस्थेचा स्वर वाचवू पाहणाऱ्या या 'भार्गवरामा'ची थाप कुठे?

हे तंबोरे वाचवले तर त्या स्वरांची जोपासना पुढच्या पिढीत नक्की होईल ही त्या उभयतांची श्रद्धा होती. ही श्रद्धा आपण जपायला हवी.

स्वतःच्या मनाच्या कमकुवतपणामुळे, आपली जीवनावरची निष्ठा जरी उडालेली असली, तरी आपल्या कलाकृतींमुळे ज्यांच्या जीवनात निष्ठा निर्माण झाल्या आहेत, त्यांना आपल्याला हरताळ फासण्याचा अधिकार पोहोचत नाही.

ऊठ ज्ञानेश. पहाटेची ही रम्य वेळ. पवित्र वेळ. तो तंबोरा घे. त्या दोघांनी

वाचवलेल्या जोडीतलाच हा एक. 'पंडितराज जगन्नाथ'मध्ये आपण दरबारात हेच दोन तंबोरे ठेवतो. विद्याधर गोखल्यांचं संगीतपरंपरा सुरू करणारं नाटक, वसंतरावांचं संगीत, सावकारांचा गळा, परंपरा सांभाळणारे हे तंबोरे, आणि गोविंदचा 'हाऊसफुल्ल' करणारा ऑर्गनचा स्वर, इतके संकेत, त्या माझ्या पहिल्या संगीत नाटकामागे आहेत.

हाच स्वर चालू ठेव. तो तानपुरा घे.

बापूंचं जे पहिलं भजन ध्वनिमुद्रित झालं आणि ज्या गाण्याला एच. एम. व्ही. कडून बापूंना सुवर्णपदक मिळालं, ते भजन मी तुला शिकवतो. ते भजन मी म्हणावं, अशी बापूंची फार इच्छा होती.

चल, म्हण,

"बारे पांडुरंगाऽऽऽ!"

आणि शेवटी

प्रिय पेंढारकर,

गेल्या अडीच महिन्यांत साडेतीनशे पानं लिहिताना कुठं अडखळलो नाही, पण तुमच्याबद्दलच्या माझ्या भावना व्यक्त करताना काय लिहू, कसं लिहू असे प्रश्न सारखे उभे आहेत.

श्री. विद्याधर गोखल्यांनी तुमचं अनुभवकथन लिहिण्याचं काम मला सांगितलं आणि मी ते क्षणाचाही विलंब न लावता मान्य केलं. फक्त या कामासाठी तुम्हाला मी चालेन की नाही एवढाच प्रश्न होता. तुमची भेट झाली आणि मग हा प्रश्न उरलाच नाही. माझ्या वडिलांनी, म्हणजेच अण्णांनी गेली चाळीस वर्षं रंगभूमीची सेवा केली. ते फारच भाग्यवान आहेत. रंगभूमीविषयक माझ्याकडून काही कार्य व्हावं आणि तेही 'ललितकलादर्श'साठी, ही माझी फार दिवसांची इच्छा. एखादं जोरदार नाटक हातून लिहून होण्यासाठी फार पुण्य आणि म्हणूनच, अफाट बुद्धिमत्ता लागते. ती माझ्याजवळ नाही. तेव्हा, या पुस्तकाचं काम आपल्याकडून घडलं, तर ललितकलादर्शसाठी काही कार्य केल्याचं समाधान मिळून, तीही एका अर्थानं रंगभूमीची सेवाच होईल, या भावनेनं मी हे लिहिलं. नव्हे, नियतीनं माझ्याकडून लिहवून घेतलं.

या सर्व अडीच महिन्यांच्या कालखंडात नियतीनं खरोखरच माझा सांभाळ केला. तुम्हाला एकच अनुभव सांगतो. प्रथम प्रथम तासचे तास व अख्ख्या रात्री जागवून लेखन करण्याचा सराव नव्हता. हे ऑफिस सांभाळून करीत होतो. त्यामुळे पाठ बेदम दुखायला लागली. मी श्री सिद्धिविनायकाची प्रार्थना केली एक दिवस, की तुझ्या प्रेरणेनं मी

कार्य करतो आहे. हे पुरं होऊ देणं तुझ्या हातात आहे. मला साहाय्य कर आणि पेंढारकर, विश्वास ठेवा. माझी पाठदुखी थांबली ती या घटकेपर्यंत.

मी हा असा श्रद्धावंत आहे आणि तुम्हीही तसेच आहात हे अनुभवलं. ज्या दिवशी तुम्ही पण हे संकेत मानता हे समजलं... त्या दिवसापासून पुस्तकाचा स्वर मला सापडला; आणि मग मध्ये अडथळे उरलेच नाहीत.

पेंढारकर, तुमचं आयुष्य अक्षरशः मी जगलो; आणि म्हणूनच हे लिहू शकलो. 'स्वयंसेवक' नाटकाच्या वेळी तुम्हाला भेटलेल्या जादूगाराने, 'रडवी मनुजा' सारखं ८।। मात्रेवर उठावण असलेलं गाणं तुमच्याकडून म्हणवून घेतलं, त्या ८।। मात्रेच्या उठावणीप्रमाणेच, तुमच्या जीवनातला प्रत्येक प्रसंग असाच 'आड' सुरू होतो. तोच जादूगार गेले २।। महिने माझ्या पाठीशी आशीर्वाद देऊन होता. माझ्यावर मंत्रशक्ती टाकून होता. त्यानेच हे माझ्याकडून लिहवून घेतलं. तुम्ही फक्त गतजीवनातले प्रसंग सांगितलेत; पण या जादूगारानं मी लिहीत असताना, तुमची तेव्हा मनःस्थिती कशी कशी होती, हे सांगितलं. गेल्या काही दिवसांत मी रात्री, अपरात्री, निर्मनुष्य रस्त्यावरून, अनेकदा एकटा घरी जात होतो स्कूटरवरून. पण वाटेत कधीही काहीही झालं नाही. भूकंपाचा धक्का बसला त्या दिवशी रात्रभर लिखाण व चर्चा करून पहाटे ४ वाजता मी तुम्हाला तुमच्या घरी सोडून दादरला पोहोचलो होतो. लोकांना मी एकटा अपरात्री स्कूटरवरून फिरतो याची भीती वाटायची; पण मला मी एकटा आहे असं कधीच वाटलं नाही.

शेवटी काय लिहू? जीवनात एवढे कटू अनुभव येऊनही, तुमचा संयम मला वाखाणण्यासारखा वाटला. तुम्ही मनावर केवढा प्रचंड ताबा ठेवू शकता हे फक्त मलाच माहीत आहे. कारण, पुस्तकात प्रकाशित न केलेले प्रसंग माझ्या ध्यानात आहेत. तुमच्या तोंडात एकही अपशब्द नाही, हा एक आणखीन उल्लेखनीय गुण मी पाहिला! अनेक अपशब्द आम्ही जाता-येता वापरतो, पण हे शब्द तुम्हाला उच्चारण्याची वेळ येऊनही तुमच्या तोंडात ते शब्द नाहीत, याचं फार फार कौतुक वाटलं.

केव्हा केव्हा माझा तोल गेला; पण तुम्ही शेवटपर्यंत शांत होतात. 'भरत' काय, 'लक्ष्मण' काय, हे दोघं तापटच; पण राम शांत होता. हे आठवायचे कारण हेच, की एकदा निरोप देताना तुम्ही विचारलं होतं, 'आता परतभेट- भरतभेट कधी?'

या प्रश्नाला माझं उत्तर हे, 'तुम्ही बोलवाल तेव्हा!' हेच नातं शेवटपर्यंत आपल्यात राहावं, एवढं सांगून इथंच थांबतो.

तुमचा
वसंत पुरुषोत्तम काळे

■